உலக அக்ரகாரம்

உலக அக்ரகாரம்

முனைவர் சுப. உதயகுமாரன்

எதிர்
வெளியீடு

உலக அக்ரகாரம்
முனைவர் சுப. உதயகுமாரன்

முதல் பதிப்பு: ஜனவரி 2025

எதிர் வெளியீடு,
96, நியூ ஸ்கீம் ரோடு, பொள்ளாச்சி – 642 002
தொலைபேசி: 04259 226012, 99425 11302

விலை: ரூ. 280

Ulaka akrakaaram
SP. Udayakumaran

Copyright © SP. Udayakumaran
First Edition: January 2025

Published by
Ethir Veliyeedu, 96, New Scheme Road, Pollachi - 2
email: ethirveliyedu@gmail.com
www.ethirveliyeedu.com

ISBN: 978-81-19576-77-7
Cover Design: Negizhan
Printed at Jothy Enterprises, Chennai.

All rights reserved. No part of this book may be reprinted or reproduced or utilised in any form or by any electronic, mechanical or other means, now known or hereafter invented, including Photocopying and recording, or in any information storage or retrieval system, without permission in writing from the Publisher.

முனைவர் சுப. உதயகுமாரன்

திருவனந்தபுரத்திலுள்ள கேரளாப் பல்கலைக்கழகத்தில் ஆங்கில இலக்கியத்தில் முதுகலைப் பட்டமும், அமெரிக்காவின் நோட்ரேடேம் பல்கலைக்கழகத்தில் அமைதிக் கல்வியில் இரண்டாவது முதுகலைப் பட்டமும், ஹவாய் பல்கலைக்கழகத்தில் அரசியல் அறிவியலில் முனைவர் பட்டமும் பெற்றவர். தமிழிலும், ஆங்கிலத்திலும் பல நூல்களை எழுதியிருக்கிறார். தற்போது 'பச்சைத் தமிழகம்' கட்சியின் தலைவராகவும், அணுசக்திக்கு எதிரான மக்கள் இயக்கத்தின் ஒருங்கிணைப்பாளராகவும் இயங்கிக் கொண்டிருக்கிறார். தமிழகத்தின் தென்கோடி நகரமான நாகர்கோவிலில் குடும்பத்துடன் வசிக்கிறார்.

கன்னியாகுமரி மாவட்டம் பூதப்பாண்டி ஊரைச் சார்ந்த
பழம்பெரும் பொதுவுடமைவாதி,
'கைவிளக்கு' இதழின் ஆசிரியர்,
நினைவில் வாழும்
மதிப்பிற்குரிய தோழர் **பூதை. சொ. அண்ணாமலை** அவர்களுக்கு...

உள்ளடக்கம்

முன்னுரை 09

1. உலக கிராமம் 11

2. அபார்தைட் மற்றும் அக்ரகாரம் 16

பார்ப்பனீயம் / சாதீயம்

3. தாமும் பிறரும் 21

4. பார்ப்பன(ர்) தன்மைகள் 26

5. மனு (அ)தர்மம் 31

6. மந்திர தந்திரங்கள் 35

7. மூர்த்தி சிறிசு ஆனால் கீர்த்தி பெரிசு 40

8. பார்ப்பனீய அரசியல் அதிகாரம் 44

9. பார்ப்பனீயக் கலாச்சார ஆதிக்கம் 49

10. பார்ப்பனீயப் பொருளாதாரக் கொடுமைகள் 53

பார்ப்பனர் / வெள்ளையர்

11. ஆரியரும் பார்ப்பனரும் 58

12. யூதரும் பார்ப்பனரும், ஆரியரும் வெள்ளையரும் 62

13. பார்ப்பனரும், வெள்ளைப் பரங்கியரும் 67

14. புனிதர்களின் கூடாரம் 73

15. பறிபோகும் பெரும்பான்மையும், பலமும் 79

16. பலம் பெறும் வழிகளும், முறைகளும் 84

வெள்ளை இனவாதம்

17. வெள்ளையினப் பேரினவர்தம் 90

18. உயர்வு மனப்பான்மை 96

19. வெள்ளையர்களின் சுமை 101

20.	குடியேற்றக் கொள்கை	105
21.	குடியேற்ற அரசியல்	110
22.	குடியேற்றக் கொடுமைகள்	115
23.	குடியேற்றக் குழப்பங்கள்	120
24.	வாழும் வடக்கும், தேயும் தெற்கும்	126

கள யதார்த்தம்

25.	ஏழ்மைக் கடலும், செல்வத் தீவுகளும்	131
26.	உலகமயமும் இனப்பாகுபாடும்	137
27.	நவீன அடிமைத்தனமும், நரபலியும்	143
28.	உலகக் கந்துவட்டிக்காரர்கள்	148
29.	'எளிதாக வியாபாரம் செய்து' ஏய்ப்பது	153
30.	ஆயுதமின்றி அமையாது உலகு	158
31.	காலநிலைச் சிதைப்பும், கவனமான நழுவலும்	165
32.	உணவு காலனியாதிக்கம்	171
33.	கல்விக் கட்டுப்பாடுகள்	177
34.	வேலைவாய்ப்புகள்	183
35.	வருமானம் மற்றும் சொத்துச் சேர்ப்பு	189
36.	வாழ்க்கை மற்றும் வாழும் தரம்	194
37.	வேற்றுப்படுத்தல் மும்மை	199
38.	உலக அக்ரகாரம்	204
39.	வாய்மையும் மனிதமும்	211
40.	சமாதானச் சகவாழ்வு	217

முன்னுரை

தான் வாழும் உலகை, அதன் சமூக–பொருளாதார–அரசியல் ஏற்பாடுகளை நுட்பமாகப் புரிந்துகொள்வதும், அதனைப் பிறருக்குத் தெளிவாக எடுத்துச் சொல்வதும் சமூக அறிவியல் மாணவரின் கடமை. அந்த வகையில் வடக்கு–தெற்கு என்று பிரிக்கப்பட்டிருக்கும் நமது நவீன உலகை ஓர் அக்ரகாரமாகவே நான் பார்க்கிறேன்.

காலங்காலமாக அதிகார வர்க்கங்கள் தங்களின் வேற்றுப்படுத்தலுக்கும், கட்டுப்படுத்தலுக்கும் பல்வேறு காரணங்களையும் உத்திகளையும் கைக்கொண்டு வந்திருக்கின்றன. நிறவெறி, இனவெறி, மதவெறி, சாதிவெறி, காமவெறி போன்ற அதிகார வெறிக் கோட்பாடுகள் தோய்ந்த நிலப்பிரபுத்துவம், அடிமைத்தனம், காலனியாதிக்கம், அபார்தைட், ஆணாதிக்கம் உள்ளிட்ட பல்வேறு உபாயங்களுள் மிகவும் கொடூரமானது, கொடுமையானது, சூழ்ச்சிமிக்கது பார்ப்பனீய உத்தி என்பதைச் சுட்டிக்காட்ட விழைகிறேன்.

கடவுளை, மத நூல்களை, வழிபாட்டு முறைகளை, நம்பிக்கைகளை எல்லாவற்றையும் மிகக் கவனமாக உருவாக்கி, ஏற்றத்தாழ்வுகளை நிறுவனப்படுத்தி, அவை கடவுளால் அங்கீகரிக்கப்பட்டவை என்று ஏமாற்றி, இவை எல்லாவற்றையும் எளிய மக்கள் ஆழமாக உள்வாங்கச் செய்து, அவர்களை அடிமைப்படுத்துவது, அடக்கியாள்வது, தன்னல நோக்கங்களுக்காகப் பயன்படுத்துவது என்பது சாதாரணமானதல்ல.

ஜேம்ஸ் காம்ரான் (James Cameron) எனும் பிரிட்டிஷ் எழுத்தாளர் 'An Indian Summer' எனும் தன்னுடைய நூலில், 'The British invented the clubs, the Brahmins caste' என்று குறிப்பிடுகிறார். இரண்டுமே தம்மவரை ஏற்றுக்கொண்டு, மற்றவரை வேற்றுப்படுத்தும் அமைப்புகள். எதிலும் தங்களையே முதன்மைப்படுத்திச் சிந்திக்கும் வெள்ளையின ஆதிக்கத்தின் இந்த வரிசைக்கிரமம் சரியானதல்ல. சாதிதான் முதலில் வந்தது. உண்மையில், பிரிட்டிஷ் ராஜ் ஒரு விதத்தில் பிராமண ராஜ் போன்று இயங்கினாலும், வெள்ளையர்கள் பார்ப்பனர்களையும் மட்டமாகத்தான் பார்த்தார்கள், நடத்தினார்கள்.

பார்ப்பனீயத் தூய்மை கட்டுக்கதைக்கும், வெள்ளையின உயர்வு மனப்பான்மைக்கும் பல ஒற்றுமைகள் இருப்பதைக் கோடிட்டுக்காட்ட விரும்புகிறேன். இந்தப் பார்ப்பனீயம் மற்றும் வெள்ளையின ஆதிக்க ஒப்பீட்டின் அடிப்படை உலகில் நடக்கும் அத்தனை அயோக்கியத்தனங்களும் பார்ப்பனர்களிடம் இருந்து படிக்கப்பட்டவை என்று நிறுவுவதல்ல. மாறாக, மேற்படி ஒப்பீட்டின் மூலம் இந்தியாவில் வாழும்

நாம் உள்நாட்டுப் பார்ப்பனீயம் மற்றும் பன்னாட்டுப் பார்ப்பனீயம் எனும் இரண்டடுக்கு ஆதிக்கங்களின் கீழ் சிக்கியிருப்பதைச் சுட்டிக்காட்ட விழைகிறேன். இரண்டு தளங்களிலும் நாம் போராட வேண்டியிருப்பதை எடுத்துச்சொல்ல விரும்புகிறேன்.

முதலாளித்துவத்தின் உலகமயக் கோட்பாட்டின் கீழ் உலகம் ஒன்றுபட்டுவிட்டதாக, ஏன் ஒன்றாகவே மாறிவிட்டதாகப் பலரும் கதைத்தாலும், சமூக–பொருளாதார–அரசியல்–கலாச்சார அதிகாரம் ஒரு கும்பலின் கையில்தான் கட்டுண்டு கிடக்கிறது. உள்நாட்டில் பார்ப்பனர்கள் கைகளிலும், உலக அளவில் வெள்ளையர்கள் கைகளிலும்!

என்னுடைய இந்தப் பார்வையை, வாதங்களை, சாதிவெறி, மதவெறி, இனவெறி என்று குற்றம்சாட்டி எதிர்ப்பவர்கள், ஏற்றுக்கொள்ள மறுப்பவர்கள் அதிகாரப்பீடங்களின் மீது அமர்ந்திருப்பவர்கள், அல்லது அவர்களை அண்டியிருந்து அனுபவிப்பவர்கள் என்பதை நீங்கள் புரிந்துகொண்டால், நான் சொல்லும் உண்மைகள் எளிதில் விளங்கும்.

இந்த நூலில் இடம்பெற்றிருக்கும் கட்டுரைகள் அனைத்தும் ‘புதிய விடியல்’ இதழில் 2017–ஆம் ஆண்டு பிப்ருவரி முதல் அக்டோபர் வரையும், பின்னர் 2020–ஆம் ஆண்டு நவம்பர் முதல் 2022–ஆம் ஆண்டு செப்டம்பர் வரையும் தொடராக வெளிவந்தவை. இந்தத் தொடரை எழுத என்னை ஊக்குவித்த இதழின் ஆசிரியர் முகமது இஸ்மாயீல் அவர்களுக்கும், இணை ஆசிரியர் ரியாஸ் அகமது அவர்களுக்கும், மேற்படி கட்டுரைகளைக் கோர்த்துத் தற்போது முழு நூலாக வெளியிடும் எதிர் வெளியீட்டின் தோழர் அனுஷ் அவர்களுக்கும், நூலை வடிவமைத்த தோழர்கள் அனைவருக்கும் என்னுடைய மனமார்ந்த நன்றிகளைத் தெரிவித்துக்கொள்கிறேன்.

சுப. உதயகுமாரன்
நாகர்கோவில்,
அக்டோபர் 18, 2023

[1]
உலக கிராமம்

நாம் வாழும் உலகை மனக் கண்ணால் பார்ப்பதும், அதன் வடிவம், செயல்பாடுகள் பற்றி ஓர் அனுமானம் கொண்டிருப்பதும் ஒவ்வொரு சிந்திக்கும், செயல்படும் மனிதனுக்கும் அத்தியாவசியத் தேவையாக இருக்கின்றது. இந்த உலகமயமாக்கல் யுகத்தில் நமது உலகம் ஒரு சிறிய கிராமம் போலவே ஆகிவிட்டது என்றும், நாமெல்லாம் அந்த உலக கிராமத்தில் உன்னதமாக வாழ்கிறோம் என்றும் வாதிடுகிறார்கள் முதலாளித்துவவாதிகள்.

தனியார்மயமாக்கல், தாராளமயமாக்கல், உலகமயமாக்கல் எனும் மும்மை இன்று நமது உலகையே ஆட்கொண்டிருக்கிறது. முதலாளித்துவ உலகமயத்தின் அம்சங்களான தாராளமயமாக்கப்பட்ட சந்தை, ஒருங்கிணைக்கப்படாத தொழிலாளர்கள், மக்கள்நல நடவடிக்கைகளைச் சுருக்கிக்கொள்ளும் அரசு, சிக்கனப் போக்கு, சனநாயகமின்மை, உள்கட்டமைப்புகளை மாற்றியமைத்தல், (பொருளாதார) நிலைநிறுத்தல் நடவடிக்கைகள் போன்றவை ஓர் அடிமைத்தளை பூட்டிய அரசியலையே எளிய மக்கள் மீது திணிக்கின்றன. சர்வதேசப் பொருளாதார நிறுவனங்களான உலக வங்கி, உலக வர்த்தக நிறுவனம், சர்வதேச நிதிக் குழுமம் போன்றவை ஒரு பக்கம் ஏழை எளியோரை பொருளாதார ரீதியில் அடிமைப்படுத்திக் கொண்டிருக்க, பன்னாட்டு நிறுவனங்களும் அதிலே பெரும் பங்கினை வகிக்கின்றன.

இந்த உலக கிராமம் பணக்காரர்களின் கிராமமாகவே இயங்குகிறது. அதாவது பணமுடையவர்கள் தங்கள் பணங்களைக் கொண்டு போய் எந்த நாட்டிலும் முதலீடு செய்யலாம், அந்த அரசின் ஆதரவைப் பெறலாம், பெரும் லாபம் சம்பாதிக்கலாம். ஆனால் ஒரு தொழிலாளி தான் நினைப்பதுபோல ஒரு நாட்டிலிருந்து இன்னொரு நாட்டிற்குக் குடிபெயர முடியாது. ஏன், தற்காலிக வேலைக்குக் கூடப் போக முடியாது. இப்படியாக இன்றைய உலகம் வடக்கு-தெற்கு என்று பிரிக்கப்படுகிறது.

வடக்கு-தெற்கு என்று பிரிக்கப்படுவதற்கு முன்னால், இரண்டாம் உலகப் போர் நடந்து முடிந்த நிலையில், நமது உலகைக் கிழக்கு-மேற்கு என்று பிரித்து வைத்திருந்தார்கள். கிழக்கு என்பது சோவியத் ஒன்றியத்தின் தலைமையின் கீழ் இயங்கிய சோஷலிச நாடுகளைக் குறித்தது. கிழக்கு ஜெர்மனி, போலந்து, செக்கோஸ்லோவேகியா, ஹங்கேரி, ருமேனியா, பல்கேரியா போன்ற நாடுகள் பொதுவுடைமைத் தத்துவத்தை ஏற்றுக்கொண்டு ஓர் அணியாக இயங்கின. மேற்கு என்பது ஐக்கிய அமெரிக்க நாடுகளின் தலைமையின் கீழ் இயங்கிய முதலாளித்துவ நாடுகளைக் குறித்தது. பிரிட்டன், பிரான்ஸ், மேற்கு ஜெர்மனி, இத்தாலி, நெதர்லாந்து போன்ற நாடுகள் இதில் அங்கம் வகித்தன.

மேற்கத்திய நாடுகள் 1949 ஏப்ரல் 4-ஆம் நாள் நேட்டோ (வட அட்லாண்டிக் ஒப்பந்த அமைப்பு) எனும் இராணுவ அமைப்பை உருவாக்கி அவர்களுக்குள் யாரையாவது வெளியார் ஒருவர் தாக்கினால், அனைத்து நேட்டோ நாடுகளும் சேர்ந்து பாதுகாப்போம் என்று முடிவெடுத்தார்கள். 'நாங்கள் என்ன குறைந்தவர்களா?' என்கிற ரீதியில் கிழக்கத்திய நாடுகள் 1955 மே 14 அன்று 'வார்சா ஒப்பந்தம்' எனும் இராணுவக் கூட்டணியை உருவாக்கினார்கள்.

கடவுள், மதம் போன்றவற்றுக்கு மேற்கத்திய நாடுகள் அதீத முக்கியத்துவத்தை அளித்த நிலையில், கிழக்கத்திய நாடுகள் கடவுள் மறுப்புக் கொள்கையிலும், தேவாலயங்களின் முக்கியத்துவத்தைக் குறைப்பதிலும் குறியாய் இருந்தனர். எனவேதான் மேற்கத்திய அரசுகள் கிழக்கத்திய நாடுகளைக் 'கடவுளில்லா கம்யூனிஸ்ட்கள்' என்று பகடி செய்தனர்.

மனித உரிமைகள் என்று எடுத்துக்கொண்டால், கருத்துரிமை, பேச்சுரிமை, எழுத்துரிமை, வழிபாட்டு உரிமை போன்ற அரசியல், குடிமையியல் உரிமைகள் மனிதருக்கு மிக முக்கியமானவை, அவற்றைப் பேணிப் பாதுகாக்க வேண்டும் என்று மேற்கத்திய நாடுகள் வாதிட்டன. ஆனால் கிழக்கத்திய நாடுகளோ மனிதருக்குப் பொருளாதார, கலாச்சார உரிமைகளே முக்கியமென்று குரலெழுப்பின.

கிழக்கத்திய நாடுகள் தங்களின் சோசலிசப் புரட்சியை உலகெங்கும் ஏற்றுமதி செய்கிறார்கள் என்று குற்றம் சாட்டியது

மேற்கு. பணமும், ஆயுதங்களும் வழங்கி உலகெங்கும் மேற்கத்திய நாடுகள் பிற்போக்கான, மக்கள் விரோத அரசுகளைத் தாங்கிப் பிடிக்கின்றன என்று குறை சொல்லிற்று கிழக்கு.

இவ்விரண்டு அணிகளும் தங்களுக்குள் நேரடியாகப் போர் புரிவதைத் தவிர்த்துவிட்டு, மூன்றாம் உலக நாடுகளின் வழியாக மோதிக்கொண்டன. இந்தியா, யுகோஸ்லாவியா, எகிப்து உள்ளிட்ட பல நாடுகள் இரண்டு பக்கமும் சேராமல், 'அணிசாரா நாடுகள்' என்கிற ஒரு குழுமத்தை ஏற்படுத்தி அமெரிக்காவையும், சோவியத் ஒன்றியத்தையும் சம தூரத்தில் வைத்து அரசியல் செய்தன.

அமெரிக்க அணிக்கும், சோவியத் அணிக்கும் இடையே ஒருவரையொருவர் குறை சொல்வது, எதிராகப் பிரச்சாரம் செய்வது, நட்பு நாடுகளுக்கு ஆயுதங்கள், உதவிகள் வழங்குவது, வேவு பார்ப்பது என ஒரு பெரும் பனிப்போர் நடந்தது. இரு அணிகளுக்குமிடையே சந்தேகம், அச்சம், வெறுப்பு, கோபம் போன்ற எதிர்மறை உணர்வுகள் தலைவிரித்தாடின. இவற்றின் காரணமாக, படைபலப் போட்டி, அணுவாயுதப் போட்டி உருவாயிற்று. இரு அணிகளும் மாற்றி மாற்றி அணுவாயுதங்களையும், அவற்றைத் தூக்கிச் செல்லும் ஏவுகணைகளையும் தயாரித்து, பரிசோதித்து, உலகெங்கும் அவற்றை நிலைநிறுத்தினர். இவர்களின் போட்டியால் மனிதகுலமே அழிந்து போகும் அபாயம் உருவாயிற்று.

இந்த நிலையில்தான் சோவியத் அதிபர் மிக்கெயில் கொர்பாச்சவ் கிளாஸ்நோஸ்ட் (Glassnost), பெரஸ்த்ரோய்க்கா (Perestroika) எனும் நிர்வாகச் சீர்திருத்தங்களைக் கொண்டு வந்தார். இவற்றின் விளைவாக, சோவியத் ஒன்றியம் நிலைகுலைந்து சிதறியது. செர்னோபில் அணுமின் நிலையத்தில் 1986-ஆம் ஆண்டு ஏப்ரல் மாதம் நடந்த மாபெரும் விபத்தும், அதன் பொருளாதாரத் தாக்கங்களும்தான் சோவியத் ஒன்றியம் உடைய முக்கியக் காரணம் என்று சிலர் வாதிடுகின்றனர்.

சோவியத் ஒன்றியம் உடைந்ததும், 1989-1990 காலக்கட்டத்தில் பெரும்பாலான கம்யூனிஸ்ட் நாடுகளில் 'வெல்வெட் புரட்சி' என்கிற ஒன்று நடந்தது. மக்கள் தத்தம் நாடுகளிலிருந்த கம்யூனிஸ்ட் அரசுகளைக் 'கத்தியின்றி, இரத்தமின்றி' தூக்கி எறிந்தனர். ருமேனியா நாட்டில் மட்டும்தான் வன்முறை

நிகழ்ந்தது, அதுவும் செளஷியஸ்கு எனும் அதிபர் தனது இராணுவத்தை மக்கள் மீது ஏவிவிட்டு நடத்திய அக்கிரமம்தான் அது. பின்னர் 1991 யூலை 1 அன்று வார்சா ஒப்பந்தம் முடித்து வைக்கப்பட்டது.

பல முன்னாள் கம்யூனிச நாடுகள் முதலாளித்துவ நாடுகளாயின. வார்சா ஒப்பந்தத்தில் அங்கமாயிருந்த பல நாடுகள் நேட்டோ அமைப்பில் சேர்ந்தன. கிழக்கு-மேற்காக நின்ற உலகம் வடக்கு-தெற்காகப் பிரிந்தது. இந்த நிலையில்தான் தனியார்மயமாக்கல், தாராளமயமாக்கல், உலகமயமாக்கல் எனும் மும்மை தலைதூக்கியது. உலகச் சந்தைக்கு உங்கள் நாட்டைத் திறந்து விடுங்கள், முதலாளித்துவ சுபிட்சம் முன்னே வந்து நிற்கும் என்றார்கள். வெளிநாட்டு மூலதனம் வந்தால், தொழில்கள் பெருகும், வேலை வாய்ப்புகள் உருவாகும், வருமானம் வரும், ஏழ்மை ஒழியும், ஏற்றம் பெறுவோம் என்றெல்லாம் சொன்னார்கள்.

எனவே, பணம் கொண்டுவந்து தொழில்கள் தொடங்கு பவர்களுக்கு இலவச நிலம், இலவசத் தண்ணீர், இலவச மின்சாரம் கொடுப்போம். அவர்கள் வரிகள் எதுவும் கட்ட வேண்டியதில்லை. உள்நாட்டுச் சுற்றுச்சூழல் நியமங்களை, தொழிலாளர் நலச் சட்டங்களை மதிக்க வேண்டியதே இல்லை என்று ஏராளமான சலுகைகளை உள்நாட்டு அரசுகள் வாரி வழங்கின. சர்வதேச நிதி நிறுவனங்கள் ஏராளமாகக் கடன் கொடுத்தார்கள். கார்ப்பரேட்டுகள் வீட்டிற்குள்ளே வந்து காலை நீட்டிப் படுத்தார்கள், உள் விவகாரங்களில் மூக்கையும் நுழைத்தார்கள். இந்த வடக்கு-தெற்கு அரசியல் தற்போது முழுவீச்சில் நடந்து கொண்டிருக்கிறது.

பூமத்திய ரேகைக்கு மேலே உள்ள நாடுகள் வடக்கு நாடுகள் என்றும், கீழே உள்ள நாடுகள் தெற்கு நாடுகள் என்றும் கொள்ளப்படுகின்றன. வடக்கு, தொழில்மயமாக்கப்பட்ட, பணக்கார, வசதி வாய்ப்புகள் ஏராளமான, வாழ்க்கைத்தரம் உயர்ந்த தேர்ந்துவாழும் சமூகமாக இருக்கிறது. ஆனால் தெற்கு, ஏழ்மை, வறுமை, வசதி வாய்ப்புகளின்மை, தாழ்ந்த வாழ்க்கைத் தரம் கொண்ட தேம்பிநிற்கும் சமூகமாகத் தத்தளிக்கிறது. வடக்கே வாழ்பவர்கள் (ஜப்பான் தவிர்த்து) பெரும்பாலும் வெள்ளையர்கள், கிறித்தவர்கள், தொழில்மயமாக்கம் சார்ந்தவர்கள். தெற்கே வாழ்பவர்கள் (லத்தீன் அமெரிக்கா

தவிர்த்து) பெரும்பாலும் வேற்று நிறத்தவர், இந்துக்கள் மற்றும் முசுலீம்கள், விவசாயம் சார்ந்தவர்கள்.

வடக்கு நாடுகளில் தெற்கனைய தேம்பிநிற்கும் பகுதிகளும், தெற்கு நாடுகளில் வடக்கனைய தேர்ந்துவாழும் பகுதிகளும் நிறையவே இருக்கின்றன. ஆனாலும், ஒட்டுமொத்தமாக உலக அளவில் பார்க்கும்போது, 'வடக்கு வாழ்கிறது, தெற்கு தேய்கிறது' என்றே சொல்ல முடியும்.

[2]

அபார்தைட் மற்றும் அக்ரகாரம்

தென் ஆப்பிரிக்கா நாட்டில் கடைப்பிடிக்கப்பட்ட 'அபார்தைட்' (*Apartheid*) எனும் இனவெறிக் கொள்கையைப் பயன்படுத்தி கெர்னாட் கோலர் (*Gernot Kohler*) என்கிற ஜெர்மானிய அறிஞர் 1978-ஆம் ஆண்டு ஒரு கட்டுரை எழுதினார். 'அபார்தைட்' என்பது தென் ஆப்பிரிக்கா நாட்டில் பெரும்பான்மை கருப்பின மக்களை, சிறுபான்மை வெள்ளையர்கள் அடக்கி ஆண்ட கொடுங்கோல் ஆட்சி முறை. உலக அளவிலும் வெறும் 22 விழுக்காடு மக்களாக இருக்கும் வெள்ளையர்கள் 78 விழுக்காடு பிற இனங்களைச் சார்ந்த பெரும்பான்மையினரைக் கட்டுக்குள் வைத்து, கசக்கிப் பிழிவதை 'உலக அபார்தைட்' என்று கோலர் விவரித்தார்.

வெள்ளையினத்தவரின் அடக்குமுறையையும், கறுப்பினத்தவரின் அடிமைத்தனத்தையும் உருவகப்படுத்தும் 'உலக அபார்தைட்' எனும் உவமை இனவெறி அடிப்படையில் ஒரு மக்கள் குழுமம் இன்னொரு மக்கள் குழுமத்தை வேற்றுப்படுத்துவதையே விவரிக்கிறது. ஆனால், உலகமயமாக்கப்பட்ட இன்றைய உலகைப் புரிந்துகொள்ள இன்னும் சிறந்ததோர் உவமை இருக்கிறது. அது இந்தியாவில் நிலவும் 'அக்ரகாரம்' என்கிற அமைப்புதான்.

அக்ரகாரம் என்பது சாதீய, மதவாத, இனவெறி மற்றும் சுரண்டல் நிறைந்த ஒரு பாழ்வெளி என்பது நமக்குத் தெரியும். சுத்தம் போற்றுகிறோம், புனிதம் பேணுகிறோம், வேதம் அருளிய இறைவாக்கு, ஒரு சாரார் பிறவியிலேயே மேன்மைகொண்டோர் என்றெல்லாம் புனைகதைகள் சொல்லி, அக்ரகார வெளிகளின் உதவியோடு சக்தி வாய்ந்தோர் தங்களைத் தள்ளிவைத்துக் கொள்கிறார்கள். சக்தியற்ற மக்களை இவர்கள் தீட்டானவர்கள், தீண்டத்தகாதவர்கள், காணத்தகாதவர்கள் என்றெல்லாம் வேறுபடுத்தி வைக்கவும் இந்த அமைப்பு பெரிதும் உதவுகிறது.

பல்வேறு புனைகதைகளின் துணையோடு சக்தியற்ற மக்களைச் சமூகத்தின் விளிம்புநிலைக்குத் தள்ளும் அதே வேளையில், அக்ரகாரம் அவர்களை உடல் உழைப்புக்காகவும், ஆபத்துகளை

எதிர்கொள்வதற்கும், பாலியல் பலவந்தங்களுக்கும், பல்வேறு அடிமைத்தனங்களுக்கும் பயன்படுத்தவும் செய்கிறது. இப்படி சக்தியுடையோர் சக்தியற்றோரைத் தன்னலத்துக்காகப் பயன்படுத்துவதும், அதிகாரம், வாய்ப்புகள், கொடுப்பினைகள், வளர்ச்சி போன்றவற்றிலிருந்து கவனமாக ஒதுக்கிவைப்பதும்தான் இன்று உலக அளவிலும், ஒவ்வொரு நாடுகளிலும் நடக்கின்றன.

இந்த 'அக்ரகாரம்' உருவகம் 'அபார்தைட்' மாதிரியை விடச் சரியானதாக இருக்கிறது. இனம் என்னும் ஒற்றைக் கோட்பாடு மட்டுமின்றி, ஓரினத்திற்குள்ளேயே பல்வேறு வகைகளில் மக்கள் வேற்றுப்படுத்தப்படுவதை விளக்க 'அக்ரகாரம்' என்கிற வடிவம் உதவுகிறது. அக்ரகாரம் சாதீய, மத, இன வேற்றுப்படுத்தலை, பொருளாதார அடக்குமுறையை, கலாச்சார, அரசியல் ஆதிக்கங்களை, ஆன்மீகச் சீர்கேட்டை எல்லாம் உறுதிப்படுத்துகிறது.

அக்ரகாரம் என்பது பார்ப்பனர்கள் வாழும் ஒரு கிராமத்துக்கு வழங்கப்படும் பெயர். ஒரு கிராமத்தின் கோவிலை மையமாகக்கொண்டு, அதனைச் சுற்றிச் சாலையின் இருமருங்கிலும் அமைந்திருக்கும் வீடுகள் அந்தக் கோவிலுக்குப் போடப்பட்ட மாலை போலத் தோன்றும். எனவே அக்ரகாரம் என்பது மாலை என்று பொருள்படுகிறது. கிராமத்தின் வடக்குப் பகுதியில் சிவன் கோவிலும், தெற்குப் பகுதியில் விஷ்ணு கோவிலும் அமைந்திருக்கச் சாலையின் இரு பக்கங்களிலும் வீடுகள் கட்டுவதே தொன்றுதொட்டு அக்ரகாரப் பழக்கமாக இருந்து வந்திருக்கிறது. ஆனாலும், திருவனந்தபுரம் பத்மநாபசுவாமி கோவிலின் நான்கு நுழைவாயில்களைச் சுற்றி பல அடுக்குத் தெருக்கள் இருக்கின்றன.

பேரரசர் ஹர்ஷர் காலத்தில் (590-647) படையினருக்குப் பணச் சம்பளமும் ஏனையோருக்கு நிலக்கொடைகளும் வழங்கப்பட்டன. சமூகத்தில் முக்கியமான இடம் பிடித்திருந்த பார்ப்பனர்களுக்குச் சிறப்புச் சலுகைகளாக வரியில்லா அக்ரகாரக் கொடைகள் வழங்கப்பட்டன. அப்படி வழங்கப்பட்ட இடங்களின் மீது அவர்களின் வாரிசுகளும் உரிமை கொண்டாடினார்கள்.

துணைக்கண்டத்தின் தென் பகுதியில் பல்லவர்கள் காலத்தில் (4-வது நூற்றாண்டின் துவக்கம் முதல் 9-வது நூற்றாண்டின் இறுதி வரை) நில உடைமையானது அரசர்கள் கையில் இருந்தது. அவர்கள் தங்கள் அதிகாரிகளுக்கும், பார்ப்பனர்களுக்கும் நிலக்கொடைகள்

வழங்கினர். தேவதான கிராமங்களில் நிலங்களிலிருந்து பெறப்படும் வருமானம் கோவில்களுக்குக் கொடுக்கப்பட்டன, கோவில் அதிகாரிகள் அதை வசூலித்தார்கள். பிரம்மதேய கிராமங்களில், மொத்த கிராமமே ஒரு பார்ப்பனருக்கோ அல்லது ஒரு கூட்டப் பார்ப்பனர்களுக்கோ வழங்கப்பட்டது. அக்ரகார நிலக்கொடைகளும் பிரம்மதேய கொடைகளைப் போலவே பார்ப்பனர்கள் வாழும் மொத்த கிராமத்துக்கும் சேர்த்து வழங்கப்பட்டன. அக்ரகார கிராமங்களில் வாழ்ந்தவர்கள் எந்தவிதமான வரிகளும் கட்ட வேண்டியதில்லை. எனவே அவர்கள் பணக்காரர்களாக இருந்தார்கள்.

பார்ப்பனர்கள் பெரும் நிலச்சுவான்தார்களாக இருந்ததால், அக்ரகாரங்கள் கிராமிய வளங்களின் மீது முழு ஆதிக்கம் பெற்ற அதிகார மையங்களாகவும், பார்ப்பனக் கல்வி மற்றும் மத நடவடிக்கைகளின் ஆதாரங்களாகவும் மாறின. இந்த உயர்ந்த சமூகப் பொருளாதார நிலைதான் பார்ப்பனீயமும் இந்துமதமும் ஒன்றே எனும் நவீன நிலைப்பாட்டை உருவாக்கின என்கிறார் ரொமிலா தாப்பார் என்கிற வரலாற்று அறிஞர்.

பார்ப்பனர்களுக்கு நிலங்களை வழங்குவது சாசனம் என்று அழைக்கப்பட்டது. குறிப்பிட்ட பெரிய கோவில்களில் மத வழிபாடுகள் நடத்துவது, தேர்ந்த சில பார்ப்பனச் சமூகங்களை மகிழ்விப்பது, அவர்களின் ஆதரவைப் பெறுவதற்காக அவர்களைத் தங்கள் நாட்டில் தங்கவைப்பது, முறைகேடாகப் பெறப்பட்ட அதிகாரத்தை நியாயப்படுத்துவதற்காகப் பார்ப்பனர்களைப் போற்றுவது, சமூகத்தில் புகழ் மற்றும் மதிப்பினைப் பெறுவதற்காக - என பல்வேறு காரணங்களுக்காக அக்ரகார நிலக்கொடைகள் வழங்கப்பட்டன.

அக்ரகாரங்களின் மையப்பகுதி பார்ப்பனர்கள் மட்டுமே வாழ்வதற்காக ஒதுக்கப்பட்டது. வணிகர்கள், குயவர்கள், பூக்காரர்கள், கட்டடக் கலைஞர்கள், சிற்பிகள், விவசாயத் தொழிலாளர்கள் போன்றோர் கிராமங்களின் குறிப்பிட்ட பகுதிகளில் வாழ்ந்தவாறே தங்கள் வேலைகளைச் செய்து வாழ்ந்து வந்தனர். கிராமங்களின் எல்லைகளில் தோண்டப்பட்டிருந்த அகழிகளுக்கு அல்லது சாக்கடைகளுக்கு அப்பால் 'தீண்டத்தகாதவர்கள்' வாழ்ந்தனர். பிற சாதியினர் உள்ளே புகுந்தால், பாரம்பரிய விழுமியங்களும், பழக்கவழக்கங்களும், கலாச்சாரமும், வாழ்க்கை முறைகளும் பாதிக்கப்பட்டுவிடும்

என்பதாலும், அது பெரும் அச்சுறுத்தலாக அமைந்துவிடும் என்பதாலும், அவர்கள் அக்ரகாரங்களுக்கு வெளியே குடியமர்த்தப்பட்டனர். இப்படியாக அக்ரகாரங்கள் பார்ப்பனர்கள் தனித்தும் சிறப்பாகவும் வாழும் தனித் தீவுகள் போலாயின.

அக்ரகார வீடுகள் ஒன்றுக்கொன்று நெருக்கமாகவும், குறுகிய தெருக்களால் இணைக்கப்படுபவைகளாகவும் கட்டப்பட்டன. மக்கள் கூடிப்பேசும் வசதி கொண்ட திண்ணைகள் (போயாக்கள்) அங்கே அமைந்திருந்தன. இன்னபிற காரணங்களால் அக்ரகாரத்தில் வாழ்ந்த மக்களுக்குள் நெருக்கமான தொடர்புகளும், உறவுகளும் இருந்தன. பாதுகாப்புக்காகவும், தங்கள் பாரம்பரியங்களைத் தொடர்ந்து பேணும் முகமாகவும், வழித்தோன்றல்களின் நலன்களுக்காகவும், பிற இடங்களில் வசித்த பார்ப்பனர்களும் அக்ரகாரங்களுக்குக் குடிபெயர்ந்து வந்தனர்.

பார்ப்பனர்கள் வேதவிற்பன்னர்களாகவும், நிர்வாகிகளாகவும் வேலை செய்தார்கள். அவர்கள் நிலச்சுவான்தார்களாகவும், அரசு அதிகாரம் பெற்றவர்களாகவும் இருந்தனர். நிலங்களை உழுபவர்களாக இல்லாமலிருந்ததால், அவர்கள் பிறரின் வேலைகளை, சேவைகளைப் பெற வேண்டியிருந்தது. பிற சாதிகளுக்கு மதச்சடங்குகள் செய்பவர்கள், கோவில் பூசாரிகள், கற்றுணர்ந்த வேதவிற்பன்னர்கள் எனும் மூன்று பிரிவுகளாக வாழ்ந்த பார்ப்பனர்கள் தங்களுக்குள் திருமணம் செய்துகொள்ளாமலே இருந்தனர்.

புரூஸ் கீலர் (Bruce Keeler) எனும் வெளிநாட்டு அறிஞர் 1971-ஆம் ஆண்டு நாகர்கோவில் நகருக்கு வெளியே அமைந்திருந்த ஓர் அக்ரகாரத்தைப் பற்றி ஆய்வு செய்துவிட்டு, அக்ரகாரங்களின் மூன்று தெளிவான அம்சங்களைக் குறிப்பிடுகிறார்:

- தெளிவான எல்லை அமைப்பும், யாவருக்கும் நன்கு தெரிந்த தனித் தன்மையும் கொண்ட ஓர் அருகமை நகர்ப்புறமாக அக்ரகாரம் இருந்தது

- பார்ப்பனர்கள் சமூகத்தின் ஓரிடத்தில் ஒதுக்கமாக வாழும் தன்மை (spatial segregation) பெற்றிருந்தனர்

- அந்த வசதியான வாழ்விடத்தில் தனிமை, இடவசதி, உள்ளூர் விடயங்களில் தன்னிச்சையாக ஒதுங்கியோ அல்லது ஈடுபட்டோ வாழும் சுதந்திரம் கொண்டிருந்தனர்

இம்மாதிரியான சூழ்நிலையில் இரண்டு சமூகக் குழுமங்கள் எழுகின்றன. ஒன்று தேர்ந்துவாழும் சமூகம், இன்னொன்று தேம்பிநிற்கும் சமூகம். தேர்ந்துவாழும் சமூகம் தனக்கான அடிப்படைத் தேவைகளுடன், ஆடம்பர வசதிகளுடன், பொருளாதாரப் பாதுகாப்புடன், உன்னதமான உடல்நலத்துடன், பெரும் மக்கள் நெருக்கமின்றி, வாழ்க்கைத் தரத்தை, நிலைமையை உயர்த்தும் சூழல்களுடன், மேன்மையான நவீன வாழ்க்கை முறையுடன், கலாச்சார வெளிப்பாடுகளுடன், வசதி வாய்ப்புகளுடன் உண்மையிலேயே வாழ்கிறது.

ஆனால், தேம்பிநிற்கும் சமூகம் அடிப்படைத் தேவைகள்கூட நிறைவேற்றப்படாமல், கல்வி, உடல்நலம், வேலைவாய்ப்பு, பொருளாதாரப் பாதுகாப்பு, அரசியல் அதிகாரம், கலாச்சார வெளிப்பாடுகள் என எதுவுமின்றி ஒரு தேக்க நிலையில் தத்தளிக்கிறது. இன்னும் சொல்லப் போனால், சமூகக் குற்றங்கள், போதைப் பொருட்கள் பயன்பாடு, சிதைந்த குடும்பங்கள், நொறுங்கிய மனிதர்கள் எனச் சிதிலமடைந்து சாகிறது.

இப்படியாகப் பொதுச்சமூகம் எதிரும், புதிருமாகப் பிளவுபட்டுக் கிடக்கும்போது, ஏற்றத்தாழ்வுகள் இன்னும் அதிகரிக்கின்றன. தேர்ந்துவாழும் சமூகம் நிலங்களை, தண்ணீரை, எரிபொருட்களை, வளங்களை, வாழ்வாதாரங்களை அதிகமாகப் பயன்படுத்துகிறது. சமூக அந்தஸ்து, பொருளாதார பலம், அரசியல் அதிகாரம், கலாச்சாரப் பங்களிப்புகள், வளர்வதற்கான வாய்ப்புகள் எனத் தேர்ந்துவாழும் சமூகம் மென்மேலும் உயர்ந்து, பரந்து, விரியும்போது, தேம்பிநிற்கும் சமூகம் தேய்ந்துகொண்டே போகிறது. இவ்விரண்டு சமூகங்களுக்கு இடையேயான ஊடாடலை உற்றுநோக்கும்போது, ஆதிக்கச் சமூகம் தன் நலன்களைத் தற்காத்துக்கொள்ள பல தந்திரங்களைக் கையாள்கிறது. அவற்றுள் சில சக்தியற்றோரைத் தவிர்த்துவிடுவது, தள்ளிவைப்பது; கீழ்மைப்படுத்துவது, வேற்றுப்படுத்துவது போன்றவை.

பயன்படுத்திய தரவுகள்:

1. Gernot Kohler, *Global Apartheid*. New York: World Order Models Project, 1978.
2. Bruce W. Kieler, *Mari Varum Agraharangal* (In Tamil). Madras: Taxila Publications, 1980.

பார்ப்பனீயம் / சாதீயம்

[3]
தாமும் பிறரும்

தாம் உயர்ந்தவர், உன்னதமானவர் எனக் கொள்ளும்போது, பிறர் தாழ்ந்தவராகவும், தரங்கெட்டவராகவும் மாறிப்போவது இயல்பு. தம்மவர் தரப்பில் எல்லாமே சிறப்பாக இருப்பதாகவும், பிறர் தரப்பிலோ அனைத்துமே மோசமாக இருப்பதாகவும் தீர்மானித்துக்கொள்கிறோம். நம்மை நாம் நன்மையின், தூய்மையின் மொத்த உருவாக பார்க்கும்போது, பிறர் தீமையின், தீட்டின் முழு வடிவமாக மாறிப் போகிறார்கள். தீமையை விலக்கிவைப்பது, துன்புறுத்துவது, அழித்தொழிப்பது, தீமையினின்றும் விலகிக்கொள்வது எல்லாமே புனிதச் செயல்களாக மாறிவிடுகின்றன. இம்மாதிரியான விழுமியங்களைக் கைக்கொண்டு பிறரைச் சமூகத்தின் விளிம்புநிலைக்குத் தள்ளும்போது, அவர்களைப் பல்வேறு கடினமான, ஆபத்தான வேலைகளுக்குப் பயன்படுத்துவதும், அவர்கள் உழைப்பைச் சுரண்டுவதும் எளிதாகிப் போகிறது. அது முழுக்க முழுக்க நியாயமான செயலாகவும் ஏற்றுக்கொள்ளப்படுகிறது.

அக்ரகாரம் எனும் வெளி ஒதுங்கிக் கொள்வது, தள்ளிவைப்பது, தீண்டாமை போன்றவற்றின் அடிப்படையிலேயே கட்டமைக்கப்பட்டது. 'நான் தைலாம்பாள்' எனும் நூல் ஒன்றில் அக்ரகாரப் பிரிவினைகள், சாதீய வேறுபாடுகள், உயர்வு-தாழ்வு மனப்போக்குகள் பற்றிக் கமலா ராமசாமி துல்லியமாக விவரிக்கிறார். இருபதாம் நூற்றாண்டின் துவக்கத்திலும் இறுதியிலுமாக வாழ்ந்த ஒரு பிராமணப் பெண்ணின் வாழ்க்கைப் பதிவின் மூலம் அவர் இதைச் செய்கிறார்.

அந்தக் காலத்தில் நிலவிய தீண்டாமை பற்றித் தைலாம்பாள் இப்படிக் குறிப்பிடுகிறார்: 'நம்பிக்கோனாருக்கு நாடி பார்த்து, காய்ச்சல் இருக்கா, வாயு, பித்தம், கபம் எது ஓங்கி இருக்கு, என்ன மருந்து சாப்பிடலாம் என்றெல்லாம் சொல்லத் தெரியும். ...எனக்குச் சுகமில்லாமல் வந்தால் நாடி பார்ப்பதற்கு என் கையின் மேல் கோடிப் பட்டுத்துணியைப் போட்டு நாடி

பார்ப்பார். பட்டு போட்டுக்கொண்டால் தீட்டு ஒட்டாது' (பக். 34).

நாளடைவில் அக்ரகாரத்தின் தன்மை மெதுவாக மாறத் துவங்குவதைத் தைலாம்பாள் வேதனையுடன் விவரிக்கிறார்: 'தாழ்த்தப்பட்டவர்கள் அக்ரஹாரத் தெருவில் நடக்கலாம். மேல் ஜாதியினர் கோவிலுக்குத் தாழ்த்தப்பட்ட மக்கள் வரலாம் என்றான பிறகு, அடுத்த தலைமுறை ஆட்களின் மனோபாவம் ரொம்பத்தான் மாறிப்போய்விட்டது. அங்கு பிராமணர்கள் யாரும் குடியிருக்கவில்லை. கோவில் பூசாரிகூட பக்கத்துப் புலியூர்குறிச்சியிலிருந்து வந்துகொண்டிருந்தார். தேவமார்களின் கை ஓங்கத் தொடங்கிவிட்டது. எல்லாம் இந்த காந்தி செய்த வேலை' (பக். 41).

சமூகச் சீர்திருத்தம், மாற்றம், காந்தியின் பங்களிப்பு போன்றவற்றைத் தைலாம்பாள் வெறுக்கிறார்: 'வெள்ளைக்காரன் ஆட்சிதான் எனக்குப் பிடித்தது. பிராமணனுக்கு மதிப்பு இருந்தது. அவர்களுக்கு நல்ல நல்ல உத்தியோகமெல்லாம் கிடைத்தது. காந்தி இடங்கொடுத்ததால்தானே கீழ் ஜாதிக்காரனெல்லாம் அடாவடித்தனம் பண்ண ஆரம்பித்து ஊரைவிட்டுத் திருநெல்வேலியிலேயே வந்து உட்கார்ந்துகொண்டிருக்கோம்' (பக். 59-60).

தன் கண் முன்னால் நடக்கும் மாற்றங்களை அறிந்திருந்தாலும், அவற்றை மனமுவந்து ஏற்றுக்கொள்ள முடியவில்லை அவரால்: 'ஊரில் பிள்ளைமார் பையன்கள் படிப்பது பெரிய விஷயம் இல்லை. தேவர், கோனார் பையன்கள், ஒன்றிரண்டு தாழ்த்தப்பட்ட பையன்கள் கூட படித்துவிட்டு உத்தியோகம் பார்க்கத் தொடங்கிவிட்டார்களாம். பின்னால் வீட்டில் நடந்த கல்யாணங்களுக்கு, என் பிள்ளைகள் பத்திரிகை கொடுப்பதும் அவர்கள் வந்து பந்தியில் எல்லாருடனும் சேர்ந்து உட்கார்ந்து சாப்பிடுவதும், நடந்துகொண்டு இருக்கிறது என்பது தெரியும்' (பக். 40).

நடந்தேறிக் கொண்டிருந்த சமூகச் சீர்திருத்தத்தின் மீதான கோபம் காந்தி மீதான வெறுப்பாகப் பரிணமிக்கிறது: 'என் இரண்டாவது தம்பி என்னைப் பார்க்க மெட்ராஸிலிருந்து வந்திருந்தான். அவன் மூலம்தான் காந்தியை ஓராள் சுட்டுக் கொன்றுவிட்டான் என்கிற செய்தி எங்கள் ஊருக்குக் கிடைத்தது. என்னிடம்

யாரோ வந்து சொன்னார்கள். அப்படியா, சந்தோஷம். பட்டு விழுவான். செத்தொழிஞ்சான். நல்ல காலம் பொறந்தது என்று சொல்லிக்கொண்டே பக்கத்தாத்து பாகீரதியையும் கூட்டிக் கொண்டு குளத்தில் தண்ணீர் இல்லாததால் சிவன்கோவில் தெப்பக்குளத்தில் போய் தலை முழுகிட்டு வந்தோம்' (பக். 59).

ஏறத்தாழ அதே காலக்கட்டத்தில் வாழ்ந்த தந்தை பெரியார் (1879 - 1973) ஒட்டுமொத்த பார்ப்பனீயக் கோட்பாடுகளை, நடைமுறைகளைக் கேள்விக்குள்ளாக்குகிறார். இவை அனைத்திற்கும் அடிப்படையான சாதியைச் சாடுகிறார்: 'மிருகங்கள் இருக்கின்றனவே! அவற்றில் பார்ப்பாரக் கழுதை, பறைக் கழுதை என்று இருக்கின்றனவா?' (பக். 50). இம்மாதிரியான இயற்கைக்குப் புறம்பான, அஞ்ஞானச் சமூகப் பிரிவுகளால் எழும் ஏற்றத் தாழ்வுகள் கொடுமையானவை:

> பார்ப்பனர் கொடுமைகளைப் பற்றி இப்பொழுது உள்ள வாலிபர்களைக் கேட்டால் தெரியாது; 60 வயதுக்கு மேற்பட்டவர்களைக் கேட்டால் தெரியும், 15 வயது பார்ப்பனப் பையன் 60 வயதுக் கிழவனைக் கூட, 'ஏண்டா, இராமசாமி!' என்றுதான் கூப்பிடுவான். நம் மக்கள் பாடுபட்டாலும் வயிறாரக் கஞ்சி கிடைப்பதில்லை. பாடுபடாத பார்ப்பனர்கள் மட்டும் நான்கு வகைப் பதார்த்தங்களுடன் நெய் ஊற்றிக்கொண்டு சாப்பிடுவார்கள்; 12 முழ வேஷ்டியைக் கட்டிக்கொள்வார்கள். இந்த நிலை சமுதாய அமைப்பினால்தானே? இப்போதுதான் மக்கள் இதை உணர முடிகிறது (பக். 51).

பெரிய பதவியில் இருக்கும் திராவிடர்கள், தமிழர்கள் 'நல்ல பேர், அந்தஸ்து, உயர்வு பெறவேண்டுமானால், பார்ப்பனர் ஆசீர்வாதம், மங்களாசாசனம், சடகோபம் பெற்றே ஆகவேண்டும்' (பக். 42).

பிறரைத் தந்திரமாகத் தள்ளிவைக்கும் நோக்கோடு, தாங்கள் கடவுளால் தேர்ந்தெடுக்கப்பட்டவர்கள், பிறப்பால் உயர்ந்தவர்கள், இயற்கையாகவே சிறந்தவர்கள் என்பன போன்ற பல கட்டுக்கதைகள் உருவாக்கப்படுகின்றன. பார்ப்பன அகிலவியலில் (cosmology) இம்மாதிரியான கதைகளுக்குக் குறைவேயில்லை. வரிகள் கட்டவேண்டிய தேவையின்றி, அரச கெடுபிடிகள் ஏதுமின்றி, சுதந்திரமாக, சபாக்கள் என்றழைக்கப்பட்ட தங்கள் சமூகங்களின்மீது முழு மேலாண்மையுடன் பார்ப்பனர்கள்

வாழ்ந்தனர். பொருளாதார பலமும், தன்னாட்சி அதிகாரமும் பெற்றிருந்ததால், அக்ரகாரங்கள் செழித்துக் கொழித்து வளர்ந்தன. பார்ப்பனக் கலாச்சாரமும், கல்வியும் மேலோங்கி நின்றன. அதனால் வாய்ப்புகளும் பல்கிப் பெருகின.

தந்தை பெரியார் கேட்பது போல:

> *இங்கு இன்று எல்லா உயர் பதவிகளும் பார்ப்பனருக்கேதானா? பிச்சை எடுக்க வந்தவன்தான் இன்று மந்திரி, பிரஸிடென்ட், ராஷ்டிரபதி, சங்கராச்சாரி - எல்லாம் அவன்தானே? அரசாங்கத்தில் உயர்ந்த பதவி, எதை எடுத்தாலும் பார்ப்பான்தானே இருக்கிறான்? எப்படி இந்த நிலை வந்தது? (பக். 50).*

இராஜகோபாலாச்சாரியார், நேரு, இராஜேந்திர பிரசாத் போன்றவர்களெல்லாம் பார்ப்பனர்கள், 'இப்படிப் பட்டவர்களெல்லாம் தங்கள் சாதி காரணமாகவே உயர்ந்திருக்கிறார்கள்.' ஆனால் கோயில் கட்டுவதும், கும்பாபிஷேகம் செய்வதும், ஏராளமான நிலங்களை 'எழுதி வைத்தவரெல்லாம் நம்மவர்கள். அப்படிப்பட்ட நாம் ஏன் கீழ்ச்சாதி? இப்படிப்பட்ட மக்களுடைய சரித்திரம் எப்படிப்பட்டது? நாம் உயர்ந்தவர்களாக வாழ்ந்ததாகத்தானே சரித்திரம் கூறுகிறது! பார்ப்பனர் வந்த பிறகுதானே நாம் தாழ்ந்ததாக உள்ளது?' என்று வினவுகிறார் பெரியார் (பக். 49).

> 'பார்ப்பனர்களில் - ஓட்டலில் வேலை செய்யும் பார்ப்பானாக இருந்தாலும், கோவிலில் வேலை செய்யும் பார்ப்பானாக இருந்தாலும், புரோகிதப் பார்ப்பானாக இருந்தாலும் - அவன் மகனெல்லாம் நன்றாகப் படித்து கலெக்டர், ஜட்ஜ், மந்திரி, இந்தியா பிரஸிடென்டாக ஆகிவிடுகிறானே! ஆனால் உழைக்கிற நாம் கீழான நிலையில்தானே இருக்கிறோம்! (பக். 49).

இன்றைய இந்தியாவை, தமிழகத்தை எடுத்துக்கொண்டால்கூட பார்ப்பனர்களே பெரும் சமூக-பொருளாதார-அரசியல் அதிகாரம் பெற்றவர்களாகத் திகழ்கின்றனர். பெருவணிக நிறுவனங்களின் தலைவர்கள், அரசியல் தலைவர்கள், இராணுவத் தலைவர்கள், குடியரசுத் தலைவர்கள், பிரதமர்கள், ஒன்றிய அமைச்சர்கள், நாடாளுமன்ற உறுப்பினர்கள், சட்டமன்ற உறுப்பினர்கள், முதலமைச்சர்கள், மாநில ஆளுநர்கள், தலைமைச்

செயலாளர்கள், உயர்மட்டச் செயலாளர்கள், உயர்நீதிமன்ற மற்றும் உச்சநீதிமன்ற நீதிபதிகள், வெளிநாட்டுத் தூதர்கள், மாவட்ட ஆட்சித் தலைவர்கள், ஐஏஎஸ், ஐபிஎஸ் அதிகாரிகள், இந்து மத குருமார்கள், நுண்கலைக் கலைஞர்கள், திரைக் கலைஞர்கள், விளையாட்டு வீரர்கள், அரசுசாரா அமைப்புகளின் தலைவர்கள், ஊடக அதிபர்கள் என சக்திவாய்ந்தவர்களில் பெரும்பாலானோர் பார்ப்பனர்களாகவே இருக்கிறார்கள்.

இந்தியாவில் இயங்கும் அக்ரகாரத்தில் இருப்பது போன்ற நிலைமைகள், தன்மைகள், போக்குகள் உலக அரங்கிலும் நிலவுவதைப் பார்க்கலாம். இந்த 'உலக அக்ரகாரம்' விசேடப் பிறவிகள் என்று தங்களைக் கருதிக்கொள்ளும் வெள்ளைக்காரர்கள் ஆதிக்கத்தில் இருக்கிறது.

பயன்படுத்திய தரவுகள்:

1. கமலா ராமசாமி, *நான் தைலாம்பாள்.* நாகர்கோவில்: காலச்சுவடு பதிப்பகம், 2016.
2. *பெரியார்: இன்றும், என்றும்.* கோவை: விடியல் பதிப்பகம், 2016.

[4]
பார்ப்பன(ர்) தன்மைகள்

பார்ப்பனீயம் என்பது ஒரு சித்தாந்தம். சமூகத்தில் ஒரு சிறுபான்மைக் குழுமத்தை உயர்ந்தவர்கள், புனிதமானவர்கள், சிறப்பானவர்கள் என்று தனிமைப்படுத்தி வைத்துக்கொண்டு, பெரும்பான்மையோரைத் தாழ்ந்தவர்கள், தீண்டத்தகாதவர்கள், கேடானவர்கள் என்று தள்ளிவைக்கும் ஓர் ஆதிக்க மனப்பான்மை, அடக்கியாளும் கட்டுப்படுத்தல், அதிகாரத் திமிர் கலந்த வாழ்வியல் கோட்பாடு அது.

மனப்பான்மை, செயல்பாடுகள், விழுமியங்கள், சித்தாந்தங்கள், வாழ்வியல் போன்றவை எல்லாம் வானிலிருந்து எதேச்சையாக வந்து விழுவன அல்ல. ஒரு கூட்டம் மக்கள் முழு ஈடுபாட்டுடன் கவனமாக வார்த்து, வளர்த்து, எங்கும் எதிலும் பரப்பி, பேணிக் காத்து, பயன்படுத்துபவை அவை.

பார்ப்பனீயம் ஓர் அஃறிணைப் பொருளல்ல. தங்களின் தன்னலத்துக்காகவும், பிறரின் அடிமைப்படுத்தலுக்கும் பார்ப்பனர்களால் அன்றாடம் வாழப்படும் உயிர்ப்பொருள். இந்த அநியாயத்தை எதிர்ப்பது விடுதலை அரசியலே அன்றி வெறுப்பு அரசியல் அல்ல. நாம் எதிர்ப்பது ஒரு குறிப்பிட்ட சாதியினரையோ, தனி நபர்களையோ அல்ல, ஒரு தவறான ஏற்பாட்டை. எனவே அசோக் சிங்கால்கள், பிரவீன் தொகாடியாக்கள், கிரிராஜ் கிஷோர்கள், சுப்பிரமணிய சாமிகள், குருஜிக்கள், ஆச்சார்யாக்கள், தர்மாச்சார்யாக்கள், பரமாச்சார்யாக்கள், ஜகத்குருக்கள் போன்றோரை நினைவில் நிறுத்தித் தொடர்க.

தந்தை பெரியார் சொல்லுகிறார்: இந்நாட்டுப் பார்ப்பனர்கள் 'மேல் நாட்டில் இருந்து குடியேறிய ஆரியர்களுக்கும் நம் நாட்டவர்களுக்கும் பிறந்தவர்களாய் இருந்தும்கூட ஆரிய ஜாதி முறைகளையும் அதற்கான ஆணவத்தையும் கொண்டு, நாட்டுக்குரிய நம்மை கீழ் ஜாதிகளாக, அடிமைகளாக மதித்து நடத்துவதும், அதற்கேற்ப நம் நாட்டு மன்னர்களை ஏமாற்றி, ஜாதி, மதம், கடவுள், புராணம், இதிகாசங்களின் பேரால்

தங்களுக்குத் தனிச் சலுகைகளும் பெற்று, பாடுபட்டு உழைக்கும் ஏழை மக்களுக்கு வாழ்வில் வறுமையும் தொல்லையுமிருக்க, பாடுபட்டு உழைக்காத ஒரு கூட்டத்துக்கு வாழ்க்கையிலே மிதமிஞ்சிய ஆதிக்கமும் இருந்து வருகிறது.'

பார்ப்பனர்கள் கையாளும் பார்ப்பனீயத் தந்திரங்களை ஓர் எழுத்தாளர் நேர்த்தியாக வகைப்படுத்துகிறார். பார்ப்பனர்களின் தன்மைகளாகக் கீழ்காண்பவற்றைக் குறிப்பிடுகிறார் அவர்: அதிகார வர்க்கத்தை அண்டிப் பிழைத்தல், காரியம் சாதிக்கக் கபடநாடகம் ஆடுதல், தங்களுக்குச் சாதகமாகச் சட்டங்களை அமைத்தல், சிறுபான்மையைப் பெரும்பான்மையாகக் காட்டல் போன்றவை.

பார்ப்பனர்களின் செயல்பாடுகளை இப்படிப் பட்டியலிடுகிறார்: ஆரியர் அல்லாதார் விழிப்புணர்வு பெறுவதைத் தடுத்தல், மக்களின் அறிவை மழுங்கடித்தல், காலத்திற்கேற்ற கவர்ச்சியைக் கையாளல், ஆராயக்கூடாது என்று அச்சுறுத்தல், இருட்டடிப்பு செய்தல், இல்லாததை இருப்பதாகக் காட்டுதல், தப்பையும் ஒப்ப வைத்தல், அறிவியலைக் கொண்டே அறிவைக் கெடுத்தல், பொய் முகங்காட்டி பொல்லாங்கு செய்தல் போன்றவை.

பார்ப்பனர்கள் பிறரை எப்படிக் கையாள்வார்கள் என்பதை இப்படி அட்டவணைப்படுத்துகிறார் அவர்: சாதியாய்ப் பிரித்து சக்தியைச் சிதைத்தல், தன்னவரைத் தலைமேல் தூக்கி மாற்றாரை மட்டம்தட்டுதல், பிறர் சிறப்பைத் தனதாக்கல், முற்போக்காளராய் நடித்து முற்போக்கை முறியடித்தல், தங்கள் தவற்றை மறைத்து பிறர் தவற்றைப் பெரிதாக்கல், எதிரிகள் மோதிக்கொள்ள ரகசியமாய்த் தூண்டுதல், இல்லாததைப் பரப்பி எதிரியை வீழ்த்தல், எதிரிக்குக் கேடானதை எதிரியை விட்டே செய்வித்தல், மாறுபட்ட கொள்கையாளரை அழித்தொழித்தல் என்பன.

அறிஞர் அண்ணாவின் கூற்றுப்படி, பார்ப்பன ஆதிக்கம் என்றுரைக்கும்போது:

'ஜாதியிலே உயர்வு, சமயத்திலே தரகு, சமுதாயத்திலே பாடுபடாத வாழ்வு, பொருளாதாரத்திலே சுரண்டல் கொள்கை, மதத் துறையிலே மடமையை வளர்க்கும் கொடுமை, கல்வித் துறையிலே கற்றோரையும் கசடராக்கும் குரூரம், அரசியலிலே ஆங்கிலேயரை மிரட்டுவதாகக் கூறிக்கொண்டு பேரம் பேசும்

போக்கு, வாழ்க்கைத் துறையிலே இகம், பரம் என்று பிரித்துப் பேசி, உலகம் மாயை என்றுரைத்து வாழ்வு அநித்தியம் என்று வேதாந்தம் போதித்து, மக்களை எருமை இயல்பு கொண்டோராக்கும் கோரம். இன்னோரன்ன பிறவற்றையே நாம் குறிப்பிடுகிறோம்.'

கலித்தொகைக் கவிதை ஒன்றை அறிஞர் அண்ணா விவரிக்கிறார்: 'நாரை, மீனைக் கொத்தித் தின்பதற்காக அடக்கமே உருவானதுபோல, அங்கு காத்திருக்கிறது. அதன் தீய எண்ணம் துளியும் வெளியே தெரியாதபடி நாரை நடிக்கிற நேர்த்தியைக் கவிஞர் காணுகிறார். மீன் தேடிடும் நாரை, ஆற்று நீரிலே இறங்கி அலையக் காணோம். வட்டமிடவுமில்லை, பதைக்கவுமில்லை; வேறு ஏதோ காரியத்துக்காக, அல்லது வெறும் பொழுது போக்குக்காக அந்த ஆற்றோரத்தை அடைந்தது போலப் பாவனை புரிகிறது. அந்த நாரையின் நினைப்பு முழுதும், மீனின் மீது! நடிப்போ, சர்வபரித் தியாகத்துக்கும் தயாராக இருப்பதுபோல! ...கவிக்கு ஆற்றோரத்திலே நாரை நிற்கும் காட்சி, வஞ்சகத்தை மறைக்கும் நடிப்பு, மக்களிலே ஒருசாராரின் மனப்பாங்கையும் நடவடிக்கையையும் நினைவூட்டுகிறது.'

பார்ப்பனரின் வருணாசிரமக் கோட்டையைத் தகர்க்க ஏறத்தாழ 2,400 ஆண்டுகளுக்கு முன்னர் புத்தர் முயன்றார். ஆனாலும் இன்று வரை தீண்டாமை, அண்டாமை, பாராமை முதலான சீர்கேடுகளோடு பார்ப்பனர்களின் பிடி மென்மேலும் தீவிரமடைந்தே வந்திருக்கிறது. பார்ப்பனர்களின் பாரம்பரியத்தின்படி, 'நம்பூதிரி பிராமணனை நாயர் தொடுதல் கூடாது. தீயன், நம்பூதிரிக்கு முப்பத்தாறு அடி தூரத்தில் நிற்றல் வேண்டும்; மாலன் நாற்பது அடி தூரத்திலும், புலையன் 96 அடி தூரத்திலும் நிற்கவேண்டும். பிராமணனைப் புலையன் தீண்டினால் அவன் உடனே முழுகித் தனது உடையை மாற்றிக் கொள்ளவேண்டும்.'

மனுநீதி சொல்கிறது: 'ஒளியுள்ள அக்கினியானது மயானத்தில் பிணத்தைத் தகித்தாலும் நிந்தனை இல்லாமல் எப்படி ஹோமத்தினால் விர்த்தி செய்யப்படுகின்றதோ அப்படியே பிராமணன் கெட்ட காரியத்தில் ஈடுபட்டிருந்தாலும் பூஜிக்கத்தக்கவன்; மேலானவன்.' மனுநீதி இன்னும் சொல்கிறது: 'வைதீகமாக இருந்தாலும், லெளகீகமாக இருந்தாலும் மூடனாயிருந்தாலும் பிராமணனே மேலான தெய்வம்.'

‘ஸ்திரீயானவள் அவனைத் தெய்வத்தைப் போலப் பூசிக்க’ வேண்டும் என்று மனுநீதி வலியுறுத்துகிறது. எனவேதான் பார்ப்பனர்கள் பெண்களை மிக மோசமாக நடத்துகிறார்கள். விதவைகள் ‘உடன்கட்டை ஏறுதல்’ என்கிற பழக்கத்தினால் உயிருடன் கொளுத்தப்பட்டார்கள். விதவைகள் மறுமணம் செய்துகொள்ள அனுமதிக்கப்படவில்லை. பெண் எட்டு வயது அடைவதற்கு முன்பே திருமணம் செய்து வைத்தார்கள். ‘ஒரு படித்த வகுப்பார், தன்னுடைய அறிவுத்திறனை, தன்னுடைய நாட்டில் உள்ள கல்வியறிவு இல்லாத மக்களை எப்பொழுதுமே அறியாமையிலும், வறுமையிலும் ஆழ்த்தி வைக்க வேண்டும் என்ற கோட்பாடு அமைந்த தத்துவத்தை’க் கண்டுபிடித்ததை, அதை இழி செயல்களுக்குப் பயன்படுத்தியதை அண்ணல் அம்பேத்கர் கடுமையாகச் சாடுகிறார்.

‘உண்மை பேசுதல் இல்லாமலும், தெளிந்த நல்லறிவு இல்லாமலும், எல்லோருக்கும் பொருந்தும் விஷயங்களை அறிவுகொண்டு ஆய்ந்துணரும் தன்மை இல்லாமலும், பக்தி இல்லாமலும், கடவுளைப் பற்றிய உண்மை அறியாமலும் இருக்கின்ற பித்தம் பிடித்த மூடர்கள்தாம் பிராமணர்கள் ஆவார்கள்’ என்று திருமந்திரம் (231) பறைசாற்றுகிறது.

மணிமேகலையில் சீத்தலைச்சாத்தனார் ஆபுத்திரன் என்கிற ஒரு கதாபாத்திரத்தைப் படைத்திருக்கிறார். காசியிலுள்ள அபஞ்சிகன் எனும் வேதம் கற்பிக்கும் பார்ப்பனன் மனைவி சாலி கண்டபடி வாழ்கிறாள். தன்னுடைய பாவத்தைப் போக்கிக் கொள்வதற்காக கன்னியாகுமரிக்குப் புனித நீராட வருகிறாள். ஒருநாள் இரவில் குழந்தை ஒன்றைப் பெற்றெடுத்து, உடனேயே தோட்டம் ஒன்றில் எறிந்துவிட்டுப் போய்விடுகிறாள். ஒரு பசு அக்குழந்தைக்குப் பாலூட்டிக் காக்கிறது. பின்னர் அந்த வழியே வந்த இளம்பூதி என்ற பார்ப்பனன் அக்குழந்தைக்கு ஆபுத்திரன் என்று பெயர் சூட்டி எடுத்து வளர்க்கிறான். வேதம் பயிற்றுவிக்கிறான்.

ஒருநாள் பார்ப்பனர் சிலர் ஒரு பசுவைக் கொண்டுவந்து கொன்று வேள்வி நடத்த முனைகின்றனர். அதனைக் கண்ட ஆபுத்திரன் பசுவை இரவோடு இரவாக அவிழ்த்துக்கொண்டு போய்விடுகிறான். வேள்வி செய்வோர் பசுவைத் தேடி அலையும்போது, ஆபுத்திரன் அவிழ்த்துக்கொண்டு போனதைக் கண்டுபிடித்து விடுகின்றனர். பார்ப்பனர்கள் கூடி அவனைத்

துன்புறுத்த முயல்கின்றனர். பசுவால் விளையும் நன்மைகளை விவரித்துப் பேசி ஆபுத்திரன் வாதாடும்போது, ஒரு பார்ப்பனன் 'இவன் பசுவுக்குப் பிறந்தவன், எனவேதான் இந்த வேலையைச் செய்தான்' என்று கூறுகிறான்.

கோபமடைந்த ஆபுத்திரன் பார்ப்பனர்கள் கொண்டாடும் பல முனிவர்களின் இழி வரலாறுகளை எடுத்துச்சொல்லி, 'இவர்களெல்லாம் உங்கள் குலத்தில் தோன்றியவர்கள் என்று பெருமையடித்துக் கொள்கிறீர்களே, பசுவுக்குப் பிறந்ததில் என்ன இழிவைக் கண்டீர்கள்?' என்று கேட்கிறான். கடும் சினமுற்ற பார்ப்பனர்களில் ஒருவன், 'இவன் கண்டபடி திரிந்த ஒரு பார்ப்பனத்தியின் மகன்' என்று இழித்துரைக்கிறான். குமுறி எழுந்த ஆபுத்திரன், 'நீங்கள் மிகவும் கொண்டாடும் வசிட்டர், அகத்தியர் இருவரும் திலோத்தமை எனும் பரத்தைக்கும், பிரம்மனுக்கும் பிறந்தவர்கள்தானே? இவர்களை நீங்கள் கொண்டாடவில்லையா?' என்று எதிர்கேள்வி கேட்க, பார்ப்பனர்கள் இவனை ஊரைவிட்டே விரட்டிவிடுகின்றனர்.

பார்ப்பன முன்னோர்களின் வரலாறுகளைப் போட்டுடைத்து, அவர்களின் செல்வாக்கைத் தவிடுபொடி ஆக்குகிறான் ஆபுத்திரன். இப்படி முறையான வாழ்க்கை பார்ப்பனர்களுக்கு இல்லை என்பதை ஆபுத்திரன் மூலம் நிறுவுகிறார் சாத்தனார். அறிஞர் அண்ணா இப்படி விவரித்தார்: 'ஆரியம் ஒரு நயவஞ்சக நாசீசம். பசப்பும் பாசீசம், ஜாலம் பேசிடும் ஜார், சீலம் என்றுரைத்துத் தமிழ்ச் சீமை ஆண்டவரைச் சிதைத்த சதி, வஞ்சக வல்லரசு, இளித்தவாயரை உற்பத்தி செய்து அவர் மீதேறி சவாரி செய்யும் ஏகாதிபத்தியம். தாசர் கூட்டத்தை உண்டாக்கி, அதற்குத் தரகுத் தொழில் செய்யும் தந்திரயந்திரம்.'

பயன்படுத்திய தரவுகள்:

1. அறிஞர் அண்ணா, *வர்ணாஸ்ரமம்*. சென்னை: திராவிடர் கழக (இயக்க) வெளியீடு, 2015.
2. ந. சி. கந்தையா பிள்ளை, *புரோகிதர் ஆட்சி*. சென்னை: திராவிடர் கழக (இயக்க) வெளியீடு, 2012.
3. மஞ்சை வசந்தன், *பார்ப்பன தந்திரங்கள்*. சென்னை: புரட்சிக்கனல் வெளியீடு, 2015.
4. *அறிஞர்கள் பார்வையில் பார்ப்பனர்: ஒரு தொகுப்பு*. சென்னை: திராவிடர் கழக (இயக்க) வெளியீடு, 2016.
5. தந்தை பெரியார், *மனுநீதி: ஒரு குலத்துக்கு ஒரு நீதி*. சென்னை: பெரியார் சுயமரியாதை பிரச்சார நிறுவன வெளியீடு, 2011.

[5]
மனு [அ]தர்மம்

பார்ப்பனீயத்தின், அது கட்டமைத்த சாதீயத்தின் அடிப்படையானது மனுஸ்மிருதி என்கிற நூல்தான். இந்த நூலை, இதன் அடிப்படைகளைத் தந்தை பெரியாரின் கருத்துகளிலிருந்து பார்ப்போம்.

இந்நூலின் நோக்கங்கள் இரண்டு. முதலாவது நோக்கம், உழைக்காமல் வாழும் தங்களை உயர் சாதிக்காரர்கள் என்று உயரத்தில் நிலை நிறுத்திக்கொள்வதும், இந்த நாட்டின் சொந்த மக்களைச் சுயமரியாதை, மானம் இழந்தவர்களாக்கித் தங்களின் நிரந்தர அடிமைகளாக அடக்கி வைப்பதும். இரண்டாவது நோக்கம், மனுதர்மத்தின் அடிப்படையில் நீதி பரிபாலனத்தை ஏற்படுத்தி, அரசு, சட்டம், நீதிமன்றம் போன்றவற்றை, தங்களின் ஆதிக்கத்தை, தமது நல்வாழ்வை, நாட்டு மக்களின் அடிமைத் தனத்தை நிரந்தரமாகப் பாதுகாக்கும் அமைப்புகளாக இருக்கச் செய்வது.

இந்த 'தர்ம' நூல் பிரம்மாவினால் உருவாக்கப்பட்டு முறையாக ரிஷிகளுக்கு ஓதப்பட்டது. இது மக்களைப் பார்ப்பனர்கள்-சூத்திரர்கள் என்று இரு துருவங்களாகப் பிரிக்கிறது. பார்ப்பனர்களின் 'பிறப்புயர்வு' மற்றும் சூத்திரர்களின் 'பிறப்பிழிவு' இரண்டையும் உறுதிப்படுத்தி, இந்த யாராலும் எதுவும் செய்யப்பட முடியாத, 'இயற்கை'த் தன்மைகளை ஏற்றுக்கொள்ளச் செய்து, அவற்றைத் தக்கவைத்துக்கொள்ள பெருமுயற்சி எடுக்கிறது.

பிரம்மா தனது முகம், தோள், தொடை, பாதம் போன்ற உறுப்புகளிலிருந்து உருவான பிராமண, சத்திரிய, வைசிய, சூத்திர வர்ணத்தாருக்கு இம்மைக்கும், மறுமைக்கும் உரிய உபயோகமான கருமங்களைத் தனித்தனியாகப் பகுத்தார். உயர்ந்த இடமான முகத்தில் பிறந்த பிராமணன் முதல் வருணத்தானாகவும், தாழ்ந்த இடமான பாதத்தில் பிறந்த சூத்திரன் கடை வருணத்தானாகவும் ஆகிறான்.

உயர் இடத்தில் பிறந்த பிராமணன் தனக்குக் கீழேயுள்ள அனைத்து வருணத்தாருடைய பொருட்களையும் தானம் வாங்க உரிமை கொண்டவன். மற்றவர்கள் அவன் தயவினாலேயே அவற்றை அனுபவிப்பதால், தானம் வாங்கும் பிராமணன் தன் பொருளையே சாப்பிடுவதாகவும், தன் துணியையே உடுப்பதாகவும்தான் எடுத்துக்கொள்ள வேண்டும். பலகாரங்கள், பாயசம், கிழங்கு, ருசியுள்ள இறைச்சி, நறுமணமுள்ள நீர் போன்றவை பிராமணர்களுக்கு உரியன. பிராமணனுக்கு மங்களத்தைச் சுட்டுகிற பெயர்களையே சூட்ட வேண்டும். பஞ்சு நூலால் ஆன பூணூலை அவன் தரிக்க வேண்டும்.

யாகம் செய்யாத சூத்திரருடைய பொருள் அசுரர் பொருளாவதால், அதைக் கொள்ளையிடுவது தர்மமாகும். செல்வந்தமான சூத்திரன் வீட்டில் தயங்காமலும், கேளாமலும், பலாத்காரத்தினாலும் கொள்ளையிடலாம். சூத்திரன் அடிமைத் தொழிலைத் தவிர வேறு தொழில்கள் செய்யத் தகுதியற்ற தேசம் எதுவோ, அந்த இடம்தான் பிராமணன் வசிக்க உரியதாகும். சூத்திரன் ராஜாவாக இருக்கும் நாட்டிலும், தர்மம் அறியாதவர்கள், சண்டாளர்கள் போன்றோர் வசிக்கும் கிராமத்திலும் பிராமணர் வாழக்கூடாது.

பிராமணன் கொடிய குற்றம் செய்தாலும், அவனைக் கொலை செய்யாமல், துன்பப்படுத்தாமல் அவன் பொருளைக் கொடுத்து அயலூருக்கு அனுப்ப வேண்டும். வைதீகமாக இருந்தாலும், லௌகீகமாக இருந்தாலும் மூடனாயிருந்தாலும் பிராமணனே மேலான தெய்வம். பிராமணன் கெட்ட காரியத்தில் ஈடுபட்டிருந்தாலும் பூஜிக்கத்தக்கவன், மேலானவன்.

பிராமணன் தொழிலைச் சூத்திரன் செய்தாலும், அவன் பிராமணச் சாதியாக முடியாது. ஏனென்றால் அவனுக்கு பிராமணச் சாதித் தொழிலில் அதிகாரம் இல்லை. அதேபோல, சூத்திரன் தொழிலைப் பிராமணன் செய்தாலும் அவன் சூத்திரச் சாதியாகமாட்டான். காரணம் அவன் சாதி உயர்ந்தது ஆயிற்றே.

சூத்திரன் என்பவன் ஏழு வகையானவன்: யுத்தத்தில் புறங்காட்டி ஓடுபவன், யுத்தத்தில் கைதியாகப் பிடிக்கப்பட்டவன், பிராமணனிடம் பக்தியினால் ஊழியம் செய்கிறவன், விபச்சாரி மகன், விலைக்கு வாங்கப்பட்டவன், ஒருவனால் கொடுக்கப்பட்டவன், தலைமுறை தலைமுறையாக ஊழியம் செய்கிறவன். சூத்திரனுக்குத் தாழ்வைக் காட்டுகிற பெயர்களையே இட வேண்டும். கூலி கொடுத்தோ அல்லது கொடுக்காமலோ

பிராமணர் சூத்திரனை வேலை வாங்கலாம். பிராமணனுக்குத் தொண்டு செய்யவே பிரம்மா சூத்திரனைப் படைத்திருக்கிறார்.

அவன் சொர்க்கம் புகுவதற்காகவோ, பிழைப்புக்காகவோ, அல்லது இரண்டுக்குமாகவோ பிராமணனையே தொழ வேண்டும். பிராமணனைச் சார்ந்த சூத்திரன் என்று ஒருவனுக்குப் பெயர் வந்தாலே அது அவனுக்குப் பெரும் பாக்கியமாகும். சூத்திரர் பிராமணனுக்குப் பணிவிடை செய்யும்படி அரசன் சொல்ல வேண்டும்; அப்படிச் செய்யாவிட்டால் அரசன் அவர்களைத் தண்டித்து அப்படியே செய்ய பணிக்க வேண்டும். பிராமணர்களை வழிபடாததாலும் உபநயனம் போன்ற சடங்குகளைச் செய்துகொள்ளாததாலும் சத்திரியர் நாளடைவில் சூத்திரத் தன்மை அடைந்தார்கள்.

சூத்திரன் பிராமணர்களைத் திட்டினால் அவன் நாக்கை அறுக்க வேண்டும். பிராமணன் பெயர், சாதி போன்றவற்றைச் சொல்லித் திட்டினால், அவன் வாயில் பத்து அங்குல நீளமுள்ள இரும்புக் கம்பியைக் காய்ச்சி எரிய எரிய வைக்க வேண்டும். சூத்திரன் பிராமணனைப் பார்த்து 'இதைச் செய்' என்று பணித்தால், அவன் வாயிலும், காதிலும் எண்ணெய்யைக் காய்ச்சி ஊற்ற வேண்டும். சூத்திரனுக்கு இம்மைக்குப் பயனுள்ள சாத்திரங்களைச் சொல்லிக் கொடுக்கக்கூடாது. பெண்களையும், பிராமணரல்லாதாரையும் கொல்வது பாதகமாகாது.

அரசன் தினமும் காலையில் எழுந்து வேதம் ஓதுகிற, நீதி சாத்திர விற்பன்னர்களாய் இருக்கிற மூன்று பிராமணர்களை உபசரித்து அவர்கள் சொல்கிறபடியே நீதி செலுத்த வேண்டும். மனுதர்ம முறைப்படி அரச பரிபாலனம் செய்யாமலிருக்கும் அரசனை மந்திரி முதலானவர்கள் கொன்றுவிடலாம்.

எந்த அரசனின் நாட்டில் வேதமோதுகிறவன் உணவில்லாமல் துன்பப்படுகிறானோ, அந்த அரசனின் நாடு சீக்கிரத்திலேயே துன்பப்பட்டு அழிந்துவிடும். அரசன் செய்ய வேண்டிய தரும விசாரணையைச் சூத்திரன் செய்தால், அந்த நாடு சேற்றில் அகப்பட்ட பசுவைப் போலத் துன்பப்படும்.

தனக்குப் பொருள் நாசம் போன்ற ஆபத்துகள் வந்தாலும், அரசன் அதிக வரிகளைச் சுமத்தி பிராமணர்களுக்குக் கோபம் வரச் செய்யக்கூடாது. அவர்கள் கோபித்தால் அரசன் படையோடும், வாகனத்தோடும் அழிந்துபோகும்படி சபிப்பார்கள். அரசன்

பூமியிலிருந்து புதையல் கண்டெடுத்தால், அதில் பாதியைப் பிராமணர்களுக்குத் தானம் செய்து எஞ்சியதைத் தன் பொக்கிசத்தில் சேர்த்துக்கொள்ளலாம்.

கி.பி. 3-ஆம் நூற்றாண்டுக்குப் பிறகு தமிழகத்தை ஆண்ட மாமன்னர்கள் முதல் குறுநில அதிபர்கள் வரை மனுதர்மத்தை மக்கள் மத்தியிலே நிலைநாட்டுவதில் ஒருவிதப் போட்டியே இருந்து வந்திருக்கிறது. அவர்களின் செப்பேடுகளும் மெய்க்கீர்த்திகளும் இதை நிரூபிக்கின்றன. சாதி ஆச்சாரத்தை நிலைநிறுத்தும் பொறுப்பைப் பிரமதேய (அக்ரகார) சதுர்வேதி மங்கலங்களின் ஊர்ச் சபைகளே ஏற்றிருந்தன.

பார்ப்பனர்களுக்கு மானியங்களாக இறையிலி நிலங்கள், பாரதவிருத்தி, பட்டவிருத்தி, வேதவிருத்தி, புராணவிருத்தி, தேவதாயம் எனப் பல்வேறு பெயர்களில் நாட்டிலுள்ள நல்ல நிலங்களை எல்லாம் தாரை வார்த்தார்கள் அரசர்கள். அக்ரகாரத்தில் பார்ப்பனர் தனித்து வாழ்வதை அரசர்கள் பெருமையோடு காத்து வந்தனர். எந்தச் சாதியினர் எந்த மாதிரியான சடங்குகள், உடைகள், உரிமைகளைக் கைக்கொள்ள வேண்டும் என்று அரசாணை பிறப்பித்தனர் அரசர்கள். அம்மாதிரி ஆணைகளும் சாத்திர வல்லுநர்களான பார்ப்பனர்களின் எண்ணப்படியே வழங்கப்பட்டன.

இப்படியாகப் பிராமணர்களின் 'பிறப்புயர்வு' மற்றும் சூத்திரர்களின் 'பிறப்பிழிவு' போன்றவற்றைக் கற்பிதம் செய்து, அதை வேதம் அருளிய இறையமைப்பு என்று ஆதிக்கத் தரப்பு உள்வாங்கி, பாதித்த தரப்பைப் பின்தள்ள மனு சாத்திரம் பெரிதும் உதவிற்று.

பயன்படுத்திய தரவுகள்:

1. தந்தை பெரியார், *மனுநீதி: ஒரு குலத்துக்கு ஒரு நீதி*. சென்னை: பெரியார் சுயமரியாதை பிரச்சார நிறுவன வெளியீடு, 2011.
2. பாபாசாகேப் பி.ஆர். அம்பேத்கர், *பார்ப்பனீயத்தின் வெற்றி*. கோவை: விடியல் பதிப்பகம், 2016.
3. கரூர் பி. ஆர். குப்புசாமி, *மன்னர்களும் மனுதருமமும்*. சென்னை: திராவிடர் கழக (இயக்க) வெளியீடு, 2016.
4. கோ. இமயவரம்பன், *பார்ப்பனர் சூழ்ச்சியும் மன்னர்கள் வீழ்ச்சியும்*. சென்னை: திராவிடர் கழக (இயக்க) வெளியீடு, 2016.

[6]
மந்திர தந்திரங்கள்

மனிதச் சமூகங்கள் பெரும்பாலானவற்றில் மக்கள் 'பிறரோடு' ஒப்பிட்டே 'தங்களை' அறிந்துகொள்கின்றனர், புரிந்துகொள்கின்றனர். எடுத்துக்காட்டாக, 'பாகிஸ்தானியர்கள்' இல்லாமல் 'இந்தியர்கள்' இல்லை. அதே போல, அவர்களுக்கும் 'இந்தியர்கள்' இல்லாமல் 'பாகிஸ்தானியர்கள்' இல்லை. இம்மாதிரியான செயற்கைத் 'தேசிய' சமூகங்கள் எல்லாமே 'கற்பனைச் சமூகங்கள்' என்பது ஒரு கருத்து.

ஒரு வரலாற்றுக் காலக்கட்டத்தில் மனிதக் களமாடுதல்களும், கற்பனையும் சேர்ந்து இந்தக் கற்பனைச் சமூகங்கள் உருவாக்கப்படுவதாகச் சில அறிஞர்கள் கருதுகின்றனர். ஆனால், மனிதக் குழுமங்கள் தாமாகவே உருவாகின்றன என்று நினைப்பவர்களும் இருக்கின்றனர். வரலாற்றின் இயக்கத்தில் தேசிய அடையாளங்கள் உருவாவது தவிர்க்கமுடியாதது, மனிதச் சமூகங்களின் வளர்ச்சிக்கு அவை இன்றியமையாதவை என்று அவர்கள் வாதிடுகின்றனர். தேசம் உருவாக்கப்படுகிறது என்னும் நம்பிக்கை உடையவர்களோ, தேசங்கள் உருவாவதிலும், தேசியவாதிகளின் நடவடிக்கைகளிலும் ஊடாடிக்கொண்டிருக்கும் சமூகவியல் மற்றும் மானுடச் செயல்பாடுகளைச் சுட்டிக்காட்டுகின்றனர். போர்களினாலோ, அரசியல் நடவடிக்கைகளினாலோ, இவை போன்ற தேசிய செயல் வடிவங்களினாலோ கட்டமைக்கப்படுவதுதான் தேசம் என்கிறவர்களும் இருக்கிறார்கள்.

மார்க்சிஸ்டுகளோ அரசியல், தொழில்நுட்பம், சமூக மாற்றம் ஆகிய மூன்று காரணிகள் கூடும் புள்ளியில் தேசத்தை நிறுவுகிறார்கள். தாராளவாதிகள் எனப்படுவோர் விடுதலை மற்றும் வளர்ச்சியைக் கண்டடைவதற்கான உலகளாவிய வேட்கையின் உள்ளூர் உந்துசக்திதான் தேசியம் என்கிறார்கள். உண்மையில், தேசம், தேசியவாதம் போன்றவை ஒரு பெரும் அறிவுப் பரப்பைக் குறிக்கும் குறியீடுகள் என்றும், பல்வேறு அரசியல் நடவடிக்கைகளுக்காகப் பயன்படுத்தப்படும் அரசியல்

காரண காரியம்தான் தேசியம் என்றும் இன்னொரு தரப்பார் குறிக்கின்றனர்.

இந்த தேசியக் கட்டமைப்பில் தெளிவான, உறுதியான அடையாளம் கொண்டிருப்பது மிக முக்கியம் என்று கொள்ளப்படுகிறது. அதற்கு வரலாறு மிகவும் அவசியமாகிறது. வரலாறுதான் சில விழுமியங்களை நம்முள் விதைத்து, குறிப்பிட்ட நடத்தைகளைச் சொல்லித் தந்து, நம் நடவடிக்கைகளை நியாயப்படுத்தி, நமது குழுமச் செயல்பாடுகளை ஒருங்கிணைக்கிறது. தேசம், தேச வரலாறு, தேசிய அடையாளங்கள் போன்றவை குழுமங்களை அடையாளப்படுத்துவதிலும், அவர்களின் குழுமச் செயல்பாடுகளை நியாயப்படுத்துவதிலும் பெரும் பங்காற்றுகின்றன. குழும மனப்பான்மைக்கும், உணர்வுப்பூர்வமான கூட்டுச்செயல்பாட்டுக்கும் உந்தித்தள்ளுவது வரலாறுதான்.

இந்தக் குழும உணர்வு 'தம்மை' உயர்ந்தவர்கள், நல்லவர்கள், கனிவானவர்கள் என்றும் 'பிறரை'த் தாழ்ந்தவர்கள், மோசமானவர்கள், இழிவானவர்கள் என்றும் உருவகம் செய்கிறது. இந்தப் புரிதலை, நிலைப்பாட்டை நியாயப்படுத்துவதற்குக் காரணங்கள் கற்பிக்கிறது. சமூக அந்தஸ்து, பொருளாதார வாய்ப்புகள், அரசியல் அதிகாரம் போன்றவற்றைப் பெறுவதற்கும், தக்கவைத்துக் கொள்வதற்கும், இம்மாதிரி போட்டிகளில் தங்கள் நலன்களைப் பேணிக்கொள்வதற்கும் கதைகள் கட்டப்படுகின்றன, காரணங்கள் சொல்லப்படுகின்றன.

அமெரிக்காவில் நிலவும் இனவெறிப் பிரச்சினை, பல நாடுகளில் நடக்கும் பூர்வீகக் குடிகளுக்கும், வந்தேறிகளுக்குமிடையிலான போட்டி பூசல்கள், ருவாண்டா-புரூண்டி நாடுகளில் வசிக்கும் டுட்சி-ஹுட்டு (*Tutsi-Hutu*) மக்களுக்கிடையேயான கொலைவெறி என பல எடுத்துக்காட்டுகளைச் சொல்லலாம். ஆனாலும் இந்தியாவில் நடப்பதுதான் மிகவும் மோசமான தந்திரமிக்க வேற்றுப்படுத்துதலாக இருக்க முடியும்.

சாதி அமைப்பு என்பது நரித்தனமான, மாந்தநேயமற்ற, கொடூரமான அணுகுமுறை. இது பல்வேறு இடங்களில் பல்வேறு வழிகளில் பரிணமிக்கிறது. அண்டாமை, தீண்டாமை, காணாமை என்பவை நாடெங்கும் நடக்கும் எல்லோரும் அறிந்த இழி நடவடிக்கைகள். தாழ்த்தப்பட்ட மக்களை அருகே வராதே, நெருங்காதே, உன் நிழல்கூட எங்கள்மீது பட்டுவிடக்கூடாது

என்று பிறரை ஒதுக்கிவைக்கிறார்கள் ஆதிக்க வகுப்பினர். சூத்திரர்களை 'எதிரே வராதே, எங்கள் தெருவுக்குள் வராதே' என்றெல்லாம் கட்டுப்பாடுகள் விதித்துக் காலுக்குள் போட்டு மிதிக்கின்றனர். 'நாங்களும் உங்களைத் தொட முடியாது, நீங்களும் எங்களைத் தொடக்கூடாது' என்று தீண்டாமையை வாழ்க்கை முறையாக்கி வைத்திருக்கின்றனர். இவையெல்லாவற்றையும்விட மிக மோசமாக 'உங்களைப் பார்க்கவே கூடாது' என்றும் ஒரு சாராரை ஒதுக்கி வைக்கின்றனர்.

இந்திய விடுதலைக்கு முன்பு திருவிதாங்கூர்-கொச்சி சமஸ்தானத்தில் தற்போதைய கேரளாவின் பெரும்பகுதியும் தமிழகத்தின் தென்பகுதியான கன்னியாகுமரி மாவட்ட ஊர்களும் இடம்பெற்றிருந்தன. இந்துமத ஆட்சியாளர்களின் கட்டுக்குள்ளிருந்த இந்தப் பகுதியில் மனுதர்ம ஆட்சி நடந்தது. சாணார், பரவர், ஈழவர், முக்குவர், புலையர் உள்ளிட்ட பதினெட்டு சாதிகளைச் சார்ந்த பெண்கள் மேலாடை அணிவது குற்றமாகக் கருதப்பட்டது. நம்பூதிரிகள், நாயர்கள் ஆதிக்கத்தில் இருந்த அரசு 'கீழ்சாதிப்' பெண்களைத் தோள் சீலை அணியவோ, மார்பகங்களை மறைக்கவோ அனுமதிக்கவில்லை. இந்த அடக்குமுறையை எதிர்த்து, சாணார் (நாடார்) சாதியைச் சார்ந்த பலர் கிறித்தவ மதத்துக்கு மாறினர். ஏறத்தாழ 37 ஆண்டுகள் 'தோள்சீலைப் போராட்டம்' என்னும் பெரும் போராட்டத்தை நடத்தினர்.

'கீழ்சாதி' மக்கள் கோவில் தெருக்களில் செல்லவும், 'உயர்சாதி'யினரின் தெருக்களில் செல்லவும், பொதுக்கிணறு, குளம் போன்றவற்றில் தண்ணீர் எடுக்கவும் குளிக்கவும், காற்றோட்டமுள்ள வீடுகளில் வசிக்கவும் தடை விதிக்கப்பட்டிருந்தது. பனைத்தொழில் செய்துவந்த சாணார் மக்கள் காணத்தகாதவர்களென்று தள்ளி வைக்கப்பட்டு, அவர்களுடைய பனை மரங்களுக்கும் வரி செலுத்தக் கட்டாயப்படுத்தப்பட்டனர். பெண்கள் மேலாடை அணிவதற்கு மட்டுமல்ல, அவர்களின் மார்பகங்களுக்கு 'முலை வரி'யும் விதிக்கப்பட்டது. அவர்களின் தெய்வங்களை வழிபடுவதற்கும் கூடத் தடை விதிக்கப்பட்டிருந்தது.

இன்னோரன்ன கொடூரமான நடைமுறைகளைப் பார்த்த பிரிட்டானிய ஆட்சியாளர்கள் 'திருவிதாங்கூர் சமஸ்தானத்தில் நிலவும் சாதியக் கொடுமைகளைப் போன்று உலகில் வேறெங்கும்

கண்டதில்லை' எனக் கருத்து தெரிவித்தனர். இக்கொடுமைகளைக் கண்ணுற்றதால்தான் சுவாமி விவேகானந்தர் 'திருவிதாங்கூர் சமஸ்தானம் பைத்தியக்காரர்கள் வாழும் இடம்' என்று கண்டித்தார்.

நாளடைவில் கிறித்தவ மதத்துக்கு மாறிய பெண்கள் 'குப்பாயம்' என்னும் உடையை அணிந்தபோது, உயர்சாதியினர் கலவரம் செய்தனர். எடுத்துக்காட்டாக, 1822-ஆம் ஆண்டு கல்குளம் மற்றும் இரணியல் பகுதிகளில் கலவரம் மூண்டது. ஆங்கிலேயர்களின் தலையீட்டின் பேரில் 1823-ஆம் ஆண்டு பத்மநாபபுரம் நீதிமன்றம் கிறித்தவர்கள் மட்டும் குப்பாயம் அணியலாம் என்று அறிவித்தது. பின்னர் 1859 சூலை 26 அன்று ஓர் அரசாணை வெளியிடப்பட்டது. அதன்படி அனைத்து நாடார் பெண்களும் கிறித்தவப் பெண்களைப் போலக் குப்பாயம் அணிந்துகொள்ள அனுமதிக்கப்பட்டாலும், உயர்சாதிப் பெண்கள் (நம்பூதிரி, நாயர், வெள்ளாளர்) அணிவது போன்ற ஆடை அணிய அனுமதி மறுக்கப்பட்டது. ஆனாலும் தாழ்த்தப்பட்ட பிற சமுதாயத்தினருக்கு இவ்வுரிமை கிடைக்கவில்லை.

அதே ஆண்டு டிசம்பர் 30 அன்று கோட்டாறு பகுதியில் கிறித்தவ நாடார்களுக்கும் நாயர்களுக்கும் இடையே கலவரம் மூண்டது. இதில் இந்து நாடார்கள் கிறித்தவர்களுடன் கைகோர்த்துப் போராடினர். பின்னர் கிறித்தவ மிஷனரிகளின் வழிகாட்டலில் போராட்டம் தொடர்ந்தது. 1865-ஆம் ஆண்டு ஆயில்யம் திருநாள் ராமவர்மா மகாராஜா மற்றொரு அறிவிப்பை வெளியிட்டார். அதன் மூலம் அனைத்துச் சாதியைச் சார்ந்த மக்களும் மேலாடை அணிய அனுமதி வழங்கப்பட்டது.

மேற்குறிப்பிட்ட அக்கிரமங்களைப் பார்த்து வெகுண்டெழுந்தார் அய்யா வைகுண்டர். அவரது பெற்றோர் அவருக்கு முடிசூடும் பெருமாள் என்று பெயரிட்டபோது, அது மறுக்கப்பட்டு, முத்துக்குட்டி என்று பெயரிட வேண்டியதாயிற்று. அய்யா வைகுண்டர் தன் மக்களை மார்பிலும், முட்டிக்குக் கீழேயும் ஆடையணியுங்கள், தங்கத்தில் தாலி கட்டுங்கள், இடுப்பில் குடம் வைத்துத் தண்ணீர் எடுங்கள், கருவறையில் நீங்களே சென்று பூசை செய்யுங்கள், வணங்குங்கள் என்று பணித்தார்.

இப்போராட்டங்களை 'உயர்சாதி'யினர் கடுமையாக எதிர்த்தனர். மேலாடை அணிந்த காரணத்தால் கர்ப்பிணிப் பெண்களை

ஏரில் பூட்டி அடித்துக்கொன்றனர். சிலரைச் சுடுமணலில் நாள் முழுவதும் நிற்க வைத்தனர். மேலாடை அணிந்த பெண்களின் மார்புகளை வெட்டி எறிந்தார்கள். மேற்குறிப்பிட்ட காட்டுமிராண்டித்தனமான சாதிக் கொடுமைகளை இந்துமத மடாதிபதிகளோ, சைவ மடாதிபதிகளோ, அல்லது சங்கராச்சாரியார்களோ கண்டிக்கவுமில்லை, எதிர்க்கவுமில்லை.

உண்மையில், 1937-ஆம் ஆண்டு வரையிலும்கூட ஒடுக்கப்பட்ட சாதியினர் தங்கள் வீட்டுக் கதவுகளைக் குறிப்பிட்ட உயரத்துக்கு மேல் அமைக்கக் கூடாது, வீட்டில் செம்புப் பாத்திரங்கள் பயன்படுத்தக்கூடாது, நிலம் வைத்திருக்கக் கூடாது, செல்லப் பெயர்களைச் சூட்டிக்கொள்ளக் கூடாது என்பன போன்ற நிர்ப்பந்தங்கள் தரப்பட்டன. 'சோறு' என்பதைக் 'கஞ்சி' என்றும், தமது வீடுகளைக் 'குடிசை' என்றும் அழைக்கும்படி அவர்கள் வற்புறுத்தப்பட்டனர்.

இன்றைக்கு இருபத்தியொன்றாம் நூற்றாண்டில்கூட பல இடங்களில் தாழ்த்தப்பட்டவர்கள் மாடி வீடு கட்டக்கூடாது, ஆண் நாய் வளர்க்கக்கூடாது என்று நிர்ப்பந்திக்கப்படுகின்றனர். 'மேல்சாதி'யினர் வீட்டுப் பெண் நாய்கள் தாழ்த்தப்பட்டோர் வளர்க்கும் ஆண் நாய்களோடு புணர்ந்துவிடக் கூடாது என்பதை உறுதி செய்யுமளவுக்குச் சாதீயம் புரையோடிக் கிடக்கிறது நமது சமூகத்தில். தற்போது 'பசுவை வணங்கு, மாமிச உணவை உண்ணாதே' என்றெல்லாம் கெடுபிடிகள் மக்கள் மீது திணிக்கப்படுகின்றன.

இத்தனை அநியாயங்கள், அக்கிரமங்கள் பலவீனமான மக்கள் மீது ஏவப்பட்டாலும், எங்கேயுமே 'அவர்களோடு படுக்காதே' என்கிற கட்டுப்பாடு மட்டும் கிடையவே கிடையாது. நம்பூதிரிகள் 'தீண்டத்தகாத கீழ்சாதிப்' பெண்களை எப்போது வேண்டுமானாலும், குறிப்பாக, அவர்களின் திருமணத்துக்கு முன்னர், புணர உரிமை பெற்றவர்களாக இருந்தனர். சில தாழ்த்தப்பட்ட சாதிகளைச் சார்ந்த ஆண்கள் அந்த வன்புணர்ச்சியைத் 'தெய்வ பாக்கியம்' என்று கருதி, நம்பூதிரிகளுக்கு இணக்கமாக நடந்தார்கள். வேறு எந்தச் சமூகத்திலும் இல்லாத மாந்தநேயமற்ற பார்ப்பனீய மந்திர தந்திரங்கள் தெற்காசியப் பகுதியில் கேட்பாரற்று அரங்கேறின.

[7]

மூர்த்தி சிறிசு ஆனால் கீர்த்தி பெரிசு

அதிகாரமே வாய்ப்புகளை உருவாக்குகிறது. இந்தியச் சமூகத்தில் தாங்கள் செலுத்திக்கொண்டிருக்கும் சமூக-பொருளாதார-அரசியல் ஆதிக்கம் பார்ப்பனர்களுக்கு அளவுக்கதிகமான வாய்ப்புகளை வாரி வழங்குகிறது. இந்தச் சமச்சீரற்ற வாய்ப்புக் கட்டமைப்பைச் சிதைக்க விரும்பாத அவர்கள், சமூக நீதிக்கு எதிராகச் சிந்திக்கிறார்கள், செயல்படுகிறார்கள்.

கி. வெங்கட்ராமன் குறிப்பிடுவது போல, 'ஆரியத்தின் முதன்மை சக்தியாகவும் தலைமை சக்தியாகவும் உள்ள பிராமணர்கள் ஆரிய இனத்தின் நாடோடித் தன்மையை அத்துடன் உள்ள ஆக்கிரமிப்புத் தன்மையைப் பெரிதும் சுமந்திருக்கிறார்கள். தனியார்மயமும், உலகமயமும் இவர்களது இத்தன்மைக்கு இயல்பாக ஒத்துப் போகிறது. இவர்களது ஆதிக்கத்திற்கு அரண் சேர்க்கிறது. இவர்கள் வெறும் உயர் அதிகார உத்தியோக வர்க்கமாக மட்டும் இல்லை! இவர்களில் ஏழை கூடத் தங்களை இந்திய ஆளும் சக்தியாக உணர்கிறார்கள். இது நிலவும் மெய்நிலையின் வெளிப்பாடே ஆகும்!' (*தமிழர் கண்ணோட்டம், 16.5.2017*).

இந்திய மக்கள்தொகையில் பார்ப்பனர்களின் பங்கு வெறும் மூன்று விழுக்காடுதான். ஆனால் இந்தியச் சமூகத்தில் இவர்களின் ஆதிக்கம், அதிகாரம் உச்சத்தில் இருப்பதால், இவர்கள் ஏறத்தாழ 90 விழுக்காடு வாய்ப்புகளைப் பெறுகிறார்கள். அண்மைக் கணக்கெடுப்பு ஒன்றின்படி, மத்திய அரசில் பணியாற்றும் 149 உயர் அரசு செயலாளர்களில் ஒருவர்கூடத் தாழ்த்தப்பட்டவர் இல்லை. அதேபோல 108 கூடுதல் செயலாளர்களில் வெறும் 2 பேர் மட்டுமே தாழ்த்தப்பட்டவர்கள். பெரும்பாலானவர்கள் பார்ப்பனர்கள் என்பது சொல்லித் தெரிய வேண்டியதில்லை. தனியார் நிறுவனங்களில் பணிபுரியும் 9,052 இயக்குநர்களில் 4,037 பேர் (அதாவது 44.6 விழுக்காடு பேர்) பார்ப்பனர்கள் (*விடுதலை, 30.4.2017*).

மகேந்திர பிரதாப் சிங் எனும் சமூகச் செயற்பாட்டாளர் தகவல் அறியும் உரிமைச் சட்டத்தில் கேட்டுப் பெற்ற தகவலின்படி, சென்னை ஐ.ஐ.டி.யில் பணிபுரியும் பேராசிரியர், துணைப் பேராசிரியர், உதவிப் பேராசிரியர்கள் 480 பேரில் 462 பேர் பார்ப்பனர்களாக இருந்தனர். கடந்த 2016-ஆம் ஆண்டு யூனியன் பப்ளிக் சர்வீஸ் கமிஷன் நடத்திய ஆட்சிப் பணிகளுக்கான தேர்வு முடிவுகளில் 1,099 பேர் தேர்வாகினர். அவர்களுள் 500 பேர் பொதுப் பிரிவில் தேர்ந்தெடுக்கப்பட்ட உயர்சாதியினர். பெரும்பான்மையினரான பிற்படுத்தப்பட்ட வகுப்பினரும், பட்டியலினத்தவரும், ஆதிவாசிகளும் அனைவருமாகச் சேர்ந்து 599 பேர் வென்றனர். நாட்டில் 14 விழுக்காடு மக்கள்தொகை கொண்ட முசுலீம் மக்களில் வெறும் 50 பேர்தான் தேர்வாகினர். கடந்த 2013, 2014, 2015, 2016 ஆண்டுகளில் முறையே 30, 34, 38, 36 முசுலீம் மாணவர்கள் மட்டுமே தேர்ச்சி பெற்றனர் (மக்கள் உரிமை, 9.6.2017).

இப்படியாக ஒரு சிறு குழுமமான பார்ப்பனர்கள் எப்படிப் பெரு வெற்றி பெறுகிறார்கள் என்று ஆராய்ந்தால், அவர்கள் பெற்றிருக்கும் சமூக அந்தஸ்து, பொருளாதார பலம், அரசியல் அதிகாரம் போன்றவைதான் காரணம் என்பது புலப்படும். சமூக, கலாச்சாரத் தளங்களில் தங்களை எப்படி நிறுவிக்கொண்டார்கள், வாய்ப்புகளைத் தம் வயப்படுத்தித் தங்கள் பொருளாதாரத்தை எப்படி வளர்த்தெடுத்தார்கள், அரசியலில் எப்படி நிலைபெற்றார்கள் என்பவையெல்லாம் கவனிக்கப்பட வேண்டிய அம்சங்கள்.

இந்த அக்ரகாரக் கட்டமைப்பு தற்போது சற்றே அசைந்திருக்கிறது என்றாலும், பார்ப்பனீய ஆதிக்கம் அப்படியேதான் தொடர்கிறது. இதை அவர்கள் எப்படி உள்வாங்கியிருக்கிறார்கள் என்று பார்ப்பது அவசியம்.

கேரள பிராமண சபா எனும் அமைப்பின் தலைவர் கரிம்புழா ராமன் அக்ரகாரங்கள் சிதைந்து போனதற்கு 1963-ஆம் வருட நிலச் சீர்திருத்தச் சட்டம்தான் காரணம் என்கிறார் (இண்டியன் எக்ஸ்பிரஸ், 12.8.2016). சமூக நீதிச் சிந்தனைகளும், செயல்பாடுகளும் தங்களின் ஆதிக்கத்தைத் தகர்த்துவிட்ட வேதனை அவரது கருத்தில் புலப்படுகிறது.

இன்னொரு வாதத்தையும் பார்ப்போம். கர்நாடக இசையைக் குறிப்பிட்ட சமூகத்தினர் தங்கள் கையில் வைத்திருப்பதாகச் சொல்கிறார்களே, டி.எம். கிருஷ்ணா இந்தக் கருத்தை வலியுறுத்தி வருகிறாரே என்று எழுத்தாளர் வீயெஸ்வி அவர்களிடம் ஒரு நிருபர் கேட்டதற்கு அவர் இப்படிப் பதிலளித்தார்:

'கர்நாடக இசை பிராமணர்கள் வசம் இருப்பதாக அவர் தொடர்ந்து பேசியும் எழுதியும் வருகிறார். அதில் ஒரு விஷயத்தைக் கூர்ந்து கவனிக்க வேண்டும். பிராமணர்கள் பங்களிப்பு அதிகம் இருக்கிறதே தவிர ஆதிக்கம் இல்லை என்பதே உண்மை நிலை. ஆதிக்கம் என்பது குறிப்பிட்ட கலையை வேறு இனத்தினர் கைக்குச் செல்ல விடாமல் தங்களுக்குள் வைத்துக் கொள்வதுதான். பக்தி போலதான் இசையும். பரவலாக எல்லோருக்கும் கிடைக்கிறது. எந்த குருவும் இந்த இன சிஷ்யன்தான் எனக்கு வர வேண்டும் என்று சொல்லுவதில்லை. யார் கற்றுக்கொள்ள வந்தாலும் வரவேற்று சொல்லித்தான் தருகிறார்கள். பிராமணர் அல்லாத ராஜரத்தினம் பிள்ளை, காருகுறிச்சி அருணாசலம், மதுரை சோமு, சீர்காழி கோவிந்தராஜன் போன்றோர் சாதித்துத்தானே உள்ளார்கள். இசைக்கு இனம் கிடையாது. இசை குறிப்பாக கர்நாடக இசை யாரையும் பிரித்துப் பார்ப்பதில்லை. டி.எம். கிருஷ்ணா ஆள்காட் குப்பத்துக்குச் சென்று அந்த மக்களுக்கு மத்தியில் கச்சேரிகளை நடத்துகிறார், வரவேற்கக்கூடிய ஒன்று. அவரை யாரும் தடுக்கிறார்களா, இல்லையே' *(குமுதம் லைஃப், 14.12.2016)*

டி.எம். கிருஷ்ணா போன்ற சமூகச் சீர்திருத்தவாதிகளின் கூற்றுகளை மட்டுமல்ல, ஒட்டுமொத்தப் பிரச்சினையையே ஏற்றுக்கொள்ள மறுப்பதுதான் பழமைவாதிகளின் உடனடி எதிர்வினையாக இருக்கிறது. பல்லாயிரமாண்டுகளாகப் பீடித்திருக்கும் பிரச்சினையை ஏற்க மறுத்து, கிருஷ்ணா என்னும் ஒரு தனிநபரின் மீது குற்றம் சுமத்தி, 'அவர் தொடர்ந்து பேசியும் எழுதியும் வருகிறார்' என்று சொல்கிறார் எழுத்தாளர் வீயெஸ்வி. இல்லாத ஒன்றை கிருஷ்ணா இட்டுக்கட்டிப் பேசுவது போல அமைகிறது இந்த வாதம்.

அடுத்ததாக, 'பிராமணர்கள் பங்களிப்பு அதிகம் இருக்கிறதே தவிர ஆதிக்கம் இல்லை என்பதே உண்மை நிலை' என்று உரக்கச் சொல்கிறார் எழுத்தாளர். தான் 'உண்மை' என்று

ஏற்றுக்கொள்வதை அகில உலகத்துக்குமே உண்மை என்றாக்கும் தந்திரம் பொதிந்து கிடக்கிறது இங்கே. பங்களிப்புச் செய்கிறவர்களை, ஆதிக்கம் செய்கிறார்கள் என்று அபாண்டமாகக் குற்றம் சுமத்துகிறீர்களே என்கிற தொனியில் போகிறது வாதம்.

இசையைப் பற்றிப் பேசிக்கொண்டிருந்தவர் பக்திக்குத் தாவி எல்லாமும் 'பரவலாக எல்லோருக்கும் கிடைக்கிறது' என்று எடுத்தியம்பி, இங்கே அப்படி எதுவும் பெரிய பிரச்சினை ஒன்றுமில்லை என்று நிறுவப் பார்க்கிறார் எழுத்தாளர். பார்ப்பனர் அல்லாத நான்கு திறமைசாலிகளான புகழ்பெற்ற கலைஞர்களைக் குறிப்பிட்டு, வாய்ப்புகள் சார்ந்த கட்டமைப்பு நன்றாகத்தான் இருக்கிறது எனும் தோற்றத்தை உருவாக்க முயல்கிறார் அவர்.

கிருஷ்ணா குப்பத்துக்குச் சென்று கச்சேரி நடத்துவதை 'யாரும் தடுக்கிறார்களா, இல்லையே' என்று சாமர்த்தியமாகக் கேள்வி எழுப்புகிறார் வீயெஸ்வி. இம்மாதிரியான கண்ணோட்டமும், விழுமியமும், மனப்போக்கும், நிலைப்பாடும்தான் பார்ப்பனீயத்தின் பிரச்சினைகள் என்று நாம் நிறுவுகிறோம்.

பார்ப்பனீயத்தின் தந்திரமான தற்காப்பு வாதங்களை இந்தியச் சமூகத்தின் உண்மை நிலையோடு ஒப்பிட்டுப் பாருங்கள். இரண்டுக்குமிடையே நிலவும் இடைவெளியை உருவாக்கி, அதனை உயர்த்திப் பிடிப்பது சமச்சீரற்ற வாய்ப்புக் கட்டமைப்புதான் என்பது தெளிவாகப் புரியும்.

[8]
பார்ப்பனீய அரசியல் அதிகாரம்

தான் விரும்புகிற வகையில் இன்னொருவரை இயங்க வைப்பதுதான் அதிகாரம் எனப்படுகிறது. கெஞ்சி, கொஞ்சி, மிஞ்சி, மிரட்டி, கட்டுப்படுத்தி, கட்டாயப்படுத்தி - இப்படிப் பல வழிகளில் பிறரைக் கட்டுக்குள் வைத்துக் காரியம் நடத்துவதுதான் அதிகாரம். நிர்ப்பந்திப்பது என்பது முரட்டுத்தனமான அதிகாரம். உங்களுக்கு மிகவும் தேவையான ஒன்றைத் தருவதன் மூலம் உங்களை எனக்கேற்ற மாதிரி இயங்க வைக்கலாம். அல்லது நீங்கள் மிகவும் விரும்பும் ஒன்றைத் தர மறுப்பதன் மூலமும் உங்கள் இயக்கத்தைக் கட்டுப்படுத்தலாம். இவை எல்லாமே அதிகார விளையாட்டுகள்தான். அதிகாரத்தின் முக்கிய அம்சமே இந்தக் கட்டுப்படுத்தும் வல்லமைதான்.

இன்னும் ஒன்றையும் சேர்த்துக்கொள்ள வேண்டும் என்று நினைக்கிறேன். மனிதர்களில் பெரும்பாலானோர் சமூக அங்கீகாரத்துக்காக, கவுரவத்திற்காகவே பெரு முயற்சிகள் எடுக்கிறோம். பிறர் பார்வையில் உயர்ந்து தோற்றமளிக்க வேண்டும், அவர்கள் நம்மை மதிக்க வேண்டும், நம்மைச் சேர்த்துக்கொள்ள வேண்டும் என்பன போன்ற உணர்வுகளின், ஆசைகளின், எதிர்பார்ப்புகளின் கூட்டுக்கலவைதான் முக்கியமான சமூக உந்து சக்தியாக இருக்கிறது. அந்தச் சமூக அங்கீகாரத்தை, மரியாதையைப் பெறுவதற்கு அதிகாரம் பயன்பட வேண்டுமென்று நினைக்கிறோம், முனைகிறோம்.

ஒரு நாட்டின் அரசை, அரசமைப்பை வழிநடத்தும் வல்லமையைப் பெறுவது ஆட்சி அதிகாரம். அதைச் சுற்றி நடக்கும் அரசியல் விளையாட்டுகளை அரசியல் அதிகாரம் என்று கொள்ளலாம். ஆட்சி அதிகாரம் மையம் என்றால், அரசியல் அதிகாரம் சுற்றுவெளி. அது அகம், இது புறம். உள்ளே இருப்பவர்கள் தொடர்ந்து உள்ளேயே இருக்கவும், ஆட்சி அதிகாரத்தைத் தக்கவைத்துக் கொள்ளவும் முயற்சிக்கிறார்கள். வெளியே களமாடுபவர்கள் உள்ளே போக பகீரதப் பிரயத்தனங்கள் மேற்கொள்கிறார்கள். ஆளும் வர்க்கம் பல வழிகளில் தனது

அதிகாரத்தை நியாயப்படுத்துகிறது. உயர்ந்த இனம், மதம், புனித நூல், பணம், சொத்து, உற்பத்தித் திறன், தகவல், தொழில்நுட்பம், இராணுவம், வன்முறை போன்ற பல ஆயுதங்கள் அங்கே பிரயோகிக்கப்படுகின்றன.

ஆனால், இந்தியாவில் மட்டும்தான் வேதங்கள், புராணங்கள், இதிகாசங்கள் எனப் பல நூல்களைத் தாங்களே எழுதிவைத்துக்கொண்டு, அவையனைத்தும் தங்களை உயர்ந்தவர்கள், மற்றவர்களைத் தாழ்ந்தவர்கள் என நிறுவுகின்றன என்றெல்லாம் கதை சொல்லி, சமூக-பொருளாதார-அரசியல் அதிகாரத்தைத் தங்கள் கைகளில் தக்கவைத்துக்கொள்ளும் சூழ்ச்சி நடந்தது. பார்ப்பனர்கள் கொண்டிருந்தது, இன்னும் கொண்டிருப்பது, ஆட்சி அதிகாரத்தில் இருப்போருக்கு ஆணையிடும், ஆலோசனைகள் சொல்லும் திரை மறைவு அதிகாரம் ஆகும். தங்கள் செயல்களுக்கு எந்தவிதமான நேரடிப் பொறுப்பும் ஏற்கவேண்டிய தேவையற்ற, ஏற்கத் தவறுகிற, பொறுப்பில்லா அதிகாரம் அவர்களுடையது. அது சொல்வது ஒன்றும், செய்வது வேறொன்றுமான இரட்டைவேட அதிகாரம். ஆரியத்துவ அமைப்புகளின், ஆளுமைகளின் தீண்டாமை பற்றிய நிலைப்பாடு ஒரு சிறந்த எடுத்துக்காட்டு.

ஆர்.எஸ்.எஸ். இயக்கம் துவங்கப்பட்ட காலத்தில் கோல்ஹாபூர் அருகேயுள்ள ககல் எனும் சிற்றூரில் நடந்த பயிற்சியில் (ஷாகா) கலந்துகொண்டு இயக்கக் கொடியைத் தொண்டர்களுக்கு வழங்குவதற்காக நிறுவனர் கேசவ் பாலிராம் ஹெட்கேவார் சென்றிருந்தார். நிகழ்ச்சி நடக்கவிருந்த கோவிலின் அருகே ஆர்.எஸ்.எஸ். உறுப்பினர்கள் திரண்டவுடன், தீண்டத்தகாத சாதிகளைச் சார்ந்த உறுப்பினர்கள் கோவிலுக்குள்ளே வரக்கூடாது என்று பார்ப்பனப் பூசாரிகள் தடுத்தனர். இது ஹெட்கேவார் கவனத்துக்குப் போயிற்று. ‘எல்லா இந்துக்களும் ஒருவரே என்பதுதான் எனது செயல்பாட்டின் அடிப்படை’ என்று சொல்லியவாறே கோவிலுக்குள் நுழையாமல் அங்கிருந்து புறப்பட்டுச் சென்றுவிட்டார் அவர் (ஆர்கனைசர், ஏப்ரல் 2, 1962). தீண்டாமையைத் தட்டிக் கேட்கவில்லை. தாழ்த்தப்பட்டோருக்கான கோவில் தடையை மீற முற்சிக்கவில்லை. பழமைவாதத்தை எதிர்த்து நிற்கவில்லை. நயவஞ்சகத்துடன் நடையைக் கட்டிவிட்டார் ஹெட்கேவார்.

இந்து மகாசபாவின் தலைவர் விநாயக் தாமோதர் சவர்க்கர் ஆர்யத்துவ சக்திகளின் சூழ்ச்சியை 1939-ஆம் ஆண்டு கல்கத்தாவில் நடந்த இந்து மகாசபாவின் 21-வது மாநாட்டில் தான் ஆற்றிய தலைமையுரையில் தெளிவுபட விவரித்தார்:

> தீண்டத்தகும் இந்துக்களைப் போலவே, தீண்டத்தகாதவர்கள் என்று குறிப்பிடப்படுபவர்களும் தீண்டாமை என்னும் பாவச்செயலுக்குப் பொறுப்பானவர்கள் என்பதை நாம் தெளிவாகக் குறிப்பிட்டாக வேண்டும். இந்தப் பாவம் நம் எல்லோருக்கும் பொதுவானது; எனவே நாம் அனைவரும் கரம்கோர்த்து இந்தச் சாபத்தைக் களைவதற்குப் பெரு முயற்சிகள் எடுக்க உறுதியேற்போம். இதற்கிடையே நமது சனாதனச் சகோதரர்கள் ஒன்றை உறுதியாக நம்பலாம்: அதாவது பொது வாழ்க்கையில் ஒவ்வொரு குடிமகனுக்கும் வழங்கப்பட்டிருக்கும் அடிப்படை உரிமைகள் தவிர்த்து, இந்து மதத்தில் எந்தப் பிரிவுக்குள்ளும் இந்து மகாசபா தீண்டாமை உள்ளிட்ட மதச் சீர்திருத்தங்களைக் கொண்டுவருவதற்காகச் சட்டரீதியான நடவடிக்கைகள் எதையும் எடுக்காது என்பதை உறுதியாக நம்பலாம்.

மேலும் 'தீண்டாமையை விலக்கிக்கொள்வதற்கான நடவடிக்கைகள் அவ்வப்போது தெளிவு படுத்தப்படும்' என்றார் சவர்க்கர்.

ஹெட்கேவார் இறந்ததும் 1940-ஆம் ஆண்டு ஆர்.எஸ்.எஸ். இயக்கத்தின் தலைவராகப் பொறுப்பேற்ற மாதவ் சதாசிவ் கோல்வால்கர் என்பவரும் இதே மாதிரிதான் சிந்தித்தார், செயல்பட்டார். அவர் சொன்னார்:

> இந்தப் புண்ணிய பூமியில் ஆகக்கூடுதலான பொருள் செறிவோடும், தூய்மையான ஆன்மிகச் சிறப்போடும் வாழ்ந்து நாங்கள் மாபெரும் தர்மத்தைக் கட்டமைத்தோம். இந்தக் கூடுகையில் மாபெரும் பேரரசுகளை நிறுவ முயற்சித்தோம், நன்கு வரையறுக்கப்பட்ட சமூகத்தில் மக்களை ஒருங்கிணைத்து, ஒவ்வொரு தனி நபரையும் மகிழ்வுறச் செய்ய, தேவைகளின்றி வாழச்செய்ய, ஒவ்வொருவர் அறிவுக்கும், விருப்பத்துக்கும், நம்பிக்கைக்கும் ஏற்றவாறு உயர்ந்த தத்துவார்த்த, ஆன்மீக அமைதியைப் பெறும் வாய்ப்புகளை உருவாக்கினோம். இந்த நடவடிக்கையில் தனிநபர் தூய்மை, புனிதம், அன்பு,

சேவை, தியாகம், சுயநலமின்மை, பக்தி, அர்ப்பணிப்பு போன்ற உயர் லட்சியங்களை வகுத்தோம்' (நவம்பர் 2, 1948 தேதியிட்ட அறிக்கை).

சாதியக் கட்டமைப்பையும், தீண்டாமையையும் ஆரியத்துவ அமைப்புகளும், ஆளுமைகளும் எப்படிப் பாதுகாத்தார்கள் என்பதற்கு 1988-ஆம் ஆண்டு ஆகஸ்ட் 4 அன்று நாடாளுமன்ற மக்களவையில் பா.ஜ.க. தலைவர் அடல் பிகாரி வாஜ்பாய் பேசிய பேச்சு சிறந்ததோர் எடுத்துக்காட்டு. 'அரிசனங்களின் மீதான கொடுமைகள் எப்போது முடிவடையும்?' என்கிற தலைப்பில் அவர் பேசினார். ராஜஸ்தான் மாநிலத்திலுள்ள நத்வாரா கோவிலில் 'அரிசன' மக்களை உள்ளே நுழைய விடவில்லை. வாஜ்பாய் அரிசனங்களின் மற்றும் பழங்குடி மக்களின் பாதுகாப்பு பற்றி நீட்டிமுழக்கிவிட்டு, மற்றவர்கள் போலவே கதையைத் திரித்தார்:

> ஒரு கோவில் ஒரு குறிப்பிட்ட வகுப்பாருக்கு மட்டுமே என்று சொல்லி அதன் வாசலை அடைத்துவைக்க அனுமதிக்க முடியாது. ஆனால் மரியாதைக்காகச் சில வரைமுறைகள் இருந்தால், அது எல்லோராலும் பின்பற்றப்பட வேண்டும். ஸ்ரீநாத் கோவிலுக்குள் நுழைய நூலில் கட்டப்பட்ட ருத்ராட்சம் அணிவது அவசியமென்றால், அது வேறு விடயம்.

'நாம் எந்த வேலையைத் தேர்வு செய்கிறோமோ, அதுவே நமது வர்ணமாகிறது. நாம் தேர்ந்தெடுக்கும் வேலை அவரவர் குணநலன்கள், நடவடிக்கைகள், இயற்கையைப் பொறுத்து அமைகின்றன; இவை எல்லோருக்குள்ளும் ஒன்று போல இருப்பதில்லை' என்றும் வாஜ்பாய் விவரித்தார். உண்மையற்ற, வார்த்தை ஜாலமிக்க அந்த உரையின் இறுதியில் அவர் கேட்டார்: 'இந்த விடயத்தில் அரசின் பொறுப்பு என்ன? காவல்துறையின் பொறுப்புதான் என்ன?' தனது கட்சியின் பொறுப்பு என்னவென்றோ, அதன் சகோதர நிறுவனங்களின் பங்கு என்னவென்றோ வாஜ்பாய் ஒரு வார்த்தைகூடப் பேசவில்லை.

பார்ப்பனிய அரசியல் அதிகாரம் பா.ஜ.க. மத்தியில் ஆட்சிக்கு வந்தபிறகு சற்றே மாறுபட்டுத் தொடர்கிறது. தங்களின் அதிகாரத்தை வெளிப்படையாகத் திமிருடன் நிறுவுகிறார்கள். பொது மேடைகளில், தொலைக்காட்சி விவாதங்களில் ஒருவர்

ஒரு எதிர்க் கருத்தைச் சொன்னால், அவர்களை பாசிஸ்டுகள் வெளிப்படையாக அதட்டுகிறார்கள், மிரட்டுகிறார்கள், அருவருப்பாகத் திட்டுகிறார்கள்.

பார்ப்பனர்கள் மீது கிரிமினல் வழக்குகளே கிடையாது என்று புதிய புனித வரலாறு எழுதுகிறார் ஒரு சிரிப்பு நடிகர். பெரியாரிய தோழர் மதிமாறனுக்கு கொலை மிரட்டல் விடுத்த பார்ப்பனர்கள் சிலரைக் கண்டிக்கும்பொருட்டு அம்பேத்கர் பெரியார் படிப்பு வட்டம் (APSC) சார்பாக சென்னைப் பல்கலைக்கழகத்தில் நடத்தப்பட்ட ஒரு போராட்டத்தில் நுழைந்த ஓர் இளம்பெண், 'நானும் பாப்பாத்திதான், அதனால் என்ன?' என்று சாதிவெறியோடு கத்துகிறார். 'உதயகுமாரின் பிராமண எதிர்ப்பு' என்கிற தலைப்பில் பார்ப்பனீயச் சிந்தனை கொண்ட எழுத்தாளர் ஜெயமோகன் அவர்கள் ஒரு கட்டுரை எழுதி எனது கருத்துகளை 'அசட்டுத்தனம், முதிரா நாஸிஸம், வெறுப்புக் கூச்சல்கள்' என்று பலவாறாகச் சாடுகிறார்.

பாஜகவின் சட்டமன்ற உறுப்பினர்கள், ஹரிபூஷன் தாகூர் பச்சால் (பிகார்), மயாங்கேஷ்வர் சிங், ராகவேந்திர பிரதாப் சிங், நந்த் கிஷோர் குர்ஜார் (உ.பி.), நாடாளுமன்ற உறுப்பினர்கள் அனுராக் தாகூர், பர்வேஷ் வர்மா, ரமேஷ் பிதுரி உள்ளிட்ட நூற்றுக்கும் மேற்பட்ட மக்கள் பிரதிநிதிகள் மீது வெறுப்புப் பேச்சு வழக்குகள் பதிவு செய்யப்பட்டிருக்கின்றன. ஆர்.எஸ்.எஸ்., விசுவ ஹிந்து பரிஷத், பஜ்ரங் தள் போன்ற பிற பாசிச அமைப்புகளின் பொறுப்பாளர்களும் வெறுப்பு விடத்தை விடாது கக்கித் திரிகின்றனர்.

ஆம், பார்ப்பனீய பாசிஸ்டுகளின் திரைமறைவு அதிகாரம் திரையை நீக்கிப் பொதுவெளிக்கு வருகிறது. பொறுப்பில்லா அதிகாரம் வெறுப்பு, கோபம், வன்மத்துடன் பேசவும், எழுதவும், இயங்கவும் செய்கிறது. இரட்டைவேட அதிகாரம் தனது உண்மையான பாசிச இயல்பை இன்னும் மறைக்கத் தேவையில்லை என்று கங்கணம் கட்டிக்கொண்டு களத்தில் இறங்குகிறது.

[9]
பார்ப்பனீயக் கலாச்சார ஆதிக்கம்

'பார்ப்பானை ஐயரென்ற காலமும் போச்சே
வெள்ளைப் பரங்கியரை துரையென்ற காலமும் போச்சே'

என்று பாடினார் பாரதியார். பார்ப்பனர்களை ஐயரென்று விளித்து, வியந்து, விலகி நின்ற காலத்தைப் பற்றி எழுத்தாளர் பி.ஏ. கிருஷ்ணன் தன்னுடைய 'அக்கிரகாரத்தில் பெரியார்' என்கிற நூலில் இப்படி விவரிக்கிறார்:

'எங்கள் தெருவில் அறுபதுகளின் ஆரம்பம் வரையும் நடந்தது இது. இரவானதும் தெருவில் கட்டிலைப் போட்டுக் கொண்டு சில பெரியவர்கள் அமர்ந்துகொள்வார்கள். யார் அவர்களைத் தாண்டிச் சென்றாலும் அவர்களின் அனுமதி கேட்டுத்தான் செல்ல வேண்டும். பிராமணருக்கு அனுமதி கிடைத்துவிடும். ஆனால் தாண்டிச் செல்பவர் பிராமணர் அல்லாதவராக இருந்து கொஞ்சம் எளிமையானவராகவும் இருந்தால் உரையாடல் இதுபோன்று நடைபெறும்.

'யாருடா, நீ'

'பக்கத்துத் தெரு, சாமி.'

'என்ன ஆட்கள்?'

'தட்டாசாரி சாமி.'

'இங்க எங்க?'

'முக்கு பலசரக்குக் கடைக்குப் போகணும் சாமி.'

'அங்க சுத்தியும் போலாம்லியா? இப்படித்தான் போணுமோ?'

அவர் மறுபேச்சு பேசாமல் வந்த வழியே திரும்பச் செல்வார். பெரியவர்களில் பலர் வழக்கறிஞர்கள். நிறைய படித்தவர்கள். தாங்கள் செய்வது ஒரு பெரிய அநீதி என்பதைப் பற்றி ஒரு குற்ற உணர்வுகூட இல்லாமல் அவர்கள் இவ்வாறு செய்துகொண்டிருந்தார்கள்' (பக்கம் 100).

பி.ஏ. கிருஷ்ணன் சுட்டிக்காட்டுவது போல, கடந்த சில பத்தாண்டுகளில் இந்த நிலைமை பரவலாக மாறியது என்பது உண்மை. பெரும்பாலானோரின் பேச்சு வழக்குகூட மாறியது. எடுத்துக்காட்டாக, 'சூத்தரச்சி பத்து தேய்க்க வந்துட்டாளா' என்கிற வழக்கு 'சுப்பம்மா பத்து தேய்க்க வந்துட்டாளா' என்று மாறியது (பக்கம் 100). ஆனாலும் கடந்த பத்து, பதினைந்து ஆண்டுகளில் பார்ப்பனீயம் மீண்டும் தலைதூக்கியிருக்கிறது என்பதை யாரும் மறுக்க முடியாது. அதே அளவு முக்கியமாக, பார்ப்பனீயம் பார்ப்பனச் சாதிகளை மட்டுமே சார்ந்தது, பார்ப்பனர்களை மட்டுமே சார்ந்தது என்கிற நிலைமை மாறி பொதுச் சமூகத்தின் பல பிரிவுகளாலும் அது உள்வாங்கப்பட்டிருக்கிறது.

மார்க்சிய சிந்தனையாளர் தோழர் கே. கங்காதரன் சொல்வது போல, 'வேட்டைச் சமூகம் மேய்ச்சல் சமூகமாய் மாறி நிரந்தரமாய் ஓரிடத்தில் தங்கி வாழும் வேளாண் சமூகமாய் உயர்ந்தபோது அந்தச் சமூகத்தில் வேலைப் பிரிவினைகளுக்கான நிர்ப்பந்தம் ஏற்பட்டது. அதை ஒழுங்குபடுத்த மனு என்பவர் ஒரு சட்டத்தை எழுதினார்.' இந்தச் சட்டத்தைப் பல தரப்பினர் பல தலைமுறைகளாக விரும்பியும், வேறு வழி இல்லாமலும் ஏற்றுச் செயல்பட்டு வந்ததால், அது ஒரு சித்தாந்தமாக மாறிப்போயிற்று. 'அது எல்லா வருணங்கள் அல்லது சாதிகளின் தலையிலும் அழுத்தமாக உட்கார்ந்து இயக்குவதால் எல்லாச் சாதியினரும் பிராமணச் சித்தாந்தத்தின் செயல்பாட்டாளர்களாகவே இருக்கிறார்கள்.'

தோழர் கங்காதரன் சுட்டிக்காட்டுவது போல, பார்ப்பனீயம் மனிதர்களைச் சமமாக அங்கீகரிப்பதில்லை. மனிதர்களுக்கு இடையேயான ஏற்றத்தாழ்வு சட்டப்படியானது என்கிறது. இந்தச் சித்தாந்தத்தை உள்வாங்கிக்கொண்டு, 'நாங்கள் அவர்களைவிட உயர்ந்தவர்கள்' எனப் பீற்றிக்கொள்ளும் எல்லோருமே பார்ப்பனீயச் சிந்தனை கொண்டவர்கள்தான். தன் சாதிக்குள் பெண்ணெடுத்து சாதிக்கட்டுப்பாட்டுடன் வாழ்வதும் பார்ப்பனீயம்தான். ஒடுக்கப்பட்ட ஒரு சாதியில் இருந்துகொண்டே அதே போன்ற இன்னொரு சாதியைக் கீழானதாகக் கருதுவது பார்ப்பனீயச் சிந்தனை. ஆணவக் கொலைகளில் ஈடுபடுவதும் பார்ப்பனீயச் சிந்தனைதான். தாழ்த்தப்பட்ட மக்களுக்கு ஒதுக்கப்பட்ட ஊராட்சிகளில்

அவர்களைப் போட்டிபோடக் கூட அனுமதிக்காமல் தடுப்பதும் பார்ப்பனீயச் சிந்தனைதான்.

'பிறப்பொக்கும் எல்லா உயிர்க்கும்' எனும் தமிழ்மறையை மறுதலித்து, நாங்கள் 'ஆண்டசாதி' '-ண்டசாதி' என்று தற்பெருமை பேசி, செயற்கையான ஒன்றை இயற்கையானது என நிறுவப் பார்க்கிறது பார்ப்பனீயம். பார்ப்பனச் சாதிகளில் பிறந்தவர்கள் சிலர் இந்த மாந்தநேயமற்ற சித்தாந்ததை ஏற்க மறுக்கிறார்கள் என்பதும், ஏனைய சாதிகளில் பிறந்தவர்கள் பலர் இதைத் தலைமேல் சுமந்து திரிகிறார்கள் என்பதும் உண்மை. தோழர் கங்காதரன் குறிப்பிடுவதுபோல, இந்தப் பார்ப்பனீயத்தைச் சுமந்து திரிகிற எல்லோருமே ஏறத்தாழ பார்ப்பனர்கள் போலவே ஆகிவிடுகிறார்கள் என்பதும் உண்மைதான். எனவே 'பார்ப்பனீயம் என்றால் பார்ப்பனர் மட்டுமே' என்பது சரியானதல்ல. ஆனாலும் பார்ப்பனர்களின் பார்ப்பனீயம் செய்துவரும் அயோக்கியத்தனங்களையும் அப்படியே புறந்தள்ளிவிட முடியாது.

பார்ப்பனீயச் சித்தாந்தம் இவர்களுக்கு அளிக்கும் 'அளப்பரிய சலுகை காரணமாக அந்தத் தத்துவத்தைப் பாதுகாக்கிற தெய்வீகப் பணியை ஜாதகம், ஜோதிடம், ஆன்மிகம், ஊடகம் போன்ற அனைத்துத் துறைகளையும் கையகப்படுத்திக் கொண்டு இந்தச் சாதி அமைப்பைப் பாதுகாக்கிறார்களா இல்லையா என்பதையும் அரசு நிர்வாகத்துக்குள் ஊடுருவி இன்றைய சட்டப்படியும் அதனைச் சாத்தியமாக்கிக் கொண்டு இருக்கிறார்களா இல்லையா என்பதையும் மனசாட்சியுடன் ஆய்வுக்கு உட்படுத்த வேண்டும்' என்கிறார் தோழர் கங்காதரன்.

இன்றைய பார்ப்பனீயம் முன்பு போல வேலை செய்யவில்லை என்றாலும், பல்வேறு நவீன வடிவங்களில் அது இயங்கிக்கொண்டுதான் இருக்கிறது. பெரும்பாலான சாதிக் குழுமங்களின் பிறப்பு முதல் இறப்பு வரையிலான வீட்டு விழாக்களில், சடங்குகளில் பார்ப்பன ஆதிக்கம் புகுந்துவிட்டிருக்கிறது. கிராமங்களில் உள்ள காவல் தெய்வங்களின் கோவில்களில்கூட வருஷாபிஷேகம், கும்பாபிஷேகம் என்பன போன்ற நிகழ்வுகள் பார்ப்பனீயச் சடங்குகள் மற்றும் சமற்கிருத உச்சாடனங்களுடன் பார்ப்பனர்களாலேயே நடத்தப்படுகின்றன. பார்ப்பனர் கோவில்களில் பிரதோஷம், திருவிளக்குப் பூசைகள் போன்ற சிறப்பு வழிபாடுகள் நடந்தேறுகின்றன.

ஜாதகம், ஜோதிடம் போன்றவை மூடநம்பிக்கைகள் என்கிற நிலையிலிருந்து முழுநேரப் பல்கலைக் கழகப் பாடங்களாக மாறியிருக்கின்றன. அரசு கட்டடங்கள், பாலங்கள் கட்டுவது என்றால்கூட பார்ப்பனர்கள் தலைமையில் 'பூமி பூஜை' போடுவது அதிகாரப்பூர்வமான நிகழ்வாக ஆக்கப்பட்டிருக்கிறது. விண்வெளி நிலையங்களிலிருந்து ராக்கெட், சாட்டிலைட் விடுவதாக இருந்தாலும் அறிவியலைவிட பூஜை, புனஸ்காரங்களுக்கே அதிக முக்கியத்துவம் தரப்படுகிறது. அரசு அலுவலகங்களில் கோவில்கள் கட்டப்படுகின்றன, பூசைகள் நடத்தப்படுகின்றன. மதச்சார்பின்மை எனும் அரசக் கொள்கை காற்றில் பறக்கவிடப்படுகிறது.

இப்படியாகப் பார்ப்பனீயம் அனைத்துச் சாதிகளுக்குள்ளும், அவர்களின் அன்றாட வாழ்வின் ஆன்மீக, கலாச்சார நிகழ்வுகளுக்குள்ளும் நுழைந்து தன் மேலாதிக்கத்தை நிறுவிக் கொண்டிருக்கிறது. இவை எல்லாவற்றுக்கும் அடிநாதமாக விளங்கும் இன்னொரு நீரோட்டமும் கவனிக்கப்பட வேண்டியது. அதில் இரண்டு அம்சங்களைப் பார்க்க முடிகிறது: ஒன்று, பிற்போக்குச் சிந்தனைகொண்ட பார்ப்பனர்கள் மத்தியில் நிலவும் பார்ப்பனத் திமிர். இன்னொன்று, பிற சாதிக் குமுகங்களில் ஊடாடிக்கொண்டிருக்கும் ஒருவிதப் பார்ப்பன ஏக்கம், பார்ப்பனர்களாகப் பிறக்கவில்லையே என்கிற விரக்தி மனநிலை. அவர்களின் உயர்வு மனப்பான்மையும், இவர்களின் தாழ்வுமனப்பான்மையும் கலந்து விரவி, பார்ப்பனத்துவம் என்னும் பாசிச நச்சுக்காற்றை உருவாக்கிப் பரப்பிக்கொண்டிருக்கின்றன.

பயன்படுத்தியத் தரவுகள்:

1) பி.ஏ. கிருஷ்ணன், *அக்கிரகாரத்தில் பெரியார்.* நாகர்கோவில்: காலச்சுவடு, 2007.

2) கே.ஜி., *'பிராமணீயம் என்பது'* சிவந்த விழிகள், 26.07.2017. பக்கம் 5.

[10]

பார்ப்பனீயப் பொருளாதாரக் கொடுமைகள்

சேரப் பேரரசு 1100-ஆம் ஆண்டுவாக்கில் மறைந்தபோது, ஏராளமான சிற்றரசுகள் முகிழ்த்து தங்களுக்குள் மோதிக்கொண்டிருந்தன. அந்தச் சிற்றரசுகளில் ஒன்றின் தலைநகரமாக (இப்போதைய குமரி மாவட்டத்தின் மையப் பகுதியில் அமைந்திருக்கும்) திருவிதாங்கோடு விளங்கியது. பின்னர் 1601-ஆம் ஆண்டு அந்நாட்டின் தலைநகரம் திருவிதாங்கோடு அருகேயுள்ள பத்மநாபபுரம் எனும் ஊருக்கு மாற்றப்பட்டாலும், அந்த நாடு திருவிதாங்கோடு என்றே அழைக்கப்பட்டது.

இப்படிப்பட்ட சிற்றரசுகள் பலவற்றைப் பலவந்தமாக இணைத்து, தெற்கே கன்னியாகுமரி முதல் வடக்கே கொச்சி வரையுள்ள நிலப்பரப்பில் தனது 'வேணாடு' அரசை விரிவாக்கம் செய்து, 1729-ஆம் ஆண்டு திருவிதாங்கூர் சமஸ்தானத்தை நிறுவினார் மார்த்தாண்ட வர்மா மகாராஜா. உள்நாட்டுப் பகைவர்களை மட்டுமல்லாமல், குளச்சலில் டச்சுப் படைகளையே தோற்கடித்து, தன் இருப்பை நிலைநிறுத்திக்கொண்டார் அவர். பின்னர் 1750-ஆம் ஆண்டு சனவரி 3 அன்று திருவிதாங்கூர் சமஸ்தானத்தைப் பத்மநாபசுவாமிக்கு அர்ப்பணித்தார்.

திருவிதாங்கூர் சமஸ்தானத்தின் தலைநகரமாக 1729 முதல் 1795 வரை (66 ஆண்டுகள்) பத்மநாபபுரம் திகழ்ந்தது. பின்னர் 1795-ஆம் ஆண்டு இந்நாட்டின் தலைநகர் திருவனந்தபுரத்துக்கு மாற்றப்பட்டு, அடுத்த 154 ஆண்டுகள், அதாவது 1949 வரை, அப்படியே தொடர்ந்தது. மார்த்தாண்ட வர்மாவைத் தொடர்ந்து அனைத்து திருவிதாங்கூர்-கொச்சி சமஸ்தான மகாராஜாக்களும் தங்களைப் பத்மநாபசுவாமியின் சேவகர்களாகவே கருதினார்கள்.

மார்த்தாண்ட வர்மாவின் ஆட்சிக்காலத்தைத் (1729 - 1758) தொடர்ந்து, கார்த்திகைத் திருநாள் என்கிற தர்ம ராஜா (1758-1798) ஆட்சி புரிந்தார். இவர்தான் 1795-ஆம் ஆண்டு தலைநகரைப் பத்மநாபபுரத்தில் இருந்து திருவனந்தபுரத்துக்கு மாற்றியவர். பின்னர் பாலராம வர்மா (1798-1810) ஆட்சி செய்தார். அதன் பின்னர் கௌரி லக்ஷ்மி பாய் (1810-1815), கௌரி பார்வதி பாய்

(1815-1829), ஸ்வாதி திருநாள் (1813-1846), உத்திராடம் திருநாள் (1846-1860), ஆயில்யம் திருநாள் (1860-1880), விசாகம் திருநாள் (1880-1885), ஸ்ரீ மூலம் திருநாள் (1885-1924), சேது லக்ஷ்மி பாய் (1924-1931), சித்திரைத் திருநாள் (1924-1949) என வரிசையாக ஆண்டனர்.

இப்படியாகத் திருவிதாங்கூர்-கொச்சி சமஸ்தானத்தின் ஆட்சி ஏறத்தாழ 220 ஆண்டுகளாகத் தொடர்ந்தது. அந்தக் காலக்கட்டம் முழுவதுமே மக்களிடமிருந்து பல்வேறு வரிகள் வசூலிக்கப்பட்டன. மக்கள் தாங்கள் குடியிருந்த குடிசைகளுக்கு வரி கட்டும்படி கட்டாயப்படுத்தப்பட்டார்கள். கூரையைப் பிரித்துக் கட்டினால், திருமணம் செய்துகொண்டால், நகைகள் வைத்திருந்தால், தலைப்பாகை அணிந்தால் என அனைத்துக்குமே வரி விதித்தது அரசு. மக்கள் திருமணங்களில் தாலி கட்டுவதற்குக்கூட வரி கட்ட வேண்டியிருந்தது. வீட்டில் பசு மாடுகள் வளர்த்தாலோ, மண்வெட்டிகள் மற்றும் அரிவாள்கள் வைத்திருந்தாலோ வரி விதிக்கப்பட்டது. ஆடவரின் மீசைக்கு, வளைந்த கைப்பிடியுள்ள குடைகளுக்கும் வரிகள் விதிக்கப்பட்டன. பனைத்தொழில் செய்தவர்கள் மரம் ஏறுவதற்குப் பயன்படுத்திய ஏணிக்கு 'ஏணிகாணம்' எனும் வரி கட்டவேண்டியிருந்தது. மரமேறப் பயன்படுத்திய 'வார்' வைத்திருந்தால், அதற்குத் 'தலைக்காணம்' எனும் வரி கட்டவேண்டியிருந்தது.

அதேபோல, 1754-ஆம் ஆண்டில் திருவிதாங்கூர் சமஸ்தானத்தின் இராணுவச் செலவுகளுக்காக, தாழ்த்தப்பட்ட, பிற்படுத்தப்பட்ட மக்களுக்கு மட்டும் 'தலைஇறை' எனும் வரி விதிக்கப்பட்டது. இதனைக் கட்ட முடியாமல் பலரும் திருநெல்வேலிக்குத் தப்பியோடினர். 1807-ஆம் ஆண்டு மட்டும் சாணார், ஈழவர், சாம்பவர் சாதி மக்களிடம் 'தலைஇறை'யாக ரூபாய் 88,000 வசூலிக்கப்பட்டது.

திருவிதாங்கூர்-கொச்சி சமஸ்தானத்தின் தென் பகுதியில் அதிகம் வாழ்ந்த சாணார் மக்களும், மற்றவர்களும் 'தவறுகள்' இழைத்தால், 'பிராயச்சித்தம்' எனும் அபராதம் கட்ட பணிக்கப்பட்டார்கள். இதனை வசூலிப்பவரின் விருப்பப்படியே அபராதத் தொகை தீர்மானிக்கப்பட்டது. இந்த ஊழல் பேர்வழிகள் அபராதத் தொகையின் பெரும்பகுதியை விழுங்கி ஏப்பம் விட்டுவிட்டு, இருபது விழுக்காடு தொகையை மட்டுமே அரசின் கருவூலத்தில் கொண்டுபோய்ச் சேர்த்தார்கள். பல நேரங்களில் இவர்கள்

தவறிழைக்காதவர்களிடம்கூடப் ‘பிராயச்சித்தம்’ வசூலித்தார்கள். அதேபோல, மக்கள்மீது ‘புருசாந்தரம்’ எனும் ஒரு வரியும் விதிக்கப்பட்டது. ஒருவர் தனது மூதாதையர்களிடமிருந்து சொத்துக்களைப் பெறும்போது, அந்தச் சொத்தின் மதிப்பில் நாற்பது விழுக்காடு தொகையைப் ‘புருசாந்தரம்’ வரியாகக் கட்ட வேண்டியிருந்தது. இப்படியாக ஏழை எளிய மக்கள் சற்றொப்ப 110 விதமான வரிகள் கட்ட வற்புறுத்தப்பட்டனர்.

இரண்டு நூற்றாண்டுகளுக்கும் மேலாக ஏழை எளியவர்களைக் கசக்கிப் பிழிந்து வசூலிக்கப்பட்ட வரிப்பணம் மொத்தமாக அனந்தபத்மநாப சுவாமி கோவிலின் ரகசிய அறைகளில் தங்கமாக, வைரமாக, வெள்ளியாக, நகைகளாக பதுக்கப்பட்டது. மனுவாத பார்ப்பனீய வல்லாதிக்கச் சக்திகளின் அங்கீகாரத்தைப் பெறுவதற்காகவும், தங்களின் ‘சத்திரிய’ இருப்பைத் தக்கவைத்துக் கொள்வதற்காகவும் திருவிதாங்கூர்-கொச்சி சமஸ்தான மகாராஜாக்கள் பலரும் ‘மகாதானம்’ எனும் மாபெரும் தானங்களைப் பார்ப்பனர்களுக்கு அளித்திருக்கிறார்கள். பல்வேறு அன்பளிப்புகளோடு, ஒவ்வொரு பார்ப்பனருக்கும் ஒரு களஞ்சி (78.65 கிராம்) தங்கம் வரை கொடுத்தார்கள். பின்னர் 1848-ஆம் ஆண்டு இந்தியாவின் கவர்னர் ஜெனரல் டல்ஹவுசி சென்னை மாகாண கவர்னர் ஹாரிஸ் என்பவரிடம் பேசி, அப்போதைய மகாராஜா உத்திராடம் திருநாளிடம் ‘மகாதானம்’ அளிப்பதை நிறுத்தாவிட்டால், அவரது நாட்டின் நிர்வாகத்தை சென்னை மாகாண அரசே ஏற்றுக்கொள்ள வேண்டிவரும் என்று எச்சரித்த பிறகுதான் ‘மகாதானம்’ நிறுத்தப்பட்டது.

பத்மநாபசுவாமி கோவில் நிர்வாகத்தில் முறைகேடுகள் நடைபெறுவதாகத் தொடரப்பட்ட வழக்கில், சனவரி 31, 2011 அன்று தீர்ப்பளித்த கேரள உயர்நீதிமன்றம், பத்மநாபசுவாமி கோவிலை மாநில அரசு தன்னுடைய கட்டுப்பாட்டுக்குள் கொண்டு வரவேண்டுமென்று பணித்தது. திருவிதாங்கூர் ‘மன்னர் குடும்பத்தினர்’ உடனடியாக உச்சநீதிமன்றத்தில் மேல்முறையீடு செய்தனர். பத்மநாபசுவாமி கோவிலை நிர்வகிக்க ஓர் அமைப்பு அல்லது அறக்கட்டளையை உருவாக்க உத்தரவிட்டிருந்த கேரள உயர்நீதிமன்றத்தின் ஆணைக்கு மே 2, 2011 அன்று உச்சநீதிமன்றம் இடைக்காலத் தடை வழங்கியது.

கோவிலின் ‘பி’ பாதாள அறையைத் தவிர்த்து, ‘ஏ’ முதல் ‘எஃப்’ வரையுள்ள பாதாள அறைகளில் வைக்கப்பட்டிருந்த

பொக்கிஷங்களை மதிப்பிடவும் உச்சநீதிமன்றம் உத்தரவிட்டது. இவற்றின் மொத்த மதிப்பு ரூ. ஒரு லட்சம் கோடியாக இருக்கலாம் என்று மதிப்பிடப்பட்டது. 'பி' அறையில் இதைவிட அதிகமான நகைகள் இருக்கலாம் என்றும் கூறப்படுகிறது. அந்த அறையில் ஏதோ ஓர் 'அபூர்வ சக்தி' இருப்பதாகவும், அதனால் அந்த அறையைத் திறக்கக் கூடாது என்றும் 'மன்னர் குடும்பம்' கதை சொல்கிறது. அதனை உச்சநீதிமன்றமும் ஏற்றுக்கொண்டிருக்கிறது.

மேற்குறிப்பிட்ட வழக்கில் கடந்த ஏப்ரல் 10, 2019 அன்று தீர்ப்பு ஒத்திவைக்கப்பட்டு, யூலை 13, 2020 அன்று, பத்மநாபசுவாமி கோவிலை நிர்வகிக்க 'மன்னர் குடும்பத்துக்கு' உரிமை உள்ளது என்று உச்சநீதிமன்றம் தீர்ப்பளித்தது.

இந்தியா ஒரு குடியரசு நாடு என முறைப்படி அறிவிக்கப்பட்ட பிறகு, யூலை 31, 1971 அன்று இந்திய அரசியலமைப்புச் சட்டத்தின் 26-வது திருத்தம் முடியரசுகளை முற்றிலுமாக ஒழித்து, மகாராஜாக்களுடைய அனைத்து அரசியல் அதிகாரங்களையும் முழுவதுமாக நீக்கிய பிறகு, திருவிதாங்கூர் சமஸ்தானத்தின் கடைசி மன்னரான ஸ்ரீ சித்திரைத் திருநாள் மகாராஜாவும் யூலை 20, 1991 அன்று திருவனந்தபுரத்தில் மரணமடைந்த பிறகு, 'மன்னரும்,' 'மன்னர் குடும்பமும்' எப்படி நீடிக்க முடியும்? ஆனாலும், வலதுசாரி சக்திகள் அரசியலமைப்புச் சட்டத்தின் ஷரத்து 290A-ஐ சுட்டிக்காட்டி ஒரு சப்பைக்கட்டு கட்டுகிறார்கள்.

அதாவது திருவிதாங்கூர்-கொச்சி சமஸ்தானம் இந்திய ஒன்றியத்தோடு இணைந்தபோது, ஸ்ரீ சித்திரைத் திருநாள் மகாராஜாவுக்கும், இந்திய ஒன்றியத்தின் பிரதிநிதிக்கும் இடையே ஓர் ஒப்பந்தம் கையெழுத்திடப்பட்டதாம். அரசியலமைப்புச் சட்டத்தின் ஷரத்து 290A-இன்படி, திருவிதாங்கூர்-கொச்சி சமஸ்தானத்திலிருந்து கேரளா மற்றும் தமிழ்நாடு ஆகிய மாநிலங்களோடு இணைக்கப்படும் பகுதிகளிலுள்ள இந்துக் கோவில்களுக்கும், திருத்தலங்களுக்கும், இவ்விரண்டு மாநிலங்களும் தத்தம் அறநிலையத்துறைகள் (தேவசம்போர்டுகள்) வழியாக ஒரு குறிப்பிட்ட தொகையை ஆண்டுதோறும் வழங்க வேண்டும்.

ஆனால் அந்த ஷரத்து திருவிதாங்கூர்-கொச்சி ‘மன்னருக்கோ,’ ‘மன்னர் குடும்பத்துக்கோ’ எந்த மானியமும் வழங்கும்படிப் பணிக்கவில்லை. எனவே ஷரத்து 290A என்பது 26-வது சட்டதிருத்தத்தை எந்தவிதத்திலும் பாதிக்கவில்லை என்பதுதான் உண்மை.

‘மன்னர் குடும்பத்தின்’ பாரம்பரிய அரச உரிமைகள், அதிகாரங்கள், மன்னர் மானியங்கள் அனைத்தும் பிடுங்கப்பட்ட பிறகு, இப்படி ஒரு குழப்பமான தீர்ப்பை எப்படி உச்சநீதிமன்றம் சொல்கிறது? பத்மநாபசுவாமி கோவில் நிர்வாகத்தில் முறைகேடுகள் நடைபெறுவதாகத் தொடரப்பட்ட மூல வழக்குக்கு உச்சநீதிமன்றம் என்ன பதில் சொல்கிறது?

இந்தச் சட்டப் பிரச்சினை ஒரு பக்கம் இருக்கட்டும். பத்மநாபசுவாமி கோவிலில் பதுக்கிவைக்கப்பட்டிருக்கும் பொக்கிஷங்கள் யாருக்கானவை என்கிற கேள்வி எழுகிறது. தற்போதைய குமரி மாவட்டத்திலும், திருவிதாங்கூர்-கொச்சி சமஸ்தானத்தின் ஏனைய பகுதிகளிலும் தொன்றுதொட்டு வாழ்ந்துவரும் மக்களின் முன்னோர் கட்டிய வரிப்பணம்தான் தங்கங்களாக, வைரங்களாக, நகைகளாக பதுக்கிவைக்கப்பட்டிருக்கின்றன. இந்த மக்கள் சொத்து எப்படி மேலாண்மை செய்யப்படவிருக்கிறது, இதனை எப்படிப் பயன்படுத்தப் போகிறார்கள் என்பன போன்ற கேள்விகள் அனைத்தும் வெளிப்படையாக, சனநாயக முறையில் தீர்மானிக்கப்பட வேண்டுமே தவிர, காலாவதியாகிவிட்ட ‘மன்னர் குடும்பத்திடம்’ இந்தப் பொறுப்புகள் ஒப்படைக்கப்படக் கூடாது.

இந்தப் புதையல் சுரண்டப்பட்ட மக்களுக்கானது. கன்னியாகுமரி மாவட்டத்திலும், செங்கோட்டை, தென்காசி பகுதிகளிலும் வாழும் (பழைய திருவிதாங்கூர்-கொச்சி சமஸ்தானக் குடிகளின் வழித்தோன்றல்களான) மக்களுக்கு இதில் அதிக உரிமை இருக்கிறது. இந்தப் புதையலின் கணிசமான பகுதி அவர்களுக்காகப் பயன்படுத்தப்பட வேண்டும். உள்ளூர் வரலாறு அறியாத ஓரிரு உச்சநீதிமன்ற நீதிபதிகளும், ஒரு (‘மன்னர்’) குடும்பமும், ஒரு சில வலதுசாரி சக்திகளும் மட்டும் நிர்ணயிக்கும் ஒரு சிறிய விடயமல்ல இது. இந்த பத்மநாபசுவாமி கோவில் புதையல் விவகாரம் பார்ப்பனீயப் பொருளாதாரக் கொடுமைகளுக்கான ஒரேயோர் எடுத்துக்காட்டுதான்.

உலக அக்ரகாரம் | 57

பார்ப்பனர் / வெள்ளையர்

[11]

ஆரியரும் பார்ப்பனரும்

ஏறத்தாழ 3,800 ஆண்டுகளுக்கு முன்னால் ஆரியர்கள் இந்தியாவுக்குள் நுழைந்தார்கள் என்று சில வரலாற்று ஆய்வாளர்கள் கருதுகிறார்கள். ஏக இறைவனே இருக்கிறான், உருவ வழிபாடு கூடாது என்றெல்லாம் வாதிட்ட ஆரிய சமாஜ் என்கிற சீர்திருத்த இயக்கத்தை 1875-ஆம் ஆண்டில் தோற்றுவித்த, தயானந்த சரஸ்வதி (1824-1883) ஆரியர்கள் பற்றிக் கீழ்க்காணுமாறு விவரிக்கிறார்:

மனித குலத்தில் இரண்டு வகுப்புகள் இருந்தன: நல்லவர்கள் மற்றும் தீயவர்கள். ஆரியர் என்றாலே 'சிறந்த மனிதன்' என்பதுதான் அர்த்தம். ஆரியர்கள் தற்கால திபெத் பகுதியிலிருந்து இங்கே வந்தவர்கள். அவர்கள் வரும்போது இந்தப் பகுதிக்குப் பெயரும் கிடையாது, இங்கே யாரும் வாழவுமில்லை. ஆரியர்கள் இந்தப் பகுதியை ஆரியவர்த்தா என்றழைத்தார்கள். இந்தப் பகுதியிலிருந்து அவர்கள் உலகத்தையே ஆண்டார்கள். ஆரிய சக்தியின் உறைவிடமாக இந்தப் பகுதி விளங்கியது.

எல்லா ஞானமும், அறமும், மதங்களும் இங்கிருந்தே தொடங்கின. சமற்கிருதம்தான் உலக மொழியாக இருந்தது. எகிப்தியர்களுக்கும், கிரேக்கர்களுக்கும், ஐரோப்பியர்களுக்கும் ஆரியர்கள்தான் அறிவு புகட்டினார்கள். அப்பழுக்கற்ற அவர்களின் ஆட்சி முறைதான் உலகில் அடுத்து வந்த அத்தனை அரசியல் அமைப்புகளுக்கும் அடிப்படையாக அமைந்தது. அறிவு வளர்ச்சிக்கும், உடல் தூய்மைக்கும், அற்புதமான சமூகக் கட்டமைப்புகளுக்கும், மதச் சடங்குகளுக்கும் முக்கியத்துவம் கொடுத்து, ஆரியர்கள் இந்த மண்ணை நோயிலிருந்தும், துனபத்திலிருந்தும் காத்து வந்தார்கள். மகாபாரதப் போர்தான் இந்த ஆரியப் பொற்காலத்தை முடிவுக்குக் கொண்டுவந்தது.

மகாபாரதப் போர் முடிந்ததும், பார்ப்பனர்கள் பார்ப்பனர் அல்லாதவரை வேதங்கள் படிக்கவிடாமல் செய்தனர். அவற்றை

அவர்களும் புரிந்துகொள்ளாமல், மாற்றிச் சொல்லியும், கட்டுப்படுத்தியும் தங்களின் தன்னல வாழ்க்கைக்கு வேதங்களைப் பயன்படுத்தத் துவங்கினர். தங்கள் லாபத்துக்காகவும், வருமானத்துக்காகவும், அர்த்தமற்ற சடங்குகளைத் திணித்து உருவ வழிபாடு, அற்புதங்கள், புனித யாத்திரைகள், சோதிடம் என வேத காலத்தில் இல்லாத விபரீதங்களைப் புகுத்தினர். ஆரியவர்த்தாவின் அழிவு இப்படித்தான் வந்து முடிந்தது. பார்ப்பனர்கள் தங்கள் கைகளில் இருந்த அதிகாரத்தை மோசமான வழியில் செலுத்தித் தவறாகப் பயன்படுத்தினர்.

வேதங்களுக்குத் தவறாக விரிவுரை எழுதினர். நான்கடுக்குப் படிநிலை என்பது சமூக-பொருளாதார நிரப்புத் தன்மைக்காகக் கொண்டுவரப்பட்டது. தான் இருக்கும் நிலையில் இருந்தவாறே தனது கடமைகளைச் செவ்வனே செய்தால் இந்தப் படிநிலையில் உயரே போகும் வாய்ப்பு இருக்கிறது. தகுதிகள், சாதனைகள், அறிவு, பக்தி, தானம், ஒழுக்கம் போன்ற குணநலன்கள் அடிப்படையில் ஒரு சூத்திரர் பார்ப்பனராக முடியும். அதேபோல, அசுத்தம், மடமை, சார்ந்திருத்தல், அடிமைத்தனம் போன்றவற்றால் ஒரு பார்ப்பனர் சூத்திரராகிப் போவார். பார்ப்பனர் பிறப்பதில்லை, தாமாகவே உருவாகிறார். ஒருவரின் மனது வேதக் கல்வியின் இருப்பிடமாகவும், இறைபக்தியின் உறைவிடமாகவும் இருந்தால், அவர் பார்ப்பனர் ஆகலாம். இப்படியெல்லாம் வியாக்கியானங்கள் செய்தார் தயானந்த சரஸ்வதி.

மொகலாயர் காலத்திலும், ஆங்கிலேயர் காலத்திலும், கலாச்சார ஆதிக்கச் சக்திகளாகப் பார்ப்பனர்கள் விளங்கினர். அந்தக் காலக்கட்டங்களில் எழுந்த சமூக, மதச்சீர்திருத்த இயக்கங்கள் மொத்த இந்திய மக்களின்மீதும் பார்ப்பனர்களின் செல்வாக்கை, கட்டுப்பாட்டை விரிவுபடுத்துபவையாகவே அமைந்தன. சுதந்திரத்துக்குப் பிறகும் இந்திய மக்களின் மீதான பார்ப்பனரின் ஆதிக்கம் தொடர்ந்தது. இப்போதும் அரச அதிகாரம் அவர்களின் கைகளில்தான் இருக்கிறது. அதிகாரத்தின் மைய அமைப்பினைக் கட்டுப்படுத்துவதன் மூலம், ஒட்டுமொத்த அதிகார இயந்திரத்தை அவர்கள் இயக்கிக் கொண்டிருக்கின்றனர். இந்தியாவின் சமூக, கலாச்சார, அரசியல் வாழ்வை வார்த்தெடுக்கும் நிறுவனங்களின் முக்கியப் பொறுப்புகளைப் பார்ப்பனர்கள் ஆக்கிரமித்து, நிர்வகிக்கின்றனர்.

‘பிராமின்’ எனும் சொல் ‘பிரு’ (*brh*) எனும் வேர்ச் சொல்லிலிருந்து பிறக்கிறது. இந்தச் சொல் ‘வளர்வது, பரவுவது’ எனும் அர்த்தங்களைக் கொண்டது. ‘பிரமயாதி’ எனும் வினைச் சொல்லுக்கு இணங்க, இந்தியா முழுக்க பார்ப்பனர்கள் வளர்ந்து பரவியிருக்கிறார்கள்.

ஒரு பார்ப்பனர் தான் உயர்ந்தவன் என்றும், பிரடெரிக் நீட்சே (*Friedrich Nietzsche, 1844-1900*) சொன்னதுபோல, ஒரு சூப்பர்மேன் என்றும் உறுதியாக நம்புகிறார். தனிப்பட்ட முறையிலும், ஒரு வகுப்பினராகவும் பார்ப்பனர் பிறரைவிட உயர்ந்த நிலையை எட்டிப்பிடிப்பதில் பிடிவாதமாக இருக்கின்றனர். பரசுராம் முதல் பாரதிய ஜனதா வரை, பார்ப்பனர்கள் இந்தியச் சமூக வரலாற்றில் கற்பிப்பதற்கும், கட்டுப்படுத்துவதற்கும், பரந்து விரிவதற்கும் உத்வேகம் அளிக்கும் ஒரு நூல்(!) தெளிவாக இழையோடிக் கொண்டிருக்கிறது.

பொதுவாகப் பார்க்கப்படும் இந்துக் கலாச்சாரத்தில், மையப்புள்ளியாக, மத்திய உருவமாகப் பார்ப்பனர் விளங்குகிறார். அவருடைய கலாச்சார அடையாளம் தொடக்கக் காலம் முதலே தெளிவாக நிறுவப்பட்டிருக்கிறது. அவரது மந்திரம், தந்திரம், ஆயுர்வேத அறிவு போன்றவை அவரை ஒரு கலாச்சார ஆதிக்கச் சக்தியாக மாற்றியிருக்கின்றன.

தனது சமூக அந்தஸ்தை தக்கவைத்துக்கொண்டு, அங்கிங்கெனாதபடி எங்கும் நிறைந்திருக்கும் கோவில்களைக் கட்டுப்படுத்துவதன் மூலம், சமூகக் கட்டுப்படுத்துதலை சாதுரியமாகச் செய்கின்றனர் பார்ப்பனர்கள். பொதுமக்களின் ஒத்துழைப்போடு எந்தவிதமான எதிர்ப்பும் இன்றி, கோடிக்கணக்கான மக்களின் வாழ்வைப் பார்ப்பனர்கள் கட்டுப்படுத்தி வந்திருக்கின்றனர்.

பொதுமக்களுக்கென நிறுவன மதமொன்றையும், தங்களுக்கென தனிப்பட்ட மதமொன்றையும் பார்ப்பனர்கள் வளர்த்து வந்திருக்கின்றனர். பொதுமக்களுக்குத் தமது வேதங்களை, மந்திரங்களை சொல்லிக் கொடுப்பதில்லை. பூசைகளும், யாகங்களும் பார்ப்பனர்களுக்கு மட்டுமே உரிமைப்பட்டவை. சடங்குகளும், அவை சார்ந்த வேத ஞானமும் அவர்களுக்கு மட்டுமே சொந்தமானவை.

இந்த நிலையில்தான் மொகலாயர்களின் படையெடுப்பு தெற்காசியாவில் நடந்தது. கடந்த 1526 முதல் 1857 வரை,

அதாவது பாபர் முதல் பகதூர்ஷா வரையிலான, ஏறத்தாழ முன்னூறு ஆண்டுக் கால மொகலாயர் ஆட்சியின்போது பார்ப்பனர்கள் முடங்கிக் கிடந்தனர். பின்னர் 1757-ஆம் ஆண்டு கிழக்கிந்திய கம்பெனியின் கட்டுப்பாட்டுக்குள் வந்து, 1858 முதல் 1947 வரை நேரடி காலனி ஆட்சிக்குள் கிடந்துழன்ற இருநூறு ஆண்டுக் கால ஆங்கிலேயர் ஆட்சியின்போது பார்ப்பனர்கள் வெள்ளையர்களுடன் இசைந்து வாழ்ந்தனர்.

தங்களின் பாரம்பரியத் தலைமை பலவீனப்பட்டிருந்த நிலையில், அந்நியர்களின் கலாச்சாரங்களிலிருந்து தேவையானவற்றை எடுத்துக்கொண்டு, ஒரு கலப்பு நிலையை உருவாக்கி, அப்போது புதிதாகத் தோன்றிய மறுமலர்ச்சி சமூகத்தின் அங்கீகாரத்தைப் பெற்றுக்கொண்டு, தங்கள் தலைமையை மீண்டும் நிறுவிக்கொண்டதுதான் இவர்களின் தந்திரம்.

பயன்படுத்திய தரவுகள்:

1. Dorothy Figueira, *Aryans, Jews, Brahmins: Theorizing Authority Through Myths of Identity.* New Delhi: Navayana, 2015.
2. B. N. Nair, *The Dynamic Brahmin.* Bombay: Popular Book Depot, 1959.

[12]
யூதரும் பார்ப்பனரும், ஆரியரும் வெள்ளையரும்

தந்தை பெரியார் 20.03.1938 தேதியிட்ட 'குடி அரசு' இதழில் 'பார்ப்பனர்கள் ஆரியர்களா? யூதர்களா?' என்கிற தலைப்பில் ஒரு கட்டுரை எழுதினார். அதில் இந்து மதத்துக்கும் யூதர்களின் நாகரீகத்துக்கும் பல ஒற்றுமைகள் இருப்பதைச் சுட்டிக்காட்டினார்.

எருசலேம் தேவாலயமும் இந்துக் கோவில்களும் சுற்றுப்பிரகாரம், தெப்பக்குளம், கொடிமரம், மண்டபம், மூலஸ்தானம், தூபம், பூசை முதலிய பல விடயங்களில் ஒன்றுபட்டிருக்கின்றன. பாலஸ்தீன நாட்டிலும், இந்தியாவிலும் பிரதான புருசர்களை தெய்வமாகக் கொண்டாடும் வழக்கம் இருக்கிறது. யூதர்கள் கடவுளால் தேர்ந்தெடுக்கப்பட்டவர்கள் என்பதற்கும், பார்ப்பனர்கள் கடவுள் முகத்திலிருந்து உருவாக்கப்பட்டவர்கள் என்பதற்கும் ஒற்றுமை இருக்கிறது. யூதர்கள் தீபதூபம் காட்டி மணியடிப்பதுபோல பார்ப்பன அர்ச்சகர்களும் செய்கிறார்கள்.

யூதர்கள் மற்ற சாதியினரோடு கலந்துகொள்ளாமல் ஒதுங்கி நிற்பது போலவே, பார்ப்பனர்களும் மற்ற சாதியினரோடு கலந்துகொள்ளாமல் ஒதுங்கி நிற்கிறார்கள். யூதர்களுக்குக் குடியிருக்கக் குறிப்பிட்ட நாடும் இல்லை, அதனால் நாட்டுப்பற்றும் இல்லை; அதுபோலவே பார்ப்பனர்களுக்கும் குறிப்பிட்ட ஊரும் இல்லை, நாட்டுப்பற்றும் இல்லை. யூதர்கள் சுக வாழ்க்கையைத் தேடுகிற, உடலுழைப்பு இல்லாமல் பொருள் தேடியலைகிற குணங்கள் கொண்டவர்கள்; அதேபோலப் பார்ப்பனர்களும் சுயநலத்தோடு, பாடுபடாமல் பொருள்தேடி அலைகிறவர்கள்.

யூதர்கள் தங்களைத் தவிர வேறு எதிலும் பொறுப்பு இல்லாமல், ஆளுகிறவர்களை சுவாதீனம் செய்து, ஆட்சி அதிகாரத்தில் பங்கேற்று, மற்றவர்களைத் துன்புறுத்துபவர்கள் என்பதற்கும், பார்ப்பனர்கள் சிறிதும் பொறுப்பு இல்லாமல் ஆளுகிறவர்களை சுவாதீனம் செய்துகொண்டு ஆட்சியில் நுழைந்து ஆதிக்கம் செலுத்தப் பார்க்கிறவர்கள் என்பதற்கும் பொருத்தம் இருக்கிறது.

யூதர்களின் கதைகளும் சித்தாந்தங்களும் பகுத்தறிவுக்கு முரணான கற்பனைகளாக இருப்பது போலவே, பார்ப்பனர்களின் புராணங்களும், சித்தாந்தங்களும், போதனைகளும் பகுத்தறிவுக்கு முரணானவையாக இருக்கின்றன. யூதர்கள் வீரங்கொண்டு மக்களை ஆளாமல் வகுப்பு வாதத்தாலும் பிரிவினைகளாலும் பிரித்தாள்வது போலவே, பார்ப்பனர்களும் இயங்குகின்றனர். உருவத்திலும், நிறத்திலும் யூதர்களும் பார்ப்பனர்களும் ஒன்றாகவே தோற்றமளிக்கின்றனர்.

இவற்றையெல்லாம் வைத்துப் பார்க்கும்போது, பார்ப்பனர்களை ஆரியர்கள் என்று சொல்வதைவிட, யூதர்கள் என்றழைப்பதுதான் பொருத்தமாக இருக்கும் என்று வாதாடிய பெரியார், இப்பொருத்தங்களை ஆய்வுசெய்து முடிவைத் தெரிவிக்கும்படி ஆராய்ச்சியாளர்களைக் கேட்டுக்கொண்டார்.

யூதர்களின் குலபதியான ஆபிரகாமின் மனைவி சாராவுக்குப் பிறந்த இசாக் மற்றும் அவரின் வழித்தோன்றல்கள் மட்டுமே யூதர்களாகக் கருதப்படுகின்றனர். சாரா இறந்ததும், ஆபிரகாம் அடுத்த மனைவியாக ஏற்றுக்கொண்ட கேதுராளுக்கு ஆறு குழந்தைகள் பிறந்தார்கள். அவர்கள் அத்தனை பேரையும் ஆபிரகாம் கிழக்குப் பிரதேசத்துக்கு அனுப்பிவிட்டார் என்றும், அவர்கள் யூதர்களாகக் கருதப்படவில்லை என்றும் சொல்கிறார்கள். ரிக் வேதம் அந்தக் காலகட்டத்தில்தான் எழுதப்பட்டது என்பதால் கேதுராளின் குழந்தைகளே பார்ப்பனர்கள் என்று ஒரு கருத்து நிலவுகிறது. இந்த விவரணத்தின்படி பார்ப்பனர்கள் ஆரியர்களும் அல்ல, யூதர்களும் அல்ல. அதேபோல, யூதர்களும் ஆரியர்கள் அல்ல என்கிற வாதம் முன்வைக்கப்படுகிறது.

வெள்ளையின மக்கள் வாழும் மேற்குலகில் இந்து வேதங்களைப் பற்றிய ஆய்வுகள் தழைத்தோங்க இரண்டு காரணங்கள் இருந்தன. மனித குலத்தின் மிக மூத்த மதத்தையும் மொழியையும் பற்றித் தெரிந்துகொள்ளும் ஆர்வம் ஒரு காரணம். இன்னொன்று ஐரோப்பிய மக்களின் தோற்றம் மற்றும் கடந்தகாலம் பற்றி புராதனமான இந்திய மூலங்களிலிருந்து தகவல் சேகரிப்பது. தங்கள் சமூகத்தின் தோற்ற வரலாற்றைக் கட்டியெழுப்பவும், தேசிய உணர்வுகளை வளர்த்தெடுக்கவும் ஆரியக் கட்டுக் கதைகளை வெள்ளையர்கள் பயன்படுத்தினர்.

வால்டேர் (*Voltaire, 1694-1778*) எனும் பிரெஞ்சு அறிஞர் பார்ப்பனர்கள்தான் இந்த உலகின் முதல் இறையியலாளர்கள் என்றும், இந்து மதமே ஏனைய மதங்கள் அனைத்துக்கும் அடித்தளமாக அமைந்தது என்றும் கருதினார். கலைகளைக் கண்டுபிடித்தவர்களான இவர்கள் ஒழுக்கமானவர்கள், நிதானமானவர்கள், சட்டத்துக்குக் கட்டுப்பட்டவர்கள் என்று வர்ணித்தார். அவர்கள் நிர்வாணமாக, ஆடம்பரங்கள் ஏதுமில்லாமல் சொர்க்கத்தில் வாழ்ந்தார்கள். உடல் கட்டுக்கோப்பும், ஒழுக்க சீலமும் கொண்ட ஆரியர்கள் குற்றங்குறைகளற்ற புகழ்மிக்க மக்களாக இருந்தனர். அவர்களின் மென்மைத்தன்மை, மிருகங்கள் மீதான அன்பு, ஆழமான மத நம்பிக்கை போன்றவையே பண்பட்ட மேற்குலகில் தோன்றிய வேறு எதையும்விட, கிறித்தவத்தின் சிறப்புகளைத் தோற்றுவித்தன.

பார்ப்பனர்கள் யூதர்களை விடப் பழமையானவர்கள் என்றும், யூதர்கள் இந்தியர்களிடமிருந்து பல தத்துவார்த்தக் கதைகளைத் திருடிக்கொண்டார்கள் என்றும் சில அறிவார்ந்த சிந்தனையாளர்கள் கருதினார்கள் என்று வால்டேர் குறிப்பிடுகிறார். கிறித்தவ மதம் முகிழ்ப்பதற்கான மேடையை அமைத்துக் கொடுத்தவர்கள் யூதர்கள் அல்ல, ஆரியர்கள்தான். உலகளாவிய காரண காரியங்கள் அடிப்படையிலான மதத்தைத் தோற்றுவிக்க உதவியவர்களும் ஆரியர்களே என்றும் வால்டேர் கூறுகிறார்.

மாக்ஸ் மியூல்லர் (*Max Mueller, 1823-1900*) எனும் ஜெர்மானிய மொழியியல் வல்லுநர் ‘ஆரியர்கள்தான் நமது (வெள்ளை) இனத்தின் உண்மையான முன்னோடிகள்; நமது மொழியின் துவக்கங்களையும் முழு உள்ளடக்கங்களையும் படிப்பதற்கான பழமை வாய்ந்த புத்தகமாக அவர்களின் வேதம் இருக்கிறது’ என்கிறார். ஆரியர்களின் நம்பிக்கைதான் ‘உண்மையான’ மதம், இந்து மதம் என்பது ஒரு திரிபு என்று வாதிடுகிறார் அவர். இந்து மதத்தில் காணப்படும் எந்தத் தவறையும் ஆரியர்கள் செய்யவில்லை. ஆரியர்களின் மதம் நமது (வெள்ளையின) மக்களின் நம்பிக்கைகளைப் பிரதிபலித்தது என்கிறார்.

‘கடவுள்’ என்பதற்கு அவர்கள் பயன்படுத்திய சொல்லையே நாமும் (வெள்ளையர்களும்) பயன்படுத்துகிறோம். சமற்கிருதத்தில் ‘தேவா’ என்றும் லத்தீன் மொழியில் ‘டியூஸ்’ என்றும்

வழங்கப்படும் அதே வார்த்தைதான் ஆரியர்களின் அனைத்துப் பிரார்த்தனைகளிலும், சடங்குகளிலும், தத்துவங்களிலும் நிறைந்திருக்கிறது. இந்த வார்த்தை இன்றும் ஆயிரமாயிரம் தேவாலயங்களிலிருந்தும், திருத்தலங்களிலிருந்தும் வான்நோக்கி எழுந்துகொண்டிருக்கிறது. பார்ப்பனர்களும், ஜெர்மானியர்களும் வருமுன்னரே இந்த வார்த்தை ஆரிய உலகத்தின் பட்டறைகளில் உருவாக்கப்பட்டது என்றெல்லாம் புளகாங்கிதம் அடைகிறார் மாக்ஸ் மியூல்லர். மொழி எனும் ஊடகத்தின் வழியாக ஆரியர்களுடன் தன்னை, தம் வெள்ளையின மக்களை அடையாளப்படுத்துகிறார் அவர்.

ஆரியர்களைப் பற்றி ஃபிரடெரிக் நீட்சே (1844-1900) எனும் ஐரோப்பிய தத்துவஞானி பேசும்போது, சாதி அமைப்பையும், இரத்தத் தூய்மையைத் தக்கவைத்துக்கொள்வதில் சாதியின் பங்களிப்பையும் முதன்மைப்படுத்துகிறார். மனுவின் பங்களிப்பால் மட்டுமே ஆரிய பார்ப்பனர்கள் இரத்தக் கலப்பிலிருந்து தப்பித்துக் கொண்டார்கள் என்கிறார் அவர். நீட்சேயைப் பொறுத்தவரை உன்னதமான ஆரியர்களின் குணநலன்களைப் பார்ப்பனர்கள் பெற்றிருக்கின்றனர். அவரது சிந்தனையில் ஆரியர்களும் பார்ப்பனர்களும் ஒன்றாகவே தோற்றமளிக்கின்றனர்.

மேற்குறிப்பிட்ட மூன்று அறிஞர்களும் ஆரியர்களை எப்படி அண்ணாந்து பார்த்தனர் என்பது தெளிவாகப் புரிகிறது. இந்த ஆரியப் பெருமையை உள்வாங்கிய ஹிட்லர், தன்னை ஆரியன் என்று அழைத்துக்கொண்டு, 'ஆரிய இனச் சுத்தம் காக்கிறேன்' என்கிற பெயரில் பல லட்சக் கணக்கான யூதர்களை அழித்தொழித்த அவலமும் நடந்தேறியது.

மேற்கண்ட கருத்துகள், சிந்தனைகள், செயல்பாடுகள் அனைத்துக்கும் அடிநாதம் மனிதர்கள் அனைவரும் சமமானவர்கள் அல்லர் எனக் கொள்வதுதான். ஒரு சாரார் மேட்டிமை பொருந்தியவர்களாக, மேன்மைமிக்கவர்களாக இருக்கின்றனர் என்று சிலர் உறுதியாக நம்புகிறார்கள். இந்தியாவில் பார்ப்பனர்களும், உலகளவில் வெள்ளையர்களும் பிறவியிலேயே உயர்ந்தவர்கள் என்கிற நம்பிக்கை நிலவுகிறது.

தங்களை உயர்ந்தவர்கள், சிறந்தவர்கள், புனிதமானவர்கள், நல்லவர்கள் என்றெல்லாம் மதிப்போடும், மாண்போடும்

பார்க்கிற பார்ப்பனர்கள் மற்றும் வெள்ளையர்கள், மற்றவர்களைத் தாழ்வாகவும், தரம் கெட்டவர்களாகவும் பார்க்கிறார்கள். இந்த அசமத்துவச் சிந்தனை, அநியாயப் பார்வை, அக்கிரம மனப்பான்மை சமூக-பொருளாதார-அரசியல் கட்டமைப்புகளிலும் ஊடுருவி, பலவேறு வழிகளில், வடிவங்களில் வெளிப்படுகிறது.

பயன்படுத்திய தரவுகள்:

1. தந்தை பெரியார், 'பார்ப்பனர்கள் ஆரியர்களா? யூதர்களா?' *குடி அரசு*, 20.03.1938.
2. Dorothy Figueira, *Aryans, Jews, Brahmins: Theorizing Authority Through Myths of Identity.* New Delhi: Navayana, 2015.

[13]
பார்ப்பனரும், வெள்ளைப் பரங்கியரும்

பார்ப்பன இந்திய அக்ரகாரம் எப்படி இருந்தது, இயங்கியது என்பதைப் பார்த்தோம். இந்த வெள்ளைப் பரங்கியரின் உலக அக்ரகாரம் எப்படி இருக்கிறது, இயங்குகிறது என்று இனி பார்க்கலாம்.

தெற்காசியாவில் ஏழாவது நூற்றாண்டு முதல் பன்னிரண்டாவது நூற்றாண்டு வரை பார்ப்பனர்களின் ஆதிக்கம் ஓங்கியிருந்தது. மக்களின் இறை நம்பிக்கையைப் பயன்படுத்திக்கொண்டு, தங்களை இறைவனே தேர்வுசெய்து அனுப்பிய இறைமக்களாக முன்னிறுத்தியவாறே, தங்களின் புராணங்கள், இதிகாசங்கள், வேதங்கள், மனுஸ்மிருதி போன்ற நூல்களின் உதவியோடு அனைத்துத் தரப்பினரையும் அடிமைகளாக்கினர்.

பதினைந்தாம் நூற்றாண்டின் துவக்கத்தில் ஐரோப்பிய வெள்ளையினத்தவர் நீள் கடற்பயணங்களைத் துவங்கி, வெளிப் பகுதிகளைக் 'கண்டுபிடிக்க' ஆரம்பித்தனர். இந்தியாவைத் தேடிக் 'கண்டுபிடிப்பதற்காக' 1492-ஆம் ஆண்டு கிறிஸ்டோபர் கொலம்பஸ் ஸ்பெயின் நாட்டிலிருந்து புறப்பட்டார். நம் பகுதிக்கு வரத் திட்டமிட்டிருந்த கொலம்பஸ், வட அமெரிக்காவைச் சென்றடைந்தார். அங்கே வாழ்ந்திருந்த மக்களை 'இந்தியர்கள்' என்றழைத்தார்.

வெள்ளையர்கள் தாங்கள் சென்றுசேரும் பகுதிகளில் தொன்றுதொட்டு வாழ்ந்துவந்த மக்களை ஒரு பொருட்டாகவே கருதவில்லை. வெள்ளையர்கள் போய் இறங்கி, அவர்களைக் 'கண்டுபிடித்த' பிறகுதான் அந்தப் பூர்வகுடி மக்களின் வரலாறே தொடங்குவதுபோல மட்டற்ற இறுமாப்புடன் அவர்களை எதிர்கொண்டனர்.

'ஒண்டவந்த பிடாரி ஊர்ப் பிடாரியை விரட்டிய' கதையாக, வந்தேறி வெள்ளையர்கள் பூர்வகுடி மக்களின் வளங்களைத் திருடவும், வாழ்வாதாரங்களை அழிக்கவும், தங்கள் வணிகத்தைப் பெருக்கவும் முழு ஆக்கிரமிப்பு வேலைகளில் இறங்கினர்.

ஏராளமான செவ்விந்தியர் குழுமங்கள் வாழ்ந்த வட அமெரிக்காவை வெள்ளையினத்தவர் ஆக்கிரமிப்பதற்கு 'வெளிப்படையான விதி' (Manifest Destiny) எனும் ஒரு விழுமியத்தை உருவாக்கினர்.

அந்த விதி மூன்று அம்சங்களைக் கொண்டிருந்தது: ஒன்று, வெள்ளையினத்தவரின் மற்றும் அவர்களின் கட்டமைப்புகளின் விசேடச் சிறப்புகளை நிறுவுவது; இரண்டு, வட அமெரிக்காவின் மேற்குப் பகுதிகளை ஆக்கிரமித்து கிழக்குப் பகுதியைப் போல மாற்றுவது; மூன்று, காலம் தங்களுக்கு ஒரு வரலாற்றுக் கடமையை அளித்திருக்கிறது என்று இவர்களே கற்பனை செய்துகொண்ட ஒரு மடத்தனத்தை அதிரடியாகச் செய்து முடிப்பது.

செவ்விந்தியர்களை எந்தவிதமான மனக்கிலேசமுமின்றி அழித்தொழிப்பதற்கு இந்த 'வெளிப்படையான விதி' சித்தாந்தம்தான் உதவியது. ஒரு விடயத்தை நீங்கள் செய்து முடிக்கவேண்டுமென உங்களுக்கு விதிக்கப்பட்டிருக்கும்போது, அதைச் செவ்வனே செய்து முடிப்பதுதானே உங்கள் கடமை? அதில் தவறுவதோ, தயங்குவதோ, தடுமாறுவதோ பெரும்பிழையாக அமைந்துவிடுமல்லவா? எனவே எந்தவிதமான மனசாட்சி உறுத்தலுமின்றி, குற்ற உணர்வுமின்றி, எதை வேண்டுமானாலும் செய்வது என்று களமிறங்கி செவ்விந்தியர்களைக் கிட்டத்தட்ட முற்றிலுமாக அழித்தொழித்தார்கள்.

இடத்தைக் கொடுத்தவர்களிடமிருந்து மடத்தைப் பிடித்தபிறகு, தங்களுக்கென இரவுபகலாக இலவசமாக உழைப்பதற்கு ஆள் தேடினார்கள். அதன் விளைவால் ஆப்பிரிக்காவிலிருந்து அடிமைகளைக் கொண்டுவந்து இறக்கினார்கள். ஆக்கிரமிப்பும், அபகரிப்பும், அழித்தொழித்தலும், அடிமைப்படுத்தலுமாக பதினாறாம் நூற்றாண்டிலிருந்து வெள்ளையர்களின் அமெரிக்கக் குடியேற்றம் அமர்க்களமாய்த் தொடங்கியது.

அதே பதினாறாவது நூற்றாண்டுக் காலக்கட்டத்தில், இந்திய துணைக்கண்டத்துக்குள் படையெடுத்து வந்த முகலாயர்கள் தங்கள் அதிகாரத்தால் பார்ப்பனர்களையும் சேர்த்தே அடக்கியாண்டார்கள். பார்ப்பனர்கள் தங்கள் கோவில்களுக்குள் ஒளிந்துகொண்டு, தங்கள் தனித்தன்மையை

ஓரளவு காத்துக்கொண்டாலும் முகலாயர்களை வெல்லவோ, விரட்டவோ அவர்களால் இயலவில்லை.

அதன் பின்னர் அத்துமீறி நுழைந்த வெள்ளையர்கள் முகலாயர்களையும் உள்ளடக்கிய ஒட்டுமொத்த தெற்காசியாவையே ஆக்கிரமித்தார்கள். தங்களின் நவீனத்தால், அறிவியல்-தொழில்நுட்பத்தால், ஆங்கிலத்தால், கல்வியால் அனைவரையும் அடிமைகளாக்கி, தங்களை உறுதியாக நிறுவிக்கொண்டு, வளங்களைச் சுரண்டி, வணிகத்தைப் பெருக்கினார்கள் அவர்கள்.

இப்படியாக அடுத்தவர்களிடம் அத்துமீறவும், அவர்களின் நிலங்களை, வளங்களை ஆக்கிரமிக்கவும், அவர்களை அடிமைப்படுத்தவும், இரண்டு விடயங்களைச் செய்தாக வேண்டும். ஒன்று, உங்களைப் பிறப்பிலேயே உயர்வானவர்கள், அபூர்வமானவர்கள், அடக்கியாளப் பிறந்தவர்கள் என்றெல்லாம் ஆழமாக, உறுதியாக நீங்களே நம்பவேண்டும். இரண்டு, அதை அப்படியே அடுத்தவர்களுக்கு அனைத்து வழிகளிலும் எடுத்தியம்பி, அதற்குத் தேவைப்படும் அத்தனைக் கட்டமைப்புகளையும் உருவாக்கி, அவர்களைப் பணிவுடன் ஏற்றுக்கொள்ளச் செய்யவேண்டும்.

வெள்ளையர்கள் ஒட்டுமொத்த மனிதகுலத்தின் உயர்குடியாகத் தங்களைப் பார்த்தது போலவே, பார்ப்பனர்கள் ஒட்டுமொத்த இந்தியச் சமூகத்தின் உயர்குடியெனத் தங்களைப் பார்த்தார்கள். இரு தரப்புமே தாங்களே உருவாக்கிக்கொண்ட 'இயற்கைப்' படிநிலைகளில் தங்களை உயர்வானவர்கள் என்று நிறுவிக்கொண்டார்கள்.

வெள்ளையர்களின் இனவெறிச் சித்தாந்தம் அவர்களுக்கு உதவியதுபோல, பார்ப்பனர்களின் சாதிவெறிக் கொள்கை இவர்களுக்கு உதவியது. அவர்களின் இனத்திமிரும், இவர்களின் சாதித்திமிரும் எந்தவிதமான அறிவியல் அடிப்படையும் கொண்டவை அல்ல. முழுக்க முழுக்க செயற்கையாகக் கட்டமைக்கப்பட்டவை.

வெள்ளையர்களும், பார்ப்பனர்களும் இனம், மதம், சாதி போன்றவற்றின் அடிப்படையில் பிறரை அடிமைப்படுத்தி, கசக்கிப் பிழிந்து, தங்களுக்கான நல்வாழ்வை அமைத்துக் கொண்டனர். இருதரப்பாரின் பொருளாதார பலமும் முழுக்க

முழுக்க மற்றவர்களை அச்சுறுத்தி சுரண்டிப் பெறப்பட்டது. இவ்விரு தரப்பினரின் இனவெறியும், சாதிவெறியும் அவர்களுக்குப் பொருளாதார பலத்தைப் பெற்றுத்தர, அந்தப் பொருளாதார பலமே மேற்படி வெறிகளை இன்னும் ஆழமாக வேரூன்றச் செய்தது.

முன்னவரின் வெள்ளை நிறமும், பின்னவரின் வெளிர் நிறமும் உயர் பிறப்பின் அடையாளங்களாகக் கொள்ளப்பட்டன. வெள்ளையர்கள் உயர்வு மனப்பான்மையோடும், பார்ப்பனர்கள் புனித(ர்) மனப்பான்மையோடும் வலம்வர, தோலின் நிறம் ஒரு முக்கியமான காரணமாக அமைந்தது.

பார்ப்பனர்கள் பிரம்மாவின் வாயிலிருந்து பிறந்தவர்கள் என்று அவர்களின் வேதம் சொல்லியது. பார்ப்பனர்களின் மேன்மையைப் பற்றி புத்தரிடம் விவாதித்த அஸ்சல்யானா என்கிற பார்ப்பனர் இப்படிச் சொன்னார்:

> பார்ப்பனர்கள் மட்டுமே உயர்ந்த சாதியினர், மற்றவர்கள் அனைவரும் தாழ்ந்த சாதியினர். பார்ப்பனர்கள் மட்டுமே வெள்ளை நிறத்தவர், மற்றவர்கள் எல்லோரும் கருப்பர்கள். பார்ப்பனர்கள் மட்டுமே தூய்மையானவர்கள், மற்றவர்கள் அப்படியல்ல. பார்ப்பனர்கள் மட்டுமே பிரம்மாவின் மகன்கள், குழந்தைகள். அவரின் வாயிலிருந்து பிறந்தவர்கள்.

வெள்ளையர்களும், பார்ப்பனர்களும் தங்களின் மத அடையாளங்களை, நம்பிக்கைகளை, வழிபாட்டு முறைகளை, மூடத்தனங்களைப் பிறர் மீது ஆதிக்கம் செலுத்துவதற்கு அதிசிரத்தையுடன் பயன்படுத்திக்கொண்டனர்.

வெள்ளையர்களும், பார்ப்பனர்களும் தத்தம் மொழிகளை அறிவாகச் சித்திரித்து, தாங்கள் மட்டுமே அறிவாளிகள் எனும் ஒரு பிம்பத்தை ஏற்படுத்தினார்கள். தொழிற்புரட்சிக்குப் பிந்தைய நவீன அறிவியலும் தொழில்நுட்பமும் வெள்ளையர்களின் வேதங்களாக, சுபிட்சத்திற்கான ஒரே வழியாகச் சித்திரிக்கப்பட்டன.

அதேபோல, பார்ப்பனர்களின் வேதங்களும், மந்திரங்களும், வழிபாட்டு முறைகளும் அவர்களின் உயிர்பிழைக்கும் தொழிற்நுட்பமாக, தம்மை நிலைநிறுத்திக்கொண்டு பிறரை அடக்கியாளும் உபாயமாக மாறின.

வெள்ளையர்கள் தங்கள் நாடுகளை கோட்டைகள் போல வடிவமைத்துக்கொண்டு, வெளியுலகை அடக்கி ஆண்டார்கள், பிறரின் வளங்களைத் திருடினார்கள், உழைப்பைச் சுரண்டினார்கள். அதேபோல, பார்ப்பனர்கள் தங்கள் கிராமங்களை அக்ரகாரங்களாக உருவாக்கிக்கொண்டு, வெளிப்பகுதிகளை அடக்கியாண்டார்கள், அம்மக்களின் வளங்களைத் திருடினார்கள், உழைப்பைச் சுரண்டினார்கள்.

வெள்ளையர்கள் கருப்பின மக்களைக் கூலியற்ற தொழிலாளிகளாக நடத்த, பார்ப்பனர்கள் பிறரைத் தத்தம் குலத்தொழில்களைச் செய்யப் பணித்தனர். இருதரப்புமே பிற மக்களுடைய தொழில்களின், உடலுழைப்பின் அடிப்படையில் அண்டாமை, தீண்டாமை, காணாமை, வேற்றுப்படுத்துதல், விலக்கிவைத்தல் என்றியங்கினர். ஆனாலும், பாலியல் வன்கொடுமைகளை மட்டும் வகைதொகையின்றி அரங்கேற்றினர்.

இருதரப்புமே நேரடி வன்முறை, மறைமுக வன்முறை, கலாச்சார வன்முறை, கட்டமைப்பு வன்முறை என அனைத்துவகை வன்முறைகளையும் இடத்திற்கேற்ப, காலத்திற்கேற்ப, சூழலுக்கேற்பக் கையாண்டு, தங்கள் மேன்மையையும், பிறரின் கீழ்மையையும் நிறுவிக்கொண்டனர். வெள்ளையர்களுக்குக் காலனியாதிக்கம் உதவ, பார்ப்பனர்களுக்குச் சனாதன ஆதிக்கம் உதவியது.

இவ்விரு ஆதிக்கச் சக்திகளும் ஒருவரோடொருவர் எளிதாக இணைந்துகொண்டனர். பார்ப்பனர்களைப் பொறுத்தவரை, 'தோற்கடிக்க முடியவில்லை என்றால், தோள்களின் மீது ஏறிக்கொள்' என்பதுதான் வாழ்வியல் தத்துவமாக இருந்து வருகிறது. வெள்ளையர்களின் தோள்களில் ஏறிக்கொண்டு, அவர்களின் குமாஸ்தாக்களாக, வழக்கறிஞர்களாக, நீதிபதிகளாக உருமாறிக் கொண்டனர்.

நம் போன்றோருக்கு நேரடிக் காலனியாதிக்கத்திலிருந்து விடுதலை கிடைத்துவிட்டாலும், வெள்ளையர்களின் மறைமுக ஆதிக்கம், அவர்களின் அறிவியல்-தொழில்நுட்பம், வளக்கொள்ளை, வணிகச் சுரண்டல், லாபவெறி போன்றவை அப்படியேதான் தொடர்கின்றன. வெள்ளையர்களின் பாரம்பரிய அறிவு, திறமைகளை ஏற்றெடுத்துக்கொண்ட பார்ப்பனர்கள் புதிய சக்தியோடு மீண்டெழுந்து, ஆதிக்கம் செலுத்துகின்றனர்.

தற்போதைய பாசிச அரசியலின் புத்தெழுச்சிக்குப் பிறகு, நம்மையெல்லாம் இன்னும் தீவிரமாக அடக்கியாள ஆவன அனைத்தும் செய்கின்றனர்.

நாம் இரட்டிப்பு அடக்குமுறைக்கு உள்ளாகியிருக்கிறோம்.

[14]
புனிதர்களின் கூடாரம்

கடந்த 1971-ஆம் ஆண்டு, பிரான்சு நாட்டின் தென்கிழக்குக் கடற்கரையில் நின்றவாறே ஜான் ரஸ்பெயில் (Jean Raspail, 1925-2020) எனும் பிரெஞ்சு நாவலாசிரியர் மத்தியதரைக் கடல் பகுதியைப் பார்த்துக் கொண்டிருந்தார். அங்கே பொதுமக்கள் ஏராளமாகக் குழுமியிருப்பதை அவர் கண்ணுற்றார். அவர்கள் யார் என்று அவருக்குத் தெரியவில்லை. ஆனால், அவர் மனதில் ஓர் அழுத்தமிக்க அச்ச உணர்வு எழுந்து அவரை அலைக்கழித்தது: அவர்கள் அத்தனை பேரும் அத்துமீறி பிரான்சு நாட்டுக்குள் நுழைந்துவிட்டால் நிலைமை என்னவாகும்? மூன்றாம் உலக நாட்டு மக்கள் ஒட்டுமொத்தமாக பிரான்சு உள்ளிட்ட மேற்கத்திய நாடுகளுக்குக் குடிபெயர்ந்தால், மேற்கத்திய நாகரிகம் என்னவாகும்? இந்தக் கேள்விகளை அடிப்படையாக அமைத்துக்கொண்டு, சரியாக அரை நூற்றாண்டுக்கு முன்னால், 1973-ஆம் ஆண்டு, 'புனிதர்களின் கூடாரம்' எனும் ஒரு நாவலை ரஸ்பெயில் வெளியிட்டார்.

பின்னர் 1975-ஆம் ஆண்டு நார்மன் ஷபிரோ (Norman Shapiro) என்பவர் இந்தப் புதினத்தை ஆங்கிலத்தில் மொழிபெயர்த்தார். இந்த நாவல் இனவெறியைத் தூண்டுவதாகவும், அயல்நாட்டார் மீதான வெறுப்பை உமிழ்வதாகவும், ஒற்றைக் கலாச்சாரத்தை விரும்பி ஏற்பதாகவும், புலம்பெயர்வதை எதிர்ப்பதாகவும் கூறி முற்போக்குச் சிந்தனை கொண்ட பலரும் கண்டித்தாலும், தீவிர வலதுசாரி வட்டங்களிலும், வெள்ளையினத் தேசியவாதிகள் மத்தியிலும் இந்நூல் பெரிதும் விரும்பப்பட்டது.

ஜான் ரஸ்பெயில் சொல்லும் கதையின் சுருக்கம் இதுதான்: இந்தியாவின் கல்கத்தா நகரில் கத்தோலிக்கப் பாதிரியார்கள் சிலர் இந்தியக் குழந்தைகளை பெல்ஜியம் நாட்டிலுள்ளவர்கள் தத்தெடுப்பதற்கு உதவுகிறார்கள். வெறும் ஐந்து வருடங்களில் பெல்ஜியம் நாட்டில் 40,000 இந்தியக் குழந்தைகள் குடியேறியிருப்பதைக் கண்டுபிடித்த பெல்ஜிய அரசு, அவசரச் சட்டம் ஒன்றை இயற்றிக் குடியேற்றத்தைத் தடுத்தது.

வளமான பிரதேசத்துக்குத் தங்கள் குழந்தைகளை அனுப்பிவைக்கும் கனவில் இருந்த இந்தியர்கள் பெல்ஜியம் நாட்டுத் தூதரகத்தை முற்றுகையிடுகிறார்கள். ஒரு பெல்ஜியன் மக்கள் சேவகரும், கழிப்பறை சுத்தம் செய்யும் ஓர் இந்தியரும் சேர்ந்து கூடியிருக்கும் மக்களைத் துறைமுகத்துக்கு அழைத்துச் செல்கிறார்கள். அங்கே நிற்கும் நூறு கப்பல்களில் அவர்களை ஏற்றி ஐரோப்பாவுக்கு அனுப்புகின்றனர்.

அந்தக் கப்பல்களில் பயணிக்கும் மக்கள் மிகவும் நெருக்கமாக, சுகாதாரம் ஏதுமின்றி, பட்டவர்த்தனமாக விபச்சாரம் செய்து, பல்வேறு துன்பங்களுடன் பயணிக்கின்றனர். கப்பல்கள் இந்தியப் பெருங்கடலைத் தாண்டிச் செல்லும்போது, பிரான்சில் அரசியல் நிலவரம் களேபரமாகிறது. ஒரு பத்திரிகையாளர் சந்திப்பில் அகதிகளை ஆதரித்துப் பேசும் ஓர் அதிகாரிக்கும், ஒரு பத்திரிகையாளருக்கும் வாக்குவாதம் எழுகிறது. சில நிருபர்கள் 'இந்த அகதிகள் முதலாளித்துவ மேற்குலகைச் செல்வந்தமாக்குவதற்காகவும், சுத்தமாக்குவதற்காகவும், மீட்டெடுப்பதற்காகவும் வருகிறார்கள்' என்று எழுதினார்கள். பாரிஸ் நகரில் உள்ளவர்கள் அகதிகளின் கப்பல்களைப் பற்றிப் புகழ்ந்து எழுதிக்கொண்டிருக்கும்போது, பிரான்சின் தெற்குப் பகுதியில் வசித்துவந்த பிரெஞ்சு மக்களோ, அகதிகள் வந்திறங்கப் போகிறார்கள் என்றஞ்சி வடக்கு நோக்கி ஓடினார்கள்.

அகதிகள் கப்பல் சூயஸ் கால்வாயை அடைந்தபோது, எகிப்து நாட்டு ராணுவம் துப்பாக்கியால் சுட்டு எச்சரித்ததால், கப்பல்கள் தென்னாப்பிரிக்கா நோக்கித் திரும்பின. அந்நாட்டு 'அபார்தைட்' அரசு அகதிகளுக்கு உணவு வழங்கியது. ஆனால் அகதிகள் அதனை ஏற்றுக்கொள்ளவில்லை. மேற்கத்திய நாடுகளின் அரசுகள் வழங்கிய உதவிகளையும் அவர்கள் பெற விரும்பவில்லை.

அகதிகள் ஜிப்ரால்டர் வளைகுடாவைச் சென்றடைந்தபோது, பிரெஞ்சு அதிபர் நாட்டின் தெற்குப் பகுதிக்கு இராணுவத்தை அனுப்புவதாகவும், வந்தேறிகளை விரட்டப்போவதாகவும் அறிவித்தார். அப்படிப் பேசிக்கொண்டிருக்கும்போதே, நிலைகுலைந்து இராணுவத்தினர் தங்கள் மனசாட்சிப்படி நடந்துகொள்ளுமாறு ஆணையிட்டார். எனவே அவர்களும் பொதுமக்களோடு வடக்கு நோக்கி ஓட ஆரம்பித்தனர்.

அகதிகள் வந்த கப்பல்கள் கரைசேர்ந்தன. பிரான்சு நாட்டின் தெற்குப் பகுதி வந்தேறிகளால் கைப்பற்றப்பட்டது. தங்களின் பொறுப்பிலிருந்து தப்பியோட விரும்பாத சில இராணுவத்தினரும், கால்கஸ் என்கிற வயதானவரும், ஹமாதுரா எனும் மேற்கத்தியமயமாக்கப்பட்ட இந்தியர் ஒருவரும் தாங்கள் வாழ்ந்த கிராமத்தைவிட்டு விலகிப்போக மறுத்து அங்கேயே தங்கினர். அந்தப் பத்தொன்பது பிரெஞ்சுக்காரர்களும், ஓர் இந்தியரும் வந்தேறிகளிடமிருந்து மேற்கத்திய கலாச்சாரத்தைக் காக்கின்ற, பிரான்சு நாட்டை விடுவிக்கின்ற கடமையில் ஈடுபட்டனர்.

அதேநேரம் வந்தேறிகளோ பிரெஞ்சு கலாச்சாரத்தை ஏற்றுக்கொள்ளாமல், ஆனால் முதல் உலக வாழ்வின் வசதி வாய்ப்புகளை விரும்பியவாறே வடக்கு நோக்கி நகர்ந்தனர். அவர்கள் அந்நாட்டுச் சட்டங்களை மதிக்கவில்லை; எதையும் உற்பத்தி செய்யவில்லை. மாறாக, தொழிற்சாலை அதிபர்கள், கடைக்காரர்கள், தங்களை வரவேற்காத உள்ளூர் மக்களையெல்லாம் கொலை செய்தார்கள்.

ஏற்கனவே பிரான்சில் வாழ்ந்துகொண்டிருந்த புலம்பெயர்ந்தோரும், இடதுசாரி தீவிரவாதிகளும் வந்தேறிகளுடன் இணைந்துகொண்டனர். இப்படியாக மேற்கத்திய நாடுகள் முழுவதும் புலம்பெயர்ந்தோர் வந்திறங்கி, குழந்தைகள் பெற்றுக்கொண்டு, பல்கிப் பெருகி, வெள்ளையரைவிட எண்ணிக்கையில் அதிகமாயினர்.

ஒருசில மாதங்களில் வெள்ளையின மக்களின் நாடுகள் அனைத்தும் முழுவதுமாக ஆக்கிரமிக்கப்பட்டன. அனைத்து நாடுகளிலும் வந்தேறிகளுக்கு ஆதரவான அரசுகள் நிறுவப்பட்டன. வெள்ளையர்கள் தங்கள் வீடுகளை, குடியிருப்புகளை வந்தேறிகளோடு பகிர்ந்துகொள்ள வற்புறுத்தப்பட்டனர். வந்தேறிகளால் அமைக்கப்பட்ட பிரான்சு நாட்டின் புதிய அரசு 'பாரிஸ் பல்லினக் கம்யூன்' என்றழைக்கப்பட்டது.

மேற்கு ஆப்பிரிக்கா, தெற்காசியா போன்ற பகுதிகளிலிருந்து மக்கள் கூட்டம் கூட்டமாக வெளியேறி ஐரோப்பா, ஆஸ்திரேலியா, நியூசிலாந்து போன்ற நாடுகளில் குடியேறினர். லண்டன் மாநகரை 'ஐரோப்பியர்களல்லாத காமன்வெல்த் குழு' எனும் அமைப்பு நிர்வகித்தது. அவர்கள் பிரிட்டிஷ் ராணியைக்

உலக அக்ரகாரம் | 75

கட்டாயப்படுத்தி, அவரது மகனுக்கு ஒரு பாகிஸ்தானிய பெண்ணைத் திருமணம் செய்துவைக்கச் செய்தனர். ஆப்பிரிக்கா முழுவதுமுள்ள மக்கள் தென்னாப்பிரிக்கா நாட்டை ஆக்கிரமித்தனர். ரஷ்யாவின் சைபீரியா பகுதியை பல்லாயிரக் கணக்கான சீனர்கள் ஆக்கிரமித்தனர்.

வந்தேறிகளின் ஆக்கிரமிப்பிலிருந்து பாதுகாக்கப்பட்ட ஒரே நாடான சுவிட்சர்லாந்து நாட்டிலிருந்தவாறே இந்தக் கதை எழுதப்பட்டதாகவும்; தனது எல்லைகளைத் திறந்துவிடாத காரணத்தால் அந்த நாடு தனிமைப்படுத்தப்பட்டதாகவும்; இறுதியில் உள்நாட்டு வந்தேறி ஆதரவாளர்களால் அந்த அரசும் வீழ்ந்ததாகவும் கதைக்கிறார் கதாசிரியர்.

சுவிட்சர்லாந்து நாடு வீழ்கிற அந்தத் தருவாயில், நூலாசிரியர் தனது பேரக் குழந்தைகளுக்கு இந்த நூலைச் சமர்ப்பித்து, இம்மாதிரியான ஒரு புத்தகத்தைத் தான் எழுதியதற்காகத் கேவலப்படத் தேவையற்ற ஓர் உலகில் அவர்கள் வாழ்வார்கள் என்கிற நமபிக்கையையும் தெரிவிக்கிறார்.

இந்த நூலின் ஒவ்வொரு வரியிலும், இந்தக் கதையின் ஒவ்வொரு நிகழ்விலும் இனவெறி விசம் வகைதொகையின்றி வாசிப்பவர் நெஞ்சில் பாய்ச்சப்படுகிறது. வெள்ளையர்கள் அல்லாத மக்கள் மீதான அறியாமை, சந்தேகம், அச்சம், வெறுப்பு, வன்மம், பகைமை எல்லாம் நூல் முழுக்கக் கொப்பளிக்கின்றன.

எனவேதான் இந்த நூல் வெள்ளையின ஆதிக்கச் சக்திகளால் மிகவும் விரும்பப்பட்டது. இந்தக் கதை தீர்க்கதரிசனமானது என்று பிரான்சு நாட்டில் மிகவும் வரவேற்கப்பட்டது. இது கவனமின்றி, சிரத்தையின்றி இருக்கும் தற்கால மேற்குலக மனங்களை அதிர்ச்சிக்குள்ளாக்கி, அவர்களை விழித்தெழச் செய்யும் என்றார் சிட்னி ஹூக் எனும் தத்துவாசிரியர்.

ஆனால் ‘கிர்குஸ் ரெவியூஸ்’ (*Kirkus Reviews*) எனும் இதழ், இந்த நாவலை ஹிட்லரின் ‘மெயின் காம்ஃப்’ நூலுடன் ஒப்பிட்டது. லிண்டா சாவேஸ் எனும் பெண் விமர்சகர் இனவெறியை உமிழும், அயல்நாட்டாரை வெறுக்கும், சித்தப்பிரமை பிடித்த இந்த நூல் வாசிப்பவரை நோய்வாய்ப்பட வைக்கிறது என்று சாடினார்.

கடந்த 1980-களில் பிரான்சு நாட்டின் இராணுவ உளவுத்துறை தலைவர் இந்த நூலை அப்போதைய அமெரிக்க அதிபர் ரொனால்ட் ரீகனுக்குப் பரிசாக வழங்கியபோது, ரீகன் ஆழமாகக் கவரப்பட்டதாகச் சொல்லியிருக்கிறார். பணக்கார நாடுகளில் வாழும் நிறைய பேர் நூலாசிரியர் ரஸ்பெயிலின் பார்வையோடு உடன்படுகின்றனர் என்று அமெரிக்க வரலாற்றாசிரியர் பால் கென்னடியும் (Paul Kennedy), கொலம்பியா பல்கலைக்கழகப் பேராசிரியர் மாத்யூ கானலியும் (Mathew Connolly) வாதிட்டனர்.

பின்னர் 2002-ஆம் ஆண்டு லயனல் ஷ்ரிவர் (Lionel Shriver) எனும் கட்டுரையாளர் மேற்கத்திய நாடுகளில் வெளிப்படையாகப் பேசப்பட முடியாத ஓர் உணர்வுக்கு இந்தப் புதினம் வடிகால் கொடுக்கிறது என்று சொன்னார். தங்களின் சமூகப் படிநிலை ஆபத்துக்குள்ளாகும்போது, பெரும்பான்மையான மக்களின் கோபமும், ஆத்திரமும் அமுக்கப்பட்டால், அது கூடுதல் சக்தியோடு வீறிட்டு வெளிப்படும் என்று அவர் எச்சரித்தார்.

கடந்த 2004-ஆம் ஆண்டு வில்லியம் பக்லி ஜூனியர் (William Buckley, Jr) என்பவர் 'இது ஒரு மகத்தான நாவல்' என்றும், இது பெருமளவிலான சட்டவிரோதக் குடியேற்றத்தை எப்படி எதிர்கொள்வது என்பது குறித்த கேள்விகளை எழுப்புகிறது என்றும் வியாக்கியானம் செய்தார். அடுத்து 2005-ஆம் ஆண்டு சில்டன் வில்லியம்சன் (Chilton Williamson) எனும் வலதுசாரி சிந்தனையாளர் இந்த நாவலை 'இருபதாவது நூற்றாண்டின் சமரசமில்லாத இலக்கிய எதிர்வினைகளுள் ஒன்று' எனப் புகழ்ந்துரைத்தார்.

முதன்முறையாக வெளியிடப்பட்டு நாற்பதாண்டுகளுக்குப் பிறகு, இந்த நாவல் 2011-ஆம் ஆண்டு மிக அதிகமாக விற்பனை ஆயிற்று. கடந்த 2014-ஆம் ஆண்டு மேக்குபின் தாமஸ் அவன்ஸ் (Thomas Ovans) என்பவர் 'மேற்கத்திய நாகரிகம் தனது நோக்கத்தையும், வரலாற்றையும், தனித்தன்மையையும் இழந்துவிட்டது என்பதை ரஸ்பெயில் முன்கூட்டியே நமக்குக் கணித்துச் சொல்லியிருக்கிறார்' என்று கூறி மெய்சிலிர்த்தார்.

மேனாள் அமெரிக்க அதிபர் டொனால்ட் டிரம்பின் தலைமை ஆலோசகர் ஸ்டீவ் பானன் (Steve Bannon) இந்த நூலை மிகவும் புகழ்ந்தேற்றினார். டிரம்பின் மூத்த கொள்கை ஆலோசகர் ஸ்டீபன் மில்லர் (Stephen Miller), அதிபரின் விசேட உதவியாளர்

ஜூலியா ஹான் (Julia Hahn), பிரான்சு நாட்டின் 'நேஷனல் ராலி' எனும் கட்சியின் தலைவர் மரீன் லெ-பென் (Marine Le Pen) போன்றோரும் இந்த நூலைப் புகழ்ந்து புளகாங்கிதம் அடைந்தனர்.

நமது இனத்தின் எண்ணிக்கை வேகமாக, வெகுவாகக் குறைந்து வருகிறது; நமது மேம்பட்ட வாழ்க்கையும், வசதி வாய்ப்புகளும் கேள்விக்குள்ளாகின்றன என்றெல்லாம் பீதியைக் கிளப்பி, தங்களின் அரசியல் இருப்பைத் தக்கவைத்துக் கொள்வது வலதுசாரி பாசிஸ்டுகளின் உலகளாவிய அணுகுமுறை. இம்மாதிரியான பேய்க்குரல்கள் ஐரோப்பா, அமெரிக்கா, ரஷ்யா, சீனா, பிரேசில், இந்தியா என உலகின் பல்வேறு பகுதிகளில் ஓங்கி ஒலித்துக்கொண்டிருக்கிறது.

[15]
பறிபோகும் பெரும்பான்மையும், பலமும்

உலக அளவில் வெள்ளையினத்தவரிடமும், இந்தியாவில் பார்ப்பனர்களிடமும் ஒருவித அச்சமும், பதற்றமும் ஏற்பட்டிருக்கின்றன. இருதரப்புமே தங்களின் பெரும்பான்மை வேகமாகக் குறைவதாகவும், அதனால் தாங்கள் பலவீனமடைவதாகவும் அஞ்சுகின்றனர். இந்தப் பலமிழப்பை எப்படியாவது தவிர்க்கவேண்டுமென்று பதறுகின்றனர்.

உலகளவில் கடந்த 1950-ஆம் ஆண்டு 27.98 விழுக்காடாக இருந்த வெள்ளையர்களின் மக்கள்தொகை எதிர்வரும் 2060-ஆம் ஆண்டு வெறும் 9.76 விழுக்காடாகச் சுருங்கிப் போகும் என்று ஒரு புள்ளிவிபரம் கூறுகிறது. அதேபோல, 1950.-ஆம் ஆண்டு வெறும் 8.97 விழுக்காடாக இருந்த கருப்பின மக்கள் எதிர்வரும் 2060-ஆம் ஆண்டு 25.38 விழுக்காடாக உயர்வார்களாம்.

அமெரிக்க ஐக்கிய நாடுகளைப் பொறுத்தவரை, 2045-ஆம் ஆண்டு வெள்ளையர்கள் 49.7 விழுக்காடாகச் சுருங்கிவிடுவார்கள் என்றும், ஹிஸ்பானியர்கள் 24.6 விழுக்காடாகவும், கருப்பின மக்கள் 13.1 விழுக்காடாகவும், ஆசியர்கள் 7.9 விழுக்காடாகவும், கலப்பினத்தவர் 3.8 விழுக்காடாகவும் உயர்ந்து, ஒட்டுமொத்தத்தில் அந்நாட்டு வெள்ளையினத்தவர் சிறுபான்மையினர் ஆகிவிடுவார்கள் என்றும் இன்னொரு கணக்கெடுப்பு சொல்கிறது.

அமெரிக்காவில் தற்போது 59.7 விழுக்காடு பெரும்பான்மையினராக இருக்கும் வெள்ளையர்கள், உலகளவில் வெறும் பதினோரு விழுக்காடாகத்தான் இருக்கிறார்கள். ஆனால் அவர்கள் அமெரிக்க நாட்டின் மற்றும் ஒட்டுமொத்த உலகின் அனைத்து வளங்களையும், வாய்ப்புகளையும் தங்கள் கட்டுப்பாட்டில் வைத்திருக்கிறார்கள்.

தங்களின் உலகத் தலைமையிடமாக விளங்கும் அமெரிக்காவிலேயே பெரும்பான்மையை இழந்துவிடுவோமோ என்கிற வெள்ளையினத்தவரின் அச்சத்தால்தான், ஜான்

ரஸ்பெயிலின் நாவல் இப்போது மீண்டும் ஏற்றெடுக்கப்படுகிறது, மறுவாசிப்பு செய்யப்படுகிறது. தாம் பெற்றிருக்கும் ஆற்றலும், ஆதிக்கமும், முக்கியத்துவமும், முன்னேற்றமும் பறிபோகும் நிலை எழுவதால், வலதுசாரி சிந்தனை கொண்ட, பிற்போக்கு சக்திகள் வெகுண்டெழுந்து தங்கள் கட்டமைப்பைப் புதுப்பித்துக்கொள்ளவும், தக்கவைத்துக்கொள்ளவும் முயல்கின்றனர்.

கடந்த 2020-ஆம் ஆண்டு அமெரிக்காவின் மினியாபலிஸ் நகரில் ஒரு வெள்ளையினக் காவல்துறை அதிகாரி ஜார்ஜ் ஃபிளாய்ட் (George Floyd) எனும் கருப்பின ஆணின் கழுத்தின் மீது தன் காலை அழுத்தமாக ஊன்றி, மூச்சுவிட முடியாமற் செய்து, பச்சைப் படுகொலை செய்ததெல்லாம், இந்த அச்சத்தின், பதற்றத்தின் வெளிப்பாடுதான். வெள்ளையின அதிகாரியின் கால் முட்டிக்குக் கீழே மாட்டிக்கொண்டு மூச்சுவிடத் துடித்த ஜார்ஜ் ஃபிளாய்ட் உலகச் சமூகத்தின் முன்னால் வைக்கப்படும் ஒரு சக்திமிக்கக் குறியீடு. எங்கள் இடமும், உங்கள் இடமும் இவைதான் என்று சுட்டுகின்றனர். ஜார்ஜ் ஃபிளாய்ட் ஒரு தனி நபரல்ல. நாம் அனைவரும்தான்.

அண்மையில் தமிழ்நாட்டில் பாரதிய ஜனதா கட்சி நடத்திய ‘வேல் யாத்திரை’யின்போது, ‘தெய்வீகத் தமிழகச் சங்கம்’ எனும் ஓர் அனாமத்து அமைப்பு வெளியிட்ட ‘தேசியம் காக்க, தமிழகம் காக்க’ என்று தலைப்பிடப்பட்ட ஒரு கையேட்டை விநியோகித்தார்கள்.

‘மதமாற்றம் மூலம் நம் மீது தொடுக்கப்பட்டுள்ள தாக்குதலின் ஆபத்தை நாம் உணர்ந்துள்ளோமா?’ என்கிற கேள்வியைக் கேட்டவாறே தொடங்குகிறது அந்தப் பிரசுரம். ‘மதமாறிப் போனவர்களால்தான், மதத்தின் பெயரால்தான் பாகிஸ்தான், பங்களாதேஷ் பாரதத்திலிருந்து வெட்டிப் பிளக்கப்பட்டது’ என்று விசனப்படும் அந்தப் பிரசுரம், ‘பெண்கள் கடத்தல், போலித்தனமாகக் காதலிப்பதாக நடித்து (லவ்ஜிகாத்) ஹிந்து பெண்களை மதம் மாற்றுகிறார்கள்’ என்று வாதிடுகிறது. மதத்தின் பெயரால் நாடு துண்டாடப்பட்டதால், நாட்டின் பரப்பளவு சுருங்கிவிட்டது, ‘வேதம் பிறந்த மண் (சிந்து நதிக்கரை) இன்று பாரதத்தோடு இல்லை’ என்று அந்தக் கையேடு கவலைப்படுகிறது.

அனைத்திற்கும் மேலாக, இசுலாமியர்களின், கிறித்தவர்களின் மக்கள்தொகை அதிகரித்து வருகிறது, இந்துக்களின் எண்ணிக்கை குறைந்து வருகிறது என்று குமுறுகிறது அந்தப் பிரசுரம். கடந்த 1951-ஆம் ஆண்டு 9.8 விழுக்காடு பேராக இருந்த இசுலாமியர்கள், 2011-ஆம் ஆண்டு 14.2 விழுக்காடாகப் பெருகியிருக்கிறார்களாம். அதேபோல, 1951-ஆம் ஆண்டு வெறும் 2.3 விழுக்காடாக இருந்த கிறித்தவர்கள், 2011-ஆம் ஆண்டு தமிழ்நாட்டில் மட்டுமே 6.0 விழுக்காடாக உயர்ந்திருக்கிறார்களாம். ஆனால், 1951-ஆம் ஆண்டு 84.1 விழுக்காடாக இருந்த 'ஹிந்துக்கள்' 2011-ஆம் ஆண்டு 79.8 விழுக்காடாகக் குறைந்து போயினராம்.

தற்போது இந்திய மக்கள்தொகையில் ஏறத்தாழ ஐந்து விழுக்காடாக இருக்கும் பார்ப்பனர்கள், தங்களின் இருப்பைத் தக்கவைத்துக்கொள்ள முயற்சிக்கிறார்கள். மிகுந்த வஞ்சகத்துடன் 'ஹிந்து' என்கிற பரந்துபட்ட அடையாளத்துக்குள் தங்களையும் இணைத்துக்கொண்டு, பிற 'தாழ்ந்த, தகுதியற்ற, தீண்டத்தகாத' சூத்திரர்களுக்குப் பின்னால் ஒளிந்துகொண்டு, தங்களையும், தங்கள் ஈடுபாடுகளையும் காத்துக்கொள்ள கடிதில் முயற்சிக்கிறார்கள் இவர்கள்.

தாங்கள் பலசாலிகளாக இல்லாமற் போனதுதான் மொகலாயர்களும், பிரிட்டிஷ்காரர்களும் படையெடுத்துவரக் காரணம் என்று இவர்கள் உறுதியாக நம்புகிறார்கள். எனவேதான் 'ஆண் தன்மையை, அதிக தைரியத்தை' நாம் பெற்றிருக்க வேண்டுமென்று கோல்வால்கர் சொல்கிறார்: 'நமக்கு வீரியமிக்க, ஆண்தன்மைகொண்ட ஆண்கள் வேண்டும். இப்போது நமது மக்கள் பெண்தன்மையுள்ள ஆண்களாக இருக்கிறார்கள்' என்று அவர் விசனப்படுகிறார். 'அனைவரும் பலமானவர்களையே விரும்புவதாலும், வழிபடுவதாலும்' கோல்வால்கர் சில உதாரணப் புருசர்களை அடையாளம் காட்டுகிறார். அவர்களுள் முதலாமவர் ஹிட்லர் என்பது ஆச்சரியமளிப்பதல்ல. அமெரிக்காவின் தென் மாநிலங்கள் பிரிந்து செல்வதைத் தடுத்து அமெரிக்காவின் ஒருமைப்பாட்டைக் கட்டிக்காத்த ஆபிரகாம் லிங்கன் அவரது அடுத்த ஆதர்ச நாயகனாக இருக்கிறார்.

இந்தியச் சமூகத்தை இராணுவமயமாக்குவதன் மூலம் பலமானதாக்கும் முயற்சிகளும் மேற்கொள்ளப்படுகின்றன. இரண்டாம் உலகப்போர் நடந்துகொண்டிருந்தபோது, இந்து

மகாசபா அமைப்புக்குத் தலைவராக இருந்த சவர்க்கர் ‘அனைத்து அரசியலையும் இந்துமயமாக்குவோம், இந்துக்களை இராணுவமயமாக்குவோம்’ *(Hinduize all Politics and Militarize Hindudom)* எனும் முழக்கத்தை முன்வைத்து, இந்தியாவில் பிரிட்டிஷ்காரர்களின் போர் நடவடிக்கைகளுக்கு ஆதரவு தெரிவிப்பதாகவும், அவர்கள் இந்துக்களுக்கு ராணுவப் பயிற்சி தரவேண்டும் என்றும் கேட்டுக்கொண்டார்.

‘நாட்டு இளைஞர்களை இராணுவமயமாக்குவதற்காக’ இந்து மகாசபாவின் தொடக்க காலத் தலைவர்களுள் ஒருவரான பி.எஸ். மூஞ்சே *(B. S. Moonje)* என்பவர் நாசிக் நகரில் ‘போன்ஸ்லே இராணுவப் பள்ளி’ எனும் ஒன்றைத் தொடங்கினார். பின்னர் அகில பாரத இந்து மகாசபா தன்னுடைய *1966-67* தேர்தல் அறிக்கையில் நாட்டின் இராணுவச் செலவை அதிகரிக்க வேண்டுமென்றும், பாதுகாப்பு நடவடிக்கைகளைக் கடுமையாக உயர்த்த வேண்டுமென்றும், அணுவாயுதங்கள் தயாரிக்க வேண்டுமென்றும் கோரிக்கை வைத்தது. அதேபோல, பாரதீய ஜனசங்கம் கட்சியும் தனது தேர்தல் அறிக்கையில் அணுவாயுதங்களும், ஏவுகணைகளும் தயாரிக்க வேண்டுமென்றும், நாட்டிலுள்ள அனைத்துக் கல்லூரிகளிலும் இரண்டாண்டுகளுக்குத் தீவிர இராணுவப் பயிற்சி அளிக்க வேண்டுமென்றும் கோரியது.

கடந்த *2020* சனவரி மாதம் உத்தரப்பிரதேசம் புலந்த்ஷகரில் ‘ராஜு பையா சைனிக் வித்யா மந்திர்’ எனும் பெயரில் இராணுவப் பள்ளி ஒன்றைத் தொடங்கப்போவதாக ஆர்.எஸ்.எஸ். இயக்கம் அறிவித்தது. இங்கே பள்ளிக் கல்வியோடு இராணுவப் பயிற்சியும் அளிக்கப்படும். இராணுவத்தில் இணைய விரும்பும் இளைஞர்களுக்குச் சரியான கல்விமுறை, கலாச்சாரம், சமூக நல்லிணக்கம் போன்றவற்றைப் போதிக்கும் அந்தப் பள்ளியில் ஆர்.எஸ்.எஸ். நிர்வாகிகள் மாணவர்களுக்கு போதனைகள் வழங்குவார்கள்.

இப்போது குறுகியகாலச் சேவை அடிப்படையில் இராணுவம், கடற்படை, விமானப் படை போன்றவற்றில் மூன்று ஆண்டுகள் மட்டும் பணியாற்ற வாய்ப்பளிக்கும் ‘அக்னிபத்’ எனும் திட்டத்தை ஒன்றிய பாஜக அரசு அறிவித்திருக்கிறது. தேசப்பற்று மற்றும் வேலைவாய்ப்பை ஊக்குவிக்கும் வகையில் இந்தத் திட்டம் தயாரிக்கப்படுகிறதாம். முதல் ஓராண்டு இவர்களுக்குப் பயிற்சிகள் வழங்கப்படும், அடுத்த

இரண்டாண்டுகள் இவர்கள் சேவையாற்றுவார்கள். இதே வழியில் தொடர்ந்தால், இந்தியாவில் அனைத்து மாணவ, மாணவியருக்கும், இளைஞர்களுக்கும் கட்டாய இராணுவ சேவைத் திட்டம் விரைவில் அமல்படுத்தப்படலாம்.

நாடெங்கும், குறிப்பாகத் தமிழகத்தில், இராணுவச் சாலைகள் அமைக்கப்படுகின்றன. சென்னை, ஒசூர், சேலம், கோயம்புத்தூர், திருச்சி ஆகிய நகரங்களை இணைத்து தமிழகத்தில் ஓர் இராணுவ வழித்தடம் அமைக்கப்படுகிறது. வளர்ச்சியை உருவாக்குவதற்கும், இராணுவத் தளவாடங்கள் உற்பத்தியில் தன்னிறைவு பெறுவதற்கும் இந்த இராணுவ நாற்கரச் சாலை உதவுமென்று தமிழ் மக்களை ஏமாற்றுகிறார்கள்.

இப்படி இராணுவமயமாக்கல் மெதுவாகத் தலைதூக்கிக் கொண்டிருக்கும் அதேநேரத்தில் நாடு முழுவதும், காவல்துறை உள்ளிட்ட பல்வேறு அரசுத் துறைகள் பெருமளவில் காவிமயமாக்கப்படுகின்றன; பார்ப்பனீயச் சிந்தனை கொண்டவர்கள் முக்கிய பொறுப்புகளில் அமர்த்தப்படுகின்றனர். காவல்துறை, உளவுத்துறைகளுக்கு எல்லையற்ற அதிகாரம் வழங்கப்படுகிறது.

வன்முறையை பலம் என்று தவறாகப் புரிந்துகொள்ளும் பார்ப்பனீயம் அதனை வியந்தேற்றுகிறது. 'ஒவ்வோர் இந்துக் கடவுளும் ஆயுதம் தாங்கியிருப்பது குறிப்பிடத்தக்கது' என்று எச்சரிக்கிறார் கோல்வால்கர். சாத்வி ரிதம்பரா என்கிற விஸ்வ ஹிந்து பரிஷத் அமைப்பின் பெண் சாமியார் ஒருவர் பாபர் மசூதி இடிப்பு நடவடிக்கைகளின்போது, மும்பையில் 'துர்கா வாகினி' அமைப்பினரிடம் பேசியவாறே அவர்களுக்குக் கத்திகளை விநியோகித்தார். 'இந்தக் கத்திகளை வெளியே எடுக்கவேண்டிய நிர்ப்பந்தம் ஏற்பட்டால், அவை இரத்தம் சுவைப்பதை உறுதிசெய்து கொள்ளுங்கள்' என்று பட்டவர்த்தனமாகவே பேசினார்.

இப்படியாக, ஆதிக்கச் சக்திகள் தங்களின் பெரும்பான்மையை இழந்து சிறுபான்மையினர் ஆகிவிடுவோமோ என்று பயப்படுவதும், அதனால் சமூகத்திலுள்ள பிறரைக் கண்டு அஞ்சி நடுங்குவதும், அவர்களின் இரத்தத்தைச் சுவைப்பதன் மூலம் பலம் பெறலாம் என மனப்பால் குடிப்பதுமாகவே கதை நீள்கிறது.

[16]

பலம் பெறும் வழிகளும், முறைகளும்

அமெரிக்க நாடாளுமன்றம் கூடி அடுத்த அதிபரின் தேர்தலை இறுதிசெய்யும் வேளையில், வெள்ளையின மேலாதிக்கத்தைப் பிரதிநிதித்துவப்படுத்திய டொனால்ட் டிரம்பின் ஆதரவாளர்கள் பாபர் மசூதி மாதிரியான வேலையை பாங்காகச் செய்தார்கள். பார்ப்பனீய மேலாதிக்கவாதிகள் அந்த மசூதியை இடித்துத் தள்ளியது போல, வெள்ளையின மேலாதிக்கவாதிகள் அமெரிக்க நாடாளுமன்றக் கட்டடத்தை இடிக்கவில்லைதான். ஆனாலும் சனநாயகக் கட்டமைப்பை, அதன் மரியாதையை, கௌரவத்தை, நம்பிக்கையை அடித்து நொறுக்கினார்கள். நாடாளுமன்றத்தின் மாண்பு சூறையாடப்பட்டது. கடந்த 2021 சனவரி 6 அன்று டிரம்ப் ஆதரவாளர்கள் அத்துமீறி நுழைந்து, தீவைத்து, கண்ணீர்ப்புகைக் குண்டுகள் வீசி, அமெரிக்காவின் துணை அதிபரையும், நாடாளுமன்ற அவைத் தலைவரையும் விரட்டி, ஒரு பெரும் கலவரத்தை அரங்கேற்றினர். அதன் விளைவாக ஐந்து பேர் உயிரிழந்தார்கள்.

முன்னதாகக் கலவரக்காரர்கள் மத்தியில் பேசி, அவர்களை வாழ்த்தி வழியனுப்பிய டிரம்ப், ‘நீங்கள் மூர்க்கத்தனமாகப் போரிடவில்லையென்றால், உங்களுக்கு ஒரு நாடு இனிமேல் இருக்காது. பலவீனமானவர்கள் வெளியேறட்டும். இது பலம் பெற்றிருப்பதற்கான நேரம்’ என்று முழங்கினார். டிரம்பின் வழக்குரைஞர் ரூடி கியுலியானி (Rudy Giuliani) பேசும்போது, ‘கைகலப்பின் மூலம் வழக்காடுவோம்’ என்று மேலும் தூண்டிவிட்டார்.

கலவரம் நடந்துகொண்டிருக்கும்போது, டொனால்ட் டிரம்ப் கலவரக்காரர்களை ‘மிகச் சிறப்பானவர்கள்’ என்றழைத்து, ‘நான் உங்களை நேசிக்கிறேன்’ என்று சமூக ஊடகங்கள் மூலம் அறிவித்து புளகாங்கிதமடைந்தார். கலவரக்காரர்களை அரசப் படைகள் அன்பாகவே எதிர்கொண்டன. கலவரக்காரர்கள் கருப்பின மக்களாகவோ, இசுலாமியர்களாகவோ இருந்திருந்தால்,

அமெரிக்கப் படைகள் இப்படி எதிர்கொண்டிருப்பார்களா என்று சில ஊடகங்கள் கேள்வி எழுப்பியிருக்கிறார்கள்.

எண்ணத்திலும், திண்ணத்திலும் பலம் பெறுவதை விரும்பும் வெள்ளையின வெறியர்களைப் போலவே, பார்ப்பனீயப் பாசிசமும் பலவீனங்களைத் தவிர்ப்பதன் மூலம் பலம்பெற விரும்புகிறது. பெண்கள், தொழிற்சங்கங்கள், சனநாயகம், சுதந்திரமான ஊடகங்கள், மனித உரிமைகள் போன்றவை பார்ப்பனீய பாசிசம் வெறுக்கும் பலவீனங்களாக அமைகின்றன.

ஆணின் இந்திரியத்தை வீணாக்கச் செய்து, அவனது பிரம்மச்சரியத்தைக் குலைத்து, அவன் உயர்நிலைக்குச் செல்ல முனைவதைத் தடுத்து, பெண்தான் அவனைப் பலவீனமாக்குகிறாள் என்கிற மனக்குறை வேத காலத்தில் இருந்தே நீடித்துவருகிறது. எனவே இன்றளவும் பெண்கள் வேண்டாவெறுப்புடனேயே நடத்தப்படுகின்றனர். பெண்கள் பணிவான மனைவிகளாக, பண்பான தாய்களாக இருப்பதையே பார்ப்பனீயப் பாசிசம் விரும்புகிறது. பெண்களுக்கான இடங்கள், சமையலறை, படுக்கையறை, பூஜையறை மட்டுமே என்கிற பார்வை மேலோங்கி வருகிறது. ஒரு பாஜக நாடாளுமன்ற உறுப்பினர் இந்து மதத்தைப் பாதுகாப்பதற்காக ஒவ்வொரு இந்துப் பெண்ணும் குறைந்தது நான்கு குழந்தைகளைப் பெற்றுக்கொள்ள வேண்டும் எனக் கோரிக்கை வைக்கிறார்.

ஊடகத் துறையில் வேலைசெய்யும் பெண்கள் ஒழுக்கக்கேடான வழிகளில்தான் உயரே வருகிறார்கள் என்று ஒரு தமிழக பாஜக தலைவர் பொதுவெளியில் பேசினார். மத்தியப்பிரதேச மாநில உள்துறை அமைச்சர் பாபுலால் கவுர் என்பவர் பாலியல் வன்புணர்வு 'சில நேரங்களில் சரியானது, சில நேரங்களில் தவறானது' என்று திருவாய் மலர்ந்தருளி, பெண்கள் வன்புணர்வு செய்யப்படுவது குறித்தெல்லாம் அரசு எதுவும் செய்ய முடியாது என்று அறிவித்தார். பாஜகவினர் மீதான பாலியல் வன்கொடுமை வழக்குகள், பார்ப்பனீய பாசிசவாதிகளின் அசீஃபா மாதிரி கொடுமைகள் நெடுங்கதையாய்த் தொடர்கின்றன.

உத்தரப்பிரதேசத்தில் பெண்களுக்கு எதிரான குற்றங்களைத் தடுக்க அம்மாநில முதல்வர் 'ரோமியோ அணிகளை' உருவாக்கினார். சாதிமத அடையாளங்களைக் கடந்து, மனமுவந்து இணைந்திருக்கும் ஆண்களையும், பெண்களையும்

அடித்து உதைப்பதுதான் இந்த அணிகளின் முக்கியக் கடமை. 'தாய்மார்களே, சகோதரிகளே, மகள்களே' என்பதுதான் பார்ப்பனீய பாசிசத்தின் விளித்தலாக இருக்கிறது. இந்த ஆணாதிக்க அமைப்பில் ஆண் குடும்பத் தலைவரின் உரிமைகளற்ற இணைப்புகளாகவே பெண்கள் பார்க்கப்படுகின்றனர். ஆண்களுக்குக் கீழ்ப்படிந்து செல்லும் பொறுப்புகளை மட்டுமே பெண்களுக்கு வழங்குகின்றனர்.

தேசமே தெய்வம் என்றாகும்போது, அந்தத் தெய்வத்துக்காகப் பொருள் உற்பத்தி செய்கிற தொழிலாளர்கள், தங்கள் உரிமைகளைப் பற்றியெல்லாம் கவலைப்படக்கூடாது என்பதுதான் பார்ப்பனீய பாசிசத்தின் அணுகுமுறையாக அமைகிறது. அவரவருக்கு விதிக்கப்பட்ட வேலைகளைச் செவ்வனே செய்துவிட்டு, 'தலைவிதி' என்றிருப்பதுதானே வர்ணாஸ்ரமம் இதுவரை போதித்து வந்திருக்கும் தர்மம். தொழிற்சங்கங்களை நசுக்கி அழிப்பது, வேலை நேரத்தை எட்டு மணி நேரத்திலிருந்து பன்னிரண்டு மணி நேரமாக்குவது, தொழிலாளர் நலவாரியங்களைக் கலைப்பது, அவசரச் சட்டங்களின் மூலம் தொகுப்புச் சட்டங்களைக் கொண்டுவந்து தொழிலாளர்கள் போராடிப் பெற்ற உரிமைகளை ரத்து செய்வது, வேலையாட்களை எடுப்பதும், வேண்டாதபோது விடுப்பதும் முதலாளிகளின் உரிமை என்றாக்குவதாகவே இயங்குகிறது பார்ப்பனீய பாசிசம். தற்போது தொழிலாளர்கள் தங்கள் உரிமைகளையும், நலன்களையும் மட்டும் இழக்கவில்லை, வேலைகளையே இழந்துகொண்டிருக்கிறார்கள்.

சனநாயகம், வாத-எதிர்வாதங்கள், கருத்துப் பரிமாற்றங்கள், தேர்தல்கள் போன்றவை எல்லாம் பார்ப்பனீய பாசிசத்துக்கு சற்றும் ஒவ்வாத விடயங்கள். பார்ப்பனீய பாசிசத்தின் சித்தாந்த குருவான ஆர்.எஸ்.எஸ் இயக்கத்தில் தேர்தலும் கிடையாது, சனநாயகமும் கிடையாது. இவர்கள் இந்தியாவுக்கு அதிபர் ஆட்சி முறை வேண்டும், அவர் அனைத்து அதிகாரங்களையும் கொண்டவராக இருக்க வேண்டும் என்றே விரும்புகின்றனர். இந்த அதிபர் ஆட்சி எனும் இலக்கு நோக்கிய முதல் முன்னெடுப்புதான் நாடாளுமன்ற, சட்டமன்ற, உள்ளாட்சித் தேர்தல்களை ஒரே நேரத்தில் நடத்தும் 'ஒரே தேசம், ஒரே தேர்தல்' திட்டம். இத்தனைத் தேர்தல்களைத் தனித்தனியாக நடத்த நிறைய பொருள் செலவாகிறது; மனித வளம் வீணாகிறது;

அரச இயந்திரம் தடைபட்டுப் போகிறது; இயல்பு வாழ்க்கை பாதிக்கிறது; மக்களுக்கு ஏராளமான இன்னல்கள் எழுகின்றன என்றெல்லாம் ஆதரவு வாதங்கள் அடுக்கப்படுகின்றன.

அனைத்துத் தேர்தல்களையும் ஒரே நேரத்தில் நடத்தி, தகிடுதத்தங்கள் செய்து ஆட்சியைப் பிடித்துவிட்டால், பார்ப்பனீய பாசிசம் யாரையும் பொருட்படுத்தாமல், எந்தவிதக் கவலையுமின்றித் தங்களின் பாசிசக் கொள்கைகளை, திட்டங்களை, நடவடிக்கைகளை தங்குதடையுமின்றி நிறைவேற்றிக்கொள்ள முடியும். அடுத்த ஐந்தாண்டு காலத்துக்கு மக்களைப் பற்றி, அவர்கள் நிலைப்பாடுகள், எண்ணங்கள், உணர்வுகள், எதிர்ப்புகள் பற்றியெல்லாம் கடுகளவும் கவலைப்பட வேண்டியதில்லை.

அதேபோல, சுதந்திரமான ஊடகங்கள் பெரும் தலைவலியாக அமைவதால், ஊடகங்களைக் கட்டுப்படுத்துவதும் பார்ப்பனீய பாசிசத்தின் பெருவிருப்பமாக இருக்கிறது. ஒரு குறிப்பிட்ட தொலைக்காட்சி ஊடகம் ஆர்.எஸ்.எஸ். இயக்கத்தையும், தில்லி காவல்துறையையும் விமரிசித்த ஒரே காரணத்தால், அதன் ஒளிபரப்பு திடுதிப்பென நிறுத்தப்பட்டு, 48 மணிநேரம் அந்த ஊடகம் முற்றிலும் முடக்கப்பட்டது. அரசையோ, பிரதமரையோ விமர்சிப்பது பெரும் குற்றமாகப் பார்க்கப்பட்டு, பொய் வழக்குகள் போடப்படுகின்றன. ஒத்துவராத பத்திரிகையாளர்கள் மீது புனையப்பட்ட வழக்குகள், ஒத்துழைக்காத ஊடக நிறுவனங்கள்மீது வரி ஏய்ப்புச் சோதனைகள் என்றே இயங்குகிறது பார்ப்பனீய பாசிசம்.

முசுலீம்களுக்கு எதிராக வன்மத்தைத் தூண்டும் செய்திகள் மற்றும் கருத்துகளைத் தொடர்ந்து பரப்பும் ஊடகங்களைப் பார்ப்பனீய பாசிசம் கண்டுகொள்வதில்லை. எடுத்துக்காட்டாக, கொரோனா வைரஸ் பரவக் காரணம் 'தப்லீகி ஜமாஅத் மாநாடு' நடத்தப்பட்டதுதான் என்று அர்னாப் கோஸ்வாமி என்பவரின் ரிபப்ளிக் தொலைக்காட்சி திரும்பத் திரும்பச் சொல்லிக்கொண்டிருந்தது. அரசு உத்தரவுகளை மீறுவது முசுலீம்களின் வாடிக்கையான நடவடிக்கைதான் என்பது போன்ற விசமத்தனமான கருத்துகளை அந்தத் தொலைக்காட்சி தொடர்ந்து கக்கிக்கொண்டே இருந்தது. தப்லீகிகள் தங்கள் மருத்துவர்களுக்குக் கொரோனா வரவேண்டும் என்பதற்காக அவர்கள் மீது துப்பினார்கள் என்றும், கொரோனாவை

உலக அக்ரகாரம் | 87

முசுலீம்கள்தான் பரப்புகிறார்கள் என்றெல்லாம் திட்டமிட்டு சமூக ஊடகங்களில் வதந்திகள் பரப்பப்பட்டன.

எழுந்து நிற்பதும், ஏனென்று கேட்பதும், மனித உரிமைகள் கோருவதும் சமூகத்தில் பெரும் பலவீனத்தை ஏற்படுத்துவதால், பார்ப்பனீய பாசிசம் இம்மாதிரி நடவடிக்கைகளைக் கடினமாக ஒடுக்குகிறது. உரிமைகள் கோருகிறவர்களை மாவோயிஸ்டுகள், நகர்ப்புற நக்சல்கள், தேசத் துரோகிகள் என்றெல்லாம் குற்றஞ்சாட்டி அச்சுறுத்துவது, அவதூறு பரப்புவது அன்றாட நடவடிக்கையாக இருக்கிறது. மனித உரிமை ஆர்வலர்கள் மீது தேசத்துரோக வழக்குகள் போன்ற கொடும் வழக்குகள் சுமத்தப்படுகின்றன. போலி எதிர்ப்படுதல்கள் (என்கவுண்டர்கள்) நடத்தப்பட்டு ஆளுமைகள் கொல்லப்படுகின்றனர். பார்ப்பனீய பாசிசத்தின் மனித உரிமை மறுப்புப் போக்கு அத்துமீறிப் போய்க்கொண்டிருக்கிறது.

உபநிடதங்களிலும், இன்னும்பிற இந்துமத நூல்களிலும் குறிப்பிடப்படும் அகிம்சை எனும் விழுமியம் பார்ப்பனீயப் பாசிசத்தைப் பாடாய்ப்படுத்துகிறது. அகிம்சையைக் கோழைத்தனம் என்று தவறாகப் புரிந்துகொள்கிற இவர்கள், அதனை மறுதலித்து இந்து வரலாற்றை வீரமும், வன்முறையும் நிறைந்ததாக வர்ணிக்க முனைகின்றனர். ஆர்.எஸ்.எஸ். இயக்கத்தின் இயக்க ஏடான *'ஆர்கனைசர்'* தனது தலையங்கத்தில் இப்படி வாதிடுகிறது:

> நமது மனங்களை மறுஉருவாக்கம் செய்ய, ஆண்களாகத் திகழ, நாம் நமது வரலாற்றை மாற்றி எழுதியாக வேண்டும். அகிம்சை வழியிலான சத்தியாகிரகப் போராட்டங்கள் மூலமாகத்தான் இந்தியா விடுதலை அடைந்தது என்று அப்பாவி பொதுமக்கள் நம்பும்படியாகப் பயிற்றுவிக்கப்படுகிறார்கள். இதைவிட மோசமான வரலாற்றுத்திரிப்பை ஒருவராலும் கற்பனை செய்ய முடியாது. உண்மை என்னவென்றால், உலகில் வேறு எந்த நாடும் நாம் -ஏறத்தாழ ஆறு லட்சம் ஆண்கள், பெண்கள், குழந்தைகள்- சிந்திய ரத்தத்தைவிட அதிக ரத்தம் தோய்ந்த விடுதலையைப் பெற்றிருக்க முடியாது.

இந்த வீரத்தை, போர்க்குணத்தை இப்போது வெளிக்காட்டும் ஆர்வமும், உறுதியும் அதிகரிப்பதால், அவை அணிதிரட்டல்களும்,

வெறுப்புப் பேச்சுகளும், இடிப்புகளும், கலவரங்களும், கும்பல் கொலைகளுமாக வெளிப்படுகின்றன.

மேற்குறிப்பிட்ட பலவீனங்கள் அனைத்தையும் ஒவ்வொன்றாக முறியடித்து வெற்றிகண்டுவிட்டால், எல்லையற்ற பலம் எனும் இலக்கு நோக்கி முன்னேறலாம் என்பதுதான் பார்ப்பனியப் பாசிசம் தீட்டும் திட்டம்.

வெள்ளை இனவாதம்

[17]

வெள்ளையினப் பேரினவாதம்

பார்ப்பனீயம் பார்ப்பனர்களை உயர்வானவர்கள், பிற சாதியினரைத் தாழ்வானவர்கள் என்று கருதுவது, கற்பிப்பது, கடைப்பிடிப்பது போல, வெள்ளையினப் பேரினவாதம் வெள்ளையர்களை உயர்ந்தவர்கள், சிறந்தவர்கள், அறிவார்ந்தவர்கள் என்று நம்புகிறது, நவில்கிறது, நடக்கிறது.

குறிப்பிட்ட ஒரு மக்கள் இனம் பிற மக்கள் இனங்களைவிடத் தாங்கள் மேம்பட்டவர்கள் என்று கொள்வதை இனவாதம் என்றழைக்கிறோம். இந்த இன உயர்வுக் கோட்பாடு பிற மக்கள் குமுகங்களை வேறுபடுத்திப் பார்க்கிறது, அவர்களிடம் வேற்றுமை பாராட்டுகிறது, அவர்களைத் தனிமைப்படுத்துகிறது, தள்ளிவைக்கிறது, தட்டி வைக்கிறது.

இனவாதம் உலகெங்கும் தாண்டவம் ஆடினாலும், பரந்துபட்ட உலகின் சமூக-பொருளாதார-அரசியல் ஏற்பாடுகளில் வெள்ளையினப் பேரினவாதம்தான் பெரும் ஆதிக்கம் செலுத்துகிறது. வெள்ளையின மக்களை முதன்மைப்படுத்தவும், பாதுகாக்கவும், பயனடையச்செய்யவும் வெள்ளையினப் பேரினவாதம் கடிதில் முயல்கிறது.

தனிமனித இனவாதம் (individual racism) என்பது ஒரு குறிப்பிட்ட மனிதனைப் பாதிப்பது அல்லது பாதிப்புக்குள்ளாவது மட்டும்தான். ஆனால் கட்டமைப்பு இனவாதம் (systemic racism) என்பது ஒரு குறிப்பிட்ட இனக் குழுமத்தைக் காலம்காலமாகப் பொருளாதாரம் தொடங்கி கண்ணுக்குப் புலப்படாத வழிகளில் எல்லாம் அசமமாக நடத்துவது. இவை தவிர, அறிவியல் இனவாதம் (scientific racism) குறித்தும் சிலர் பேசுகிறார்கள். அதாவது, உலகில் பல்வேறு வகை விலங்குகள் இருப்பது போல, ஒரு குறிப்பிட்ட வகை விலங்குகளில் வெவ்வேறு இனங்களும், வேறுபாடுகளும் (எடுத்துக்காட்டாக, நாய்கள்) இருப்பது போல,

மனிதர்களுக்குள்ளும் இனவேற்றுமைகள் இருக்கின்றன என்று அறிவியல் இனவாதம் வாதிடுகிறது.

தனிமனித இனவாத அனுபவங்களின் மீது மட்டுமே நாம் கவனம் செலுத்தும்போது, இனவாதம் எப்படி வேலைசெய்கிறது என்பது குறித்த நமது புரிதல் மடைமாற்றப்படுகிறது. இனவாதம் என்பதை ஏதோ தனிமனிதர்களின் தவறுகள் போலத் தோன்றச் செய்து, அவற்றைச் சுட்டிக்காட்டி நிவர்த்தி செய்வதன் மூலம், இனவாதத்தை நீக்கிவிடலாம் என்று நம்மை நம்பவைக்கிறது.

'வெள்ளையின மக்கள் அனைவருமே இனவாதிகள் அல்ல' எனும் கருத்துக்கு பதிலளித்த குத்துச்சண்டை வீரர் முகமது அலி 1971-ஆம் ஆண்டு சொன்ன கருத்து ஊன்றிக் கவனிக்கத்தக்கது. 'நல்லதையே குறிக்கும், நல்லதையே செய்ய விரும்பும் வெள்ளையின மக்கள் நிறைய பேர் இருக்கின்றனர்' என்பதை ஏற்றுக்கொண்ட அலி தொடர்ந்து சொன்னார்: 'ஒரு பத்தாயிரம் பாம்புகள் அந்தத் தாழ்வாரம் வழியே என்னுடைய வீட்டுக்குள்ளே புக முயற்சிக்கின்றன என்று வைத்துக்கொள்வோம். அவற்றுள் ஆயிரம் கிலுகிலுப்பை பாம்புகளுக்கு என்னைக் கடிக்கும் நோக்கமேதும் இல்லை; எனவே அவற்றை உள்ளேவிட்டு, அந்த ஆயிரம் பாம்புகளும் சேர்ந்து ஒரு பாதுகாப்பு அரண் ஏற்படுத்தி, என்னைக் காத்துக்கொள்வார்கள் என்று நம்பி நான் வாளாவிருப்பதா, அல்லது அந்த தாழ்வாரக் கதவை அடைத்துவிட்டு நிம்மதியாக இருப்பதா?'

இன்றைய உலகில் இனவாதமானது பால், வகுப்பு, பாலியல், தலைமுறை என அனைத்தையும் கடந்து தலைதூக்கி நிற்கிறது. எல்லா இனத்தவரும் இனவாதத்தைக் கடைப்பிடிக்கலாம், கடைப்பிடிக்கிறார்கள். ஆனால் அதிகாரத்தைக் கையில் வைத்திருப்பவர்களின் இனவாதம்தான் பெரும் தாக்கங்களை உருவாக்குகிறது. உலக அளவில் வெள்ளையினத்தவர் கைகளில்தான் அதிகாரம் குவிந்திருக்கிறது. அவர்களுக்குப் பல சிறப்புரிமைகள் இருக்கின்றன. இன்றைய உலகச் சந்தை இதற்கான சிறந்ததோர் எடுத்துக்காட்டு.

உலகச் சந்தைக்குச் சாதியில்லை, மதமில்லை, இனமில்லை, மொழியில்லை, தேசமில்லை என்றெல்லாம் அழகாகப் பூசி மெழுகப்பட்டாலும், இவை அனைத்துமே அதற்கு இருக்கின்றன என்பதுதான் வேதனையான உண்மை. எடுத்துக்காட்டாக,

மெக் டானல்ட்ஸ், கெண்டாக்கி ஃபிரைட் சிக்கன், சப் வே போன்ற அமெரிக்க உணவகங்கள் எல்லாம் இந்தியாவுக்குப் படையெடுத்து வரும்போது, நமது தலப்பாக்கட்டி பிரியாணிக் கடை அமெரிக்காவுக்குப் போக முடியவில்லையே, ஏன்?

ஓர் அமெரிக்கர் அல்லது ஐரோப்பியர் எழுதிய ஒரு கதையை, அல்லது உருவாக்கிய ஒரு பொருளை 'அறிவுச் சொத்து' என உரிமை கொண்டாடி, அதற்குரிய விலையை அல்லது கட்டணத்தை ஈடாக்காமல் அதைப் பயன்படுத்த அனுமதிக்காதவர்கள், தெற்கத்திய நாட்டு மக்களின் பாரம்பரிய இசை, நடனம், திரைப்படங்கள், படைப்புகள், கைவினைப் பொருட்கள், உணவுப் பொருட்கள் என எதற்குமே உரிய அங்கீகாரமோ, மரியாதையோ, கட்டணமோ தருவதில்லையே, ஏன்? இந்தியர்கள் தலைமுறை தலைமுறையாகப் பயன்படுத்திவரும் வேம்பு, மஞ்சள், பாசுமதி அரிசி போன்றவற்றுக்கு அமெரிக்க நிறுவனங்கள் உரிமை கொண்டாடினார்களே, எப்படி?

உலகுக்கே சனநாயகம், திறந்தவெளித்தன்மை, பொறுப்புணர்வு பற்றியெல்லாம் வகுப்பெடுக்கும் அமெரிக்கர்களும், ஐரோப்பியர்களும் உலகப் பொருளாதாரம் குறித்து எந்த முடிவையும் சனநாயக அடிப்படையில் எடுப்பதில்லையே, ஏன்? அமெரிக்கர்கள் நடத்தும் சூப்பர் மார்க்கெட்டுகளில் உரிமையாளர் நிர்ணயிக்கும் விலைகளை எந்தப் பேரப்பேச்சும் நடத்தாமல் நுகர்வோர் வாங்கிக்கொள்ளும் நிலை இருக்கும்போது, உலகச் சந்தையில் மட்டும் பொருட்களை உற்பத்தி செய்யும் நாடுகளுக்கு அதே உரிமையைக் கொடுக்காமல் பணக்கார நாடுகளே விலைகளை நிர்ணயிக்கின்றனவே, ஏன்? கானா, ஐவரி கோஸ்ட் போன்ற நாடுகள் உற்பத்தி செய்யும் கொக்கோவுக்கு அந்த நாடுகளே விலை நிர்ணயிக்காமல், அமெரிக்காவும், ஐரோப்பிய நாடுகளும் விலையை முடிவு செய்வது என்ன நியாயம்?

இனவாதம் எனும்போது, உலகளாவிய சுதந்திர வர்த்தக (free trade) அமைப்புக்குள் நிகழும் இனவாதம், தனிமனிதத் தலைவர்கள், பன்னாட்டு நிறுவனங்கள், அரசுசாரா அமைப்புகளின் இனவாதம் என இரண்டு விதத்தில் இந்தப் பிரச்சினையை நாம் பார்த்தாக வேண்டும். எடுத்துக்காட்டாக, டொனால்ட் ட்ரம்ப் போன்ற அமெரிக்கத் தலைவர்கள் சிலர் இசுலாமியர்களுக்கு

எதிரான, ஜப்பானியர்களுக்கு எதிரான எண்ணவோட்டம் கொண்டிருக்கின்றனர்.

அதேபோல, சில ஜப்பானியத் தலைவர்கள் கருப்பின மற்றும் ஹிஸ்பானிக் (மெக்சிகன்) மக்களுக்கு எதிரான உணர்வுகளைக் கொண்டிருக்கின்றனர். கருப்பின மக்கள் கடனைத் திருப்பித் தரமாட்டார்கள்; கொரிய, சீன மக்கள் குற்றங்கள் புரிவார்கள் என்றெல்லாம் தவறான நம்பிக்கை கொண்டிருக்கின்றனர் அவர்கள். பல நாடுகளில் நிலவும் நிறுவன மயமாக்கப்பட்டிருக்கும் இனவாதத்தைப் பார்க்கும்போது, இந்தத் தனிமனிதக் குறைபாடுகள் பெரிதல்ல எனத் தோன்றுகிறது.

நிதி உலகமயமாக்கலில் அமெரிக்கா, பிரிட்டன், ஆஸ்திரேலியா, கனடா, நியுசிலாந்து போன்ற ஆங்கில மொழி பேசும், தனிநபர் உரிமைகளைப் போற்றும் நாடுகளில் நிலவும் முதலாளித்துவத்தை 'அமெரிக்க முறை' அல்லது 'ஆங்கிலோ-சாக்சன்' முறை என்றே அழைக்கின்றனர். ஓர் ஐரோப்பியரே சர்வதேச நிதி மையத்தின் தலைவராக இருக்க வேண்டும், ஓர் அமெரிக்கரே உலக வங்கியை நிர்வகிக்க வேண்டும் எனும் எழுதப்படாத ஒப்பந்தம் ஒன்றை இவர்கள் உருவாக்கி வைத்திருக்கின்றனர்.

ஜெஃப்ரி சாக்ஸ் (Jeffrey Sachs) என்பவர் 30 அதிக வருமானம் ஈட்டும் நாடுகளையும், 42 அதிகக் கடன்பட்ட நாடுகளையும் (highly indebted poor countries - HIPCs) ஒப்பிட்டுச் சில இன ரீதியிலான, பொருளாதார வேற்றுப்படுத்தல்களைச் சுட்டிக்காட்டுகிறார். பணக்கார நாடுகளின் மருத்துவ ஆராய்ச்சிகள் அவர்கள் நாட்டுப் பிரச்சினைகளான இதயநோய், புற்றுநோய் போன்றவற்றுக்கான மருந்துகளை உருவாக்குவதிலேயே கவனம் செலுத்துகின்றன. ஏழை நாடுகளின் மலேரியா, டிபி, எய்ட்ஸ் போன்ற நோய்களுக்குத் தீர்வு தேடுவதில் அக்கறை கொள்வதில்லை.

உலகின் எய்ட்ஸ் நோயாளிகளில் மூன்றில் இரண்டு பேர் சகாரா பாலைவனத்துக்குத் தெற்கேயுள்ள ஆப்பிரிக்க நாடுகளில் வாழ்கிறார்கள். இருபது ஆண்டுகளுக்கு முன்னர் இவர்களுக்கு வைத்தியம் செய்ய 2.3 பில்லியன் டாலர் பணம் தேவைப்பட்டது. ஆனால் பணக்கார நாடுகள் வெறும் 165 மில்லியன் டாலர் பணத்தை மட்டுமே நன்கொடையாக அளித்தன.

கொரியப் போரிலும், வியட்னாம் போரிலும் கொல்லப்பட்ட அமெரிக்கர்களின் எலும்புகளை, தடயங்களை, போர்

எச்சங்களை ஏராளமான பொருட்செலவில் தேடிய வடக்கத்திய நாடுகள் இதே முக்கியத்துவத்தைப் பிற நாட்டு மக்களின் நினைவுகளுக்கு அளிக்கவில்லை. எண்ணெய் வளம் கொண்ட பாரசீக வளைகுடாவிலும், வெள்ளையின மக்கள் வாழும் பால்கன் நாடுகளிலும் இராணுவத் தலையீடுகள் செய்த வடக்கத்திய நாடுகள், ருவாண்டா நாட்டில் ஆறு லட்சம் கருப்பின மக்களைக் கொன்றுகுவித்த இனப்படுகொலையில் அக்கறை காட்டவேயில்லை.

உயிர்த் தொழில்நுட்ப ஆய்விலும் (biotechnology research) ஒப்பனை மருந்துகள் (cosmetic drugs), மெதுவாகப் பழுக்கும் தக்காளி போன்றவற்றுக்குத் தரப்படும் முக்கியத்துவம் மலேரியா நோய் தடுப்புமருந்து கண்டுபிடிப்பதற்குத் தரப்படுவதில்லை. தகவல் தொடர்பு, போக்குவரத்து உள்ளிட்ட பல்வேறு தொழிற்நுட்பங்களில் புதுப்புது உத்திகளைப் புகுத்தி உலகப் பொருளாதாரத்தை மாற்றி அமைக்கும்போது, ஏழ்மையை, வறுமையை விரட்டுவதில் மட்டும் எந்த அக்கறையும் கொள்வதில்லை ஆதிக்க நாடுகள்.

இணையம் போன்ற தொழில்நுட்பங்கள் அறிவார்ந்த வளர்ச்சிக்கு உதவினாலும், பணமுள்ளவர்களுக்கும், படிப்பறிவு உள்ளவர்களுக்கும் மட்டுமே இவை உதவுகின்றன. ஏறத்தாழ 88% இணைய உபயோகிப்பாளர்கள் வளர்ந்த நாடுகளில் வசிக்கின்றனர். இவர்கள் உலக மக்கள்தொகையில் வெறும் 17% பேர்தான் என்பதை நாம் நினைவில்கொள்ள வேண்டும்.

உலகமயம் உள்ளூர் சமூகங்களை, அவர்களின் தற்சார்பு வாழ்க்கையை அழிக்கிறது. பல்வேறு இனக் குழுமங்களின், தேசிய இனங்களின் மீதான வெறுப்பை, அன்னியர் மீதான கோபதாபங்களை வளர்த்தெடுக்கிறது. இணைய உலகம் இதற்கு மேலும் உதவி செய்கிறது. பணக்கார உலகமய சக்திகள் செய்யும் சுற்றுச்சூழல் தவறுகளுக்கு ஏழை மக்கள் தண்டிக்கப்படுகின்றனர். பருவநிலை மாற்றம், வறட்சி, வளக்கொள்ளை, கழிவுகள் உருவாக்கம், ஆபத்தான பொருட்களைக் கொட்டிக் குவிப்பது எனப் பல வழிகளில் சுற்றுச்சூழல் இனவெறி தலைகாட்டுகிறது.

உலகச்சந்தையின் இனவெறி (இன, தேசிய இன) சிறுபான்மையினரின் அரசியல் அதிகாரமிழப்பில், சமூக விலக்கில், பொருளாதாரச் சுரண்டலில் பெரும் பங்காற்றுகின்றது.

உலகமய சக்திகள் இந்த மக்களைத் திட்டமிட்டு பலவீனப்படுத்தி, அவர்களின் மனித உரிமைகளைப் பறித்து, நிலைபெறு வளர்ச்சியைத் தடுத்து, தங்கள் அதிகாரத்தையும், ஆதிக்கத்தையும் அவர்கள் மீது திணிக்கின்றன.

[18]

உயர்வு மனப்பான்மை

பார்ப்பனீயமும், வெள்ளையினவாதமும் தாங்களாகவே கற்பிதம் செய்துகொண்டிருக்கும், தந்திரமாகப் பிறர் மீது திணித்துவிட்டிருக்கும் உயர்வு மனப்பான்மையில் கிடந்து உழல்கின்றன. அப்படி உயர்வாக உணர்வதற்கும், தங்களைத் தனிமைப்படுத்திக் கொள்வதற்கும், பிறரைத் தட்டிவைப்பதற்கும் அவர்களின் உயர்சாதிப் பிறப்பையும், உயர்நிறத் தோற்றத்தையும் பயன்படுத்துகின்றன. இருதரப்பிலும் பிறப்பே அடிப்படையாகக் கொள்ளப்படுவதால், அதுவே இயற்கை, உண்மை என்று அவர்கள் உறுதியாக நம்புகின்றனர்.

நார்மன் ஷ்வார்ட்ஸ்காஃப் (*Norman Schwarzkopf*) எனும் புகழ்பெற்ற அமெரிக்க இராணுவத் தளபதி ஒருமுறை சொன்னார்: 'நான் சிறுவனாக இருக்கும்போது என் அம்மா அடிக்கடி கூறுவார்: நீ மிகவும் பாக்கியம் செய்தவன். நீ வெள்ளையினத்தவனாக, அமெரிக்கனாக, பிராட்டஸ்டன்டாகப் பிறந்திருக்கிறாய். எனவே பல்வேறு மக்கள் அனுபவிக்கும் வேற்றுப்படுத்தலை நீ சந்திக்க வேண்டியிராது. ஆனால் இது பிறப்பால் மட்டுமே நிகழ்ந்த விபத்து என்பதை நீ எப்போதும் நினைவில் கொள்ள வேண்டும். எனவே உன் தோலின் நிறத்தை, தேசியத்தை, மதத்தைக் காட்டி, யாருக்கும் எதிராக நீ வேற்றுமை பாராட்டக்கூடாது.'

இது ஒரு நேர்மறையான அறிவுரைதான் என்றாலும், இதன் உள்கிடப்பு வெள்ளையராகப் பிறப்பது ஒரு பாக்கியம், கொடுப்பினை, உயர்வான விடயம் எனும் மனோபாவம்தான். பூகோளரீதியாக 'வளமான வடக்கு - தேறாத தெற்கு' என்று உலகம் பிரிக்கப்பட்டிருப்பது போல, இனரீதியாக 'உயர்வான வெள்ளையர் - உருப்படாத பிறர்' என்றே மனிதச் சமூகம் பகுக்கப்பட்டிருக்கிறது. வெள்ளை என்றால், தூய்மை, உண்மை, நேர்மை, களங்கமின்மை என்றெல்லாம் அர்த்தம் கற்பிக்கிற பல்வேறு உலகச் சமூகங்கள், கருப்பு என்றால் அழுக்கு, பொய்மை, கள்ளம், கபடம், களங்கம் என்றே கொள்கின்றன.

பிறரைவிட நாம் உயர்ந்தவர்கள் என்று கருதுவதற்கு, காண்பித்துக்கொள்வதற்குச் சில முக்கிய முன் நிபந்தனைகள் இருக்கின்றன. ஒன்று, நம்மை வேற்றுப்படுத்திக் காட்டும் ஏதாவது சில வெளிப்படையான புறக்காரணிகள் வேண்டும். இரண்டு, நாம் உயர்ந்தவர்களே என்கிற 'உண்மையை'த் தீவிரமாக உள்வாங்கியாக வேண்டும். மூன்று, நாம் உள்வாங்கியிருக்கும் அந்தப் 'பேருண்மையை'ப் பிறர் மனங்களில் ஆகக்கூடிய வழிகளில் எல்லாம் ஆழமாகப் பதியச்செய்ய வேண்டும். நம்மைப் போலவே, ஏனையோரும் நம்மை உயர்ந்தவர்கள் என்று ஏற்றுக்கொள்ளும்போது, கொண்டாடும்போது, குனிந்து நிற்கும்போது, நாம் கட்டமைத்து வைத்திருக்கும் 'உண்மை' உயிர்ப்பெற்றுவிடுகிறது.

இந்த உயர்வு மனப்பான்மையை மிகவும் தந்திரமாக, இறைவனே ஏற்படுத்தியது, வேதங்கள் சொன்னது, வேதியர்கள் கடைப்பிடித்தது என்று கடிதில் கற்பித்து, கட்டமைத்தது பார்ப்பனீயம். இதைச் சமூகத்தின் அறிவியல் பூர்வமான வேலைப்பிரிவு முறை, சட்டம் ஒழுங்கைக் காப்பாற்றும் வழிவகை, சமூகத்தில் சமாதானத்தை ஏற்படுத்தும் ஒரே வழி என்றெல்லாம் ஆழமாக, நரித்தனத்துடன் நிறுவியிருக்கிறார்கள்.

எடுத்துக்காட்டாக, டி. எல். வாஸ்வானி (*T.L. Vaswani*) என்கிற ஒரு பார்ப்பனர் சொல்கிறார்: 'இந்து சமூகம் பல்வேறு வகுப்புகளாகப் பிரிக்கப்பட்டது. ஆனால், மேற்கத்திய பகுத்தறிவாளர்கள் அவற்றைச் சாதிகள் என்று தவறாகப் புரிந்துகொண்டார்கள். பல்வேறு மனநிலைகளும், திறமைகளும், மனோதத்துவக் கொடுப்பினைகளும் இருப்பதால், வகுப்புகள் இருந்தேயாக வேண்டும். ஒவ்வொரு வகுப்பும் செய்ய வேண்டிய சிறப்பு வேலைகளும், ஒவ்வொரு வகுப்புக்கான இடமும் சமூகத்தில் இருக்கின்றன. நீ சார்ந்திருக்கும் வகுப்பின் கடமைகளை நீ நிறைவேற்று. இன்னொரு வகுப்பாரின் வேலைக்குள் நுழையாதே. அப்படிச் செய்வது குழப்பத்தையும், சீரழிவையும் ஏற்படுத்தி, சமூகத்தின் ஆன்மாவையே தகர்த்தெறியும்'

'இந்து சமூகம் பல்வேறு வகுப்புகளாகப் பிரிக்கப்பட்டது' என்கிற வாஸ்வானி யார் பிரித்தார்கள், எந்த அடிப்படையில் பிரித்தார்கள், அந்த அமைப்பில் பிரித்தவர்களின் படிநிலை என்ன, அது எப்படிக் கட்டமைக்கப்பட்டது என்றெல்லாம் விவரிக்கத் தலைப்படவில்லை.

அதேபோல, வெள்ளையின வெறியர்களும் காலனியாதிக்கம், ஏகாதிபத்தியம் போன்ற அரசியல் அமைப்புகளைப் பயன்படுத்தித் தங்களை உயர்ந்தவர்களாக நிறுவினர். எடுத்துக்காட்டாக, இந்தியாவுக்கு அனுப்பப்பட்ட பிரிட்டிஷ் காலனிய அதிகாரிகள் அனைவருமே இளைஞர்களாக, உயரமானவர்களாக இருந்தார்களாம். அப்படி இருந்தால்தான் சராசரி இந்திய மக்கள் அவர்களை அண்ணாந்து பார்த்துப் பேசுவர், அவர்களின் ஆற்றல்துடிப்பைக் கண்டு மிரளுவர் என்பது அதற்குள்ளிருந்த நுண்ணரசியல், உளவியல் அணுகுமுறை.

உலகில் கருப்பு, சிவப்பு, பழுப்பு, மஞ்சள் எனும் பல்வேறு தோல் நிறங்களைக் கொண்ட மக்கள் குழுகங்களிடையே வெள்ளை நிறமே உயர்ந்தது, சிறந்தது, அழகானது, விரும்பத்தக்கது என்று நிறுவப்பட்டிருக்கிறது. இது மக்கள் மனங்களில் எவ்வளவு ஆழமாக ஊடுருவி இருக்கிறது, வேர்விட்டிருக்கிறது என்பதை நாமறிவோம்.

பிரிட்டிஷ் அரச குடும்பத்தைவிட்டு வெளியேறிய இளவரசர் ஹாரியும், அவரது மனைவி மீகனும் தாங்கள் வெளியேறியதற்கான காரணங்களைப் பொதுவெளியில் பகிர்ந்தார்கள். வெள்ளையின அப்பாவையும், கருப்பின அம்மாவையும் பெற்றிருந்த மீகன், தான் கருவுற்றிருந்தபோது, அரச குடும்பத்தில் நடந்த கொடுமைகளைக் கொட்டித் தீர்த்தார். தனக்குப் பிறக்கவிருந்த குழந்தையின் தோல் நிறத்தைப் பற்றி அரச குடும்பம் மிகவும் கவலைகொண்டிருந்தது என்றும், அந்தக் குழந்தைக்கு அரசப் பட்டங்கள் கொடுக்கப்படாது, பாதுகாப்பு வழங்கப்படாது என்று அரச குடும்பத்தினர் தன்னுடைய கணவரிடம் தெரிவித்ததாகவும் அவர் சொன்னார்.

வெள்ளை நிறத் தோலால் தங்களை உயர்ந்தவர்கள் என்று காட்டிக்கொள்ளும் வெள்ளையின வெறியர்கள் போலவே, பார்ப்பனீயப் பாசிசமும் வெண்ணிறத்தைப் பயன்படுத்திக் கொள்கிறது. அதனால்தான் இந்தியாவெங்கும் சினிமா, தொலைக்காட்சி, நுண்கலைகள், ஊடகங்கள், விளம்பரங்கள் என அனைத்திலும் வெள்ளைத் தோல் கொண்ட பார்ப்பனர்கள் முதன்மை பெறுகின்றனர். இந்த வெண்ணிறச் சதிவலைக்குள் வீழ்ந்துகிடக்கும் இந்தியச் சமூகத்தில் பெண் தேடும்போதும், பிள்ளைப் பேற்றின்போதும் வெள்ளைத் தோல் பெரிதும்

விரும்பப்படுகிறது. தோலை வெண்மையாக்கும் சவரக்கட்டிகளும், களிம்புகளும் நாடு முழுவதும் வெகுவாக விற்பனை ஆகின்றன.

இந்த வெள்ளை நிறத்தின் வெற்றிச் சின்னமாகக் கருதப்படுவது அமெரிக்கா என்கிற நாடுதான். அந்த அமெரிக்கா தனது உயர்வு மனப்பான்மையை 'வெளிப்படையான விதி' (Manifest Destiny) எனும் விழுமியத்தால் குறிக்கிறது. செவ்விந்தியர்களின் நிலத்தை அபகரித்து தமதாக்கிக்கொண்ட வெள்ளையின வந்தேறிகள் வட அமெரிக்கா முழுவதும் பரந்து வியாபித்துத் தங்கள் ஆதிக்கத்தை நிலைநிறுத்த வேண்டும் என்பதே அதன் பின்னிருக்கும் சித்தாந்தம்.

அதனடிப்படையில் 1872-ஆம் ஆண்டு ஜான் காஸ்ட் (John Gast) எனும் ஓவியர் வரைந்த 'அமெரிக்க வளர்ச்சி' என்று தலைப்பிடப்பட்ட ஓவியம் மேற்படி சித்தாந்தத்தைத் தெளிவாக விவரித்தது. அந்த ஓவியத்தில், அமெரிக்காவை உருவகப்படுத்தும் கொலம்பியா என்கிற ஒரு வெள்ளையினப் பெண் வெண்ணிற ஆடை தரித்து, கையில் ஒரு புத்தகத்துடன் கிழக்கிலிருந்து மேற்கு நோக்கிப் பறந்து செல்கிறாள். பின்புலத்தில் வேளாண்மை, சாலைப் போக்குவரத்து, தொடர்வண்டிகள், தந்திக்கம்பி இணைப்புகள் என்பன போன்ற பல்வேறு பொருளாதார நடவடிக்கைகள் இடம்பெறுகின்றன. இந்த உயர்வு மனப்பான்மையோடு கூடிய 'வெளிப்படையான விதி' இன்று உலகமயம்-தனியார்மயம்-தாராளமயம் எனும் மும்மையாக ஒட்டுமொத்த உலகுக்கும் பரப்பப்படுகிறது.

அதே உயர்வு மனப்பான்மையோடு 'அமெரிக்கக் கனவு' (American Dream) என்று அந்நாட்டவரால் போற்றப்படும் அரசியல் விழுமியம் இன்று ஒட்டுமொத்த உலகுக்கும் விரிவாக்கம் செய்யப்படுகிறது. ஜேம்ஸ் ட்ரஸ்லோ ஆடம்ஸ் (James Truslow Adams) என்பவர் 1931-ஆம் ஆண்டு இந்த அமெரிக்கக் கனவு விழுமியத்தை 'வகுப்பு, பிறப்பு போன்றவற்றைக் கருத்திற்கொள்ளாமல், அவரவரின் தகுதிக்கும், சாதனைக்குமேற்ப, மேம்பட்ட, வளமிக்க, முழுமையான வாழ்க்கையை அனைவரும் அமைத்துக்கொள்வதுதான்' என்று விளக்கினார்.

சுதந்திரம் என்பது செல்வம் சேர்ப்பதற்கான வாய்ப்பை உள்ளடக்கியது; செல்வம் சேர்ப்பதுதான் வெற்றி பெற்றதற்கான அறிகுறி எனும் கற்பிதங்களை உள்ளடக்கியதுதான்

இந்த அமெரிக்கக் கனவு. இந்தக் கனவு வெள்ளையின அமெரிக்கர்களுக்கே அதிகம் கைகூடுவதும், கருப்பின, ஹிஸ்பானிக் அமெரிக்கர்கள் இந்தக் கனவைக் கண்டடைய முடியாமலிருப்பதும் தற்செயலானவை அல்ல.

பயன்படுத்திய தரவுகள்:

1. Norman Schwarzkopf quoted in Melanie McLean Michel, 'My Mother's Best Advice?' *USA Weekend*, May 12-14, 1995. p. 8.
2. T. L. Vaswani, Sri Rama: *The Beloved of Aryavarta*. Poona, India: Geeta Publishing House, n.d. pp. 9-10.

[19]

வெள்ளையர்களின் சுமை

இந்த உலகம் வெள்ளையர்களின் சுமை *(Whiteman's Burden)*, அதாவது வெள்ளையர்களின் பொறுப்பு என்று சில வெள்ளையினப் பேரினவாதிகள் உறுதியாக நம்புகின்றனர். ஆனால் உண்மையில் அடிமைத்தனம், காலனியாதிக்கம், பொருளாதாரச் சுரண்டல் போன்ற அவர்களின் ஏற்பாடுகளினால், நிறவெறிச் சித்தாந்தத்தை ஏற்றெடுத்திருக்கும் அவர்கள்தான் இந்த உலகுக்குப் பெரும் சுமையாக இருந்து வந்திருக்கின்றனர். ஓரிரு முக்கியமான கட்டுரைகள் இதனைத் தெள்ளத்தெளிவாக நிறுவுகின்றன.

பத்தொன்பதாம் நூற்றாண்டு முதல் இருபதாம் நூற்றாண்டின் நடுப்பகுதி வரை வெள்ளையினப் பேரினவாதம் ஐரோப்பாவிலும், அமெரிக்காவிலும் தலைவிரித்தாடியது. பிரெஞ்சு எழுத்தாளர் ஆர்தர் டி கோபினாவ் *(Arthur de Gobineau)* என்பவர் 'மனித இனங்களின் அசமத்துவம் குறித்த கட்டுரைகள்' எனும் தலைப்பில் நான்கு புத்தகங்கள் கொண்ட தொகுப்பை 1853-55 காலக்கட்டத்தில் வெளியிட்டார். அதில் ஆரியர்கள் மனித வளர்ச்சியின் உச்சத்தைத் தொட்டவர்கள் என்று வாதிட்டார்.

பத்தொன்பதாம் நூற்றாண்டின் பிரிட்டிஷ் எழுத்தாளர்கள் ருட்யார்ட் கிப்ளிங் *(Rudyard Kipling)*, சார்ல்ஸ் கிங்ஸ்லி *(Charles Kingsley)*, தாமஸ் கார்லைல் *(Thomas Carlyle)* போன்றவர்கள் வெள்ளையர் அல்லாதோருக்கு மேற்கத்திய ஏகாதிபத்தியத்தின் மூலம் பண்பாட்டையும், கலாச்சாரத்தையும் கொண்டு சேர்ப்பது ஐரோப்பியர்களின் கடமை என்று எண்ணினர். அது 'வெள்ளையர்களின் சுமை' என்று அவர்கள் கருதினர்.

அந்தக் காலக்கட்டத்தில் வெள்ளையின பேரினவாதம் அறிவியலை அடிப்படையாகக் கொண்டது என்று பல ஆய்வு நிறுவனங்களும், புகழ்பெற்ற அறிவியலாளர்களும் நிறுவ முற்பட்டனர். இருபதாம் நூற்றாண்டின் துவக்கத்தில் நடத்தப்பட்ட அறிவுப் பரிசோதனைகள் அனைத்துமே வட ஐரோப்பியர்கள் ஆப்பிரிக்கர்களைவிட அறிவார்ந்தவர்கள் என்று நிறுவுவதாக அவர்கள் வாதிட்டனர்.

அமெரிக்காவில், அடிமைத்தனம் அங்கீகரிக்கப்பட்டிருந்த காலக்கட்டத்தில் வெள்ளையினப் பேரினவாதமும், இனப்பிரிவினையும் பரவலாக ஏற்றுக்கொள்ளப்பட்டிருந்தன. கூ கிளக்ஸ் கிளான் (Ku Klux Klan) போன்ற இனவெறிக் கூட்டங்களும், வன்முறையில் ஈடுபாடில்லாத தனிநபர்களும், குழுக்களும்கூட வெள்ளையினப் பேரினவாதத்தில் நம்பிக்கை கொண்டிருந்தனர்.

ஆனால், 1950-களின் மத்தியில் இந்த இனவாதச் சித்தாந்தமும், செயல்பாடுகளும் தங்கள் செல்வாக்கை ஓரளவு இழந்தன. ஹிட்லரின் ஆரியப் பேரினவாதம் மாபெரும் அழிவை நடத்தி, அதன் உண்மையான கோர முகத்தை உலகுக்கு உணர்த்தி நின்றது. இனப் பிரிவினையும், காலனியாதிக்கமும் ஏற்றுக்கொள்ளத்தக்கவை அல்ல எனும் நிலைப்பாட்டை உலகச் சமூகம் உணரத் தொடங்கியது.

பின்னர் 1950-60 காலக்கட்டத்தில் அமெரிக்கக் குடிமையியல் உரிமை இயக்கங்களையும், குடிமை உரிமைகள் வழங்கும் சட்டங்களையும் சில வெள்ளையினத்தவர் கடுமையாக எதிர்த்த நிலையில், வெள்ளையினப் பேரினவாதம் தலைவிரித்தாடியது. நாளடைவில் 1960-70 காலக்கட்டத்தில் வீறுகொண்டெழுந்த 'கருப்பர் சக்தி' ('Black Power') இயக்கத்திற்குப் பதிலளிக்கும் விதமாக, 'வெள்ளையர் சக்தி' ('White Power') எனும் இயக்கம் தோன்றியது.

மிக நீண்டகாலமாக அடக்கி ஒடுக்கப்பட்ட கருப்பின மக்களுக்கு உதவும்பொருட்டு அமெரிக்க அரசு கொண்டுவந்த இட ஒதுக்கீடு (affirmative action), இன ஒதுக்கலுக்கு எதிரான சட்டங்கள் போன்ற நடவடிக்கைகளால் வெள்ளையினப் பேரினவாதிகளும், பழமைவாதிகளும் வேதனை அடைந்தனர். அந்த வேதனையும், விரக்தியும் வெள்ளையினப் பேரினவாதத்தை இன்னும் வளர்த்தெடுத்தன. அதேபோல, நாசிக் குழுக்களும், வலதுசாரி கிறித்தவ அமைப்புகளும் பல்கிப் பெருகின.

இருபதாம் நூற்றாண்டின் பிற்பகுதியில் சில வலதுசாரி கிறித்தவக் குழுக்கள் ஐரோப்பாவின் வடமேற்குப் பகுதியிலுள்ள வெள்ளையினத்தவர் விவிலிய இனமொன்றின் வழித்தோன்றல்கள் என்றும், இறைவன் வகுத்திருக்கும் இறுதிப்போர் இவர்களுக்கும், ஏனைய வெள்ளையர் அல்லாதோருக்கும் இடையேதான் நடக்குமென்றும் உறுதியாக நம்பினர்.

ஆனாலும் இம்மாதிரியான பிற்போக்குத்தனமான குழுக்களால் வெள்ளையின ஆதிக்கத்தை, அடக்குமுறைச் சட்டங்களைத் தக்கவைக்க முடியவில்லை. சிறுபான்மை வெள்ளையினத்தவர் ஆட்சி அதிகாரத்தைப் பிடித்துவைத்துக்கொண்டு, பெரும்பான்மை கருப்பினத்தவரை அடக்கியாண்ட ரொடீஷியா எனும் ஆப்பிரிக்க நாட்டில் அந்த ஏற்பாடு 1980-ஆம் ஆண்டு தகர்க்கப்பட்டு, அந்நாடு ஜிம்பாப்வே என்று பெயர் மாற்றம் செய்யப்பட்டது. அதேபோல, 1990-களில் தென்னாப்பிரிக்கா நாட்டில் நிலவிய வெள்ளையினப் பேரினவாத 'அபார்தைட்' ஆட்சிமுறை முடிவுக்குக் கொண்டுவரப்பட்டது.

ஆனாலும் வெள்ளையினப் பேரினவாதம் ஒரு சாராரின் ஆதரவு பெற்ற விழுமியமாக வலம்வந்து கொண்டுதான் இருக்கிறது. ஐரோப்பாவிலும், அமெரிக்காவிலும் அன்னியர் குடியேற்றத்துக்கு எதிரான கொள்கைகளோடு இக்குழுக்கள் விசத்தைக் கக்கிக்கொண்டுதான் இருக்கின்றன.

தங்கள் காலனி ஆதிக்கத்திற்குள் வைத்திருந்த ஆசிய, ஆப்பிரிக்க, லத்தீன் அமெரிக்க நாடுகளிலிருந்து மக்கள் குடியேறி வருவது வெள்ளையர்களுக்குப் பிடிக்கவில்லை. ஒருபுறம் இந்த 'வளர்ச்சியடையாத' மக்களைப் பண்படுத்துவதும், மேலாண்மை செய்வதும் 'வெள்ளையர்களின் சுமை' என்று உளமார நம்புகிறவர்கள், தங்கள் நாடுகளுக்கு இம்மக்கள் வருவதை மட்டும் கவனமாகத் தவிர்க்கின்றனர். அப்படி வருகிறவர்களால் தங்கள் எண்ணிக்கை குறைந்துவிடும், தங்கள் அதிகாரம் மறைந்துவிடும் என்றஞ்சி குடியேறி வருகிறவர்களைத் தீவிரமாக எதிர்க்கின்றனர்.

இம்மாதிரியான வெள்ளையர் அச்சங்களைப் பயன்படுத்திக் கொண்ட டொனால்ட் ட்ரம்ப் 2016-ஆம் வருட அமெரிக்க அதிபர் தேர்தலில் குடியேறி வந்தவர்களையும், பல்வேறு தேசிய இனக்குழுக்களையும் கடுமையாகத் தாக்கிப் பேசினார். அமெரிக்காவுக்கும், மெக்சிகோ நாட்டுக்கும் இடையே சுவர் எழுப்பப்போவதாகவும், அமெரிக்காவிலுள்ள ஒரு கோடிக்கும் அதிகமான சட்ட அங்கீகாரம் இல்லாத 'வந்தேறிகளை' விரட்டப்போவதாகவும் கொக்கரித்தார். இசுலாமியர்கள் அமெரிக்காவுக்குள் நுழைவதற்குத் தடை விதிக்கப்போவதாக மிரட்டினார். பின்னர் 2016 நவம்பர் மாதம் நடந்த தேர்தலில் ட்ரம்ப் வெற்றி பெற்றதும், இசுலாமியர்கள், ஹிஸ்பானிக் மக்கள் மற்றும் யூதர்கள் போன்றோர் மீதான வெறுப்புக் குற்றங்கள் அதிகரித்தன.

உலக மக்கள்தொகையில் ஏறத்தாழ பத்து விழுக்காடாக இருக்கும் வெள்ளையினத்தவர், எஞ்சியுள்ள தொண்ணூறு விழுக்காடு மக்களைப் பண்படுத்துவது, காப்பாற்றுவது, கரையேற்றுவது அனைத்தும் தங்களின் 'சுமை' என்று பொறுப்பேற்பது போல நடித்து, அவர்களைச் சுரண்டிக் கொழுக்கிறார்கள்.

அவர்கள் உருவாக்கி வைத்திருக்கும் இனவெறிச் சித்தாந்தம், நிறவெறிக் கொள்கை போன்றவை நம் உலகைப் பிடித்தாட்டிக் கொண்டிருக்கின்றன. அமெரிக்காவில் வேலை, வீடு, கடன், கல்வி, மருத்துவச் சிகிச்சை என எல்லாமே வெள்ளைநிறத் தோல் கொண்டவர்களுக்கு எளிதாகக் கிடைக்கின்றன. உங்கள் தோல் எந்த அளவுக்கு வெண்மையாக இருக்கிறதோ, அந்த அளவுக்குச் சமூகம் உங்களை நன்றாக நடத்துகிறது.

வெள்ளையினத்தவரின் இந்தச் 'சுமை' அடிமைத்தனமாக, காலனி ஆதிக்கமாக, பொருளாதாரச் சுரண்டலாகப் பரிணமிக்கிறது. அவர்களின் செல்வம், வசதி வாய்ப்புகள், அதிகாரம் அனைத்தும் இந்தச் 'சுமை'யிலிருந்து திருடப்பட்டவைதான். இப்படிச் சுமக்கப்படுகிற தெற்குலக மக்கள் வெள்ளையர்கள் அனுபவிக்கும் வாய்ப்பு வசதிகளில் தம் பங்கினைப் பெற முயலும்போது, அவர்கள் கம்யூனிஸ்ட்கள், தீவிரவாதிகள், பயங்கரவாதிகள் என்று பழிக்கப்படுகின்றனர்.

ஹவாய் தீவுகளில் வசிக்கும் ஹவாய் பூர்வக்குடிகள் வெள்ளையின மக்களை 'ஹவுலி' *(Haole)* என்றழைக்கிறார்கள். இது வெறும் தோலின் நிறத்தை மட்டுமே குறிக்கும் சொல் அல்ல. இனம் என்பது தோலின் நிறத்தையும் தாண்டி, பூர்வக்குடிகளின் சமூக நெறிகளுக்கு எதிரான அணுகுமுறை மற்றும் நடத்தை போன்றவற்றின் கூட்டுக்கலவை என்று அவர்கள் கருதுகிறார்கள். ஆனால் இந்தியாவிலோ, வெள்ளை நிறத் தோலுக்கு விசேட மரியாதை அளிக்கப்படுகிறது.

நாம் இரட்டைச் சுமை அடக்குமுறையை அனுபவித்துக் கொண்டிருக்கிறோம். இந்தியாவுக்குள்ளே, இந்தி-இந்து-இந்துஸ்தான் எனும் பார்ப்பனீயப் பாசிசம் அடக்கியாள, இந்தியாவுக்கு வெளியே பணம்-இயந்திரம்-சந்தை எனும் மும்மையோடு கூடிய வெள்ளையினப் பேரினவாதம் நம்மைப் பிடித்தாட்டுகிறது. 'வெள்ளையர்களின் சுமை' ஒரு மாபெரும் சுமையாக நம் கழுத்துகளில் தொங்கிக்கொண்டிருக்கிறது.

[20]

குடியேற்றக் கொள்கை

முல்லா நசிருதீன் வீட்டிற்குள் நள்ளிரவில் நுழைந்த ஒரு திருடன், ஓசையின்றி ஒவ்வொரு பொருளாக எடுத்துச்சென்று தன் வண்டியில் ஏற்றி, எடுத்துச் சென்றுவிட்டான். அடுத்த நாள் காலை அவன் எழுந்து வீட்டுக்கு வெளியே வந்தபோது, அவன் வீட்டுத் திண்ணையில் முல்லா நசிருதீன் படுத்துத் தூங்குவதைப் பார்த்துத் திடுக்கிட்டான்.

'இங்கே என்ன செய்கிறீர்?' என்று கத்தினான் கோபத்தோடு.

பதற்றமேதுமின்றி முல்லா அமைதியாகச் சொன்னார்: 'நான்தான் நேற்றிரவே இங்கே வீடு மாறி வந்துவிட்டேனே?!'

சுரண்டிக் கொழுப்பதை சித்தாந்தமாக்கி, இயற்கையை அழித்தொழித்து, வீணாக்கலை வாழ்க்கை முறையாக மாற்றி, இந்தப் பூமிப் பந்தின் அற்புதமான தட்பவெப்ப இயந்திரத்தைத் தகர்த்து, அந்தப் பெருங்குற்றத்துக்குப் 'பருவநிலை மாற்றம்' என்று கவனமாக மேம்போக்கான ஒரு பெயரைச் சூட்டி, தங்கள் 'வளர்ச்சியின்' கதையைச் 'சோற்றில் முழுப் பூசணிக்காயாக' மறைத்துக்கொண்டிருக்கின்றன வடக்குலக நாடுகள்.

ஆசிய, ஆப்பிரிக்க, லத்தீன் அமெரிக்க நாடுகளை, வளர்ந்து கொண்டிருக்கும் (*developing*) நாடுகள், வளர்ச்சியற்ற (*undeveloped*), வளர்ச்சி குன்றிய (*underdeveloped*), குறைவான வளர்ச்சி பெற்ற (*least developed*) நாடுகள் என்றெல்லாம் பல்வேறு பெயர்களால் தரம் பிரித்து வைத்திருக்கின்றன ஆதிக்க நாடுகள். தாங்களே முழுமையாக வளர்ந்தவர்கள், மற்றவர்கள் தங்கள் அளவுக்கு வளராதவர்கள் என்று இவர்களாகவே கருதிக்கொண்டு, கற்பிதம் செய்துகொண்டு சில கட்டமைப்புகளை ஏற்படுத்திவைத்து, அவற்றை நியாயப்படுத்திக்கொண்டிருக்கின்றனர்.

பெரும்பாலான வெள்ளையின நாடுகள் 'வளராதவர்களை வளரச் செய்யப் போகிறோம், பேர்வழி' என்று அறிவித்துவிட்டு, தெற்குலக மக்களில் சிலரை அடிமைகளாக்கி, பலரின் சமூகங்களுக்குள் அழையா விருந்தாளிகளாக, காலனியாதிக்கச்

சக்திகளாக அத்துமீறி நுழைந்து, அவர்கள் நிலபுலன்களை ஆக்கிரமித்து, வளங்களை அபகரித்து, பண்பாடுகளை அழித்தொழித்து, அழிமதிகள் செய்கின்றனர்.

அடுத்தவர் நிலங்களை, வளங்களை அபகரித்து, அடிமைகளின் உழைப்புக்கு ஊதியம் வழங்காது, காலனிகளிலிருந்து கச்சாப் பொருள்களைப் பறித்துக்கொண்டு, உற்பத்திப் பொருள்களை ஏழை நாடுகளுக்கே திரும்பக் கொண்டுபோய் உயர்விலைக்கு விற்று, ஒரு மாபெரும் பொருளாதாரச் சுரண்டலை நிறுவியவர்கள் இந்த வெள்ளையின நாடுகள்.

அதே நேரம், தங்களின் காலனி ஆதிக்கத்திற்குள் முடக்கப்பட்டிருந்த, ஒடுக்கப்பட்டிருந்த ஆசிய, ஆப்பிரிக்க, லத்தீன் அமெரிக்க நாடுகளிலிருந்து மக்கள் குடியேறி வருவது இவர்களுக்குப் பிடிக்கவில்லை. உயர்கல்வியும், நுட்பமான அறிவும், வியத்தகு திறமைகளும், பெரும் பொருளும் கொண்டவர்களைக் குடியேற அனுமதிக்கும் செல்வந்த நாடுகள், ஏழை எளியவர்களை, தமக்கு வேண்டாதவர்களை ஏற்றுக்கொள்வதில்லை. அவர்களை சட்டவிரோத வந்தேறிகள் என்று நிந்தித்து, பல்வேறு நிர்ப்பந்தகளுக்கு ஆளாக்குகின்றனர்.

கடந்த சில ஆண்டுகளாக, ஒரு பெரும் அகதிகள் பிரச்சினையை நமது உலகம் சந்தித்துக்கொண்டிருக்கிறது. ஏராளமான மக்கள் தோணிகளிலும், படகுகளிலும், கண்டெய்னர் லாரிகளிலும், பிற ஆபத்தான வழிகளிலும் பயணித்து, செல்வந்த நாடுகளுக்கு இடம்பெயர்ந்து செல்ல முயற்சிக்கின்றனர். ஆனால் செல்வந்த நாடுகளோ தங்கள் நாட்டு எல்லைகளை இறுக மூடிவைத்து, குடியேற்றத்தைத் தடுக்க தீவிர நடவடிக்கைகளை எடுத்து வருகிறார்கள். வளர்ச்சியடைந்த நாடுகள் குடியேற்றத்தை எதிர்ப்பதற்குப் பல்வேறு காரணங்கள் உள்ளன. தாங்கள் சுரண்டிச் சேர்த்துவைத்திருக்கும் அரிய வளங்களை அதிகமான நபர்களோடு பகிர நேரிட்டால், தங்களின் பங்கு குறைந்துவிடுமே, தங்களின் வாழ்க்கைத் தரம் குன்றிவிடுமே என்கிற பயம்தான் அதற்கு முதல் காரணம்.

இரண்டாவது காரணம், இப்படிக் குடியேறி வருகிறவர்களால் தங்களின் எண்ணிக்கை குறைந்து, ஆட்சி அதிகாரம் கையைவிட்டுப் போய்விடுமே என்கிற பீதி. மூன்றாவது, பலவீனமாக, பெருந்தன்மையாக இருந்த தெற்குலக மக்களைத்

தாங்கள் அடக்கியாண்டு, சுரண்டிக் கொழுத்தது போன்ற அவலம் தங்களுக்கும் நேர்ந்துவிடக் கூடாதே என்கிற முன்னெச்சரிக்கை. இவை எல்லாவற்றுக்கும் மேலாக, வெள்ளையினப் பேரினவாதிகளின் நெஞ்சங்களில் மண்டிக் கிடக்கும் இனவெறிப் பதற்றம் அதி முக்கியமானது.

'நாம்-அவர்கள்' என்று பிளவுபடுத்தியே சிந்திக்கும், செயல்படும் வடக்குலக அரசியல்வாதிகளுக்கு, குடியேற்றம் என்பது மிகவும் விருப்பமான ஒரு விவாதப் பொருளாக இருந்து வருகிறது. எடுத்துக்காட்டாக, கலிபோர்னியா மாநிலத்தின் ஆளுநர் பீட் வில்சன் (Pete Wilson) 1995-ஆம் ஆண்டு இப்படிச் சொன்னார்: 'சட்டங்களை மதிக்க வேண்டும் என்று நாம் நமது குழந்தைகளுக்குப் போதிக்கிறோம். ஆனால் நாற்பது லட்சம் சட்டவிரோத வந்தேறிகள் நம் சட்டங்களைத் தினமும் மீறுகிறார்கள். நம் மக்கள் செலுத்தும் வரிப் பணத்தை எடுத்து அவர்களுக்கு நலத்திட்டங்கள் வழங்குமாறு மாநிலங்களைக் கட்டாயப்படுத்தி [அமெரிக்க ஒன்றிய] வாஷிங்டன் அரசு சட்டவிரோத சக்திகளுக்கு உதவி செய்கிறது.'

அமெரிக்காவைச் சார்ந்த பாட்ரிக் புக்கானன் (Patrick Buchanan) என்கிற பிரபலமான பழமைவாதச் சிந்தனையாளர் டிசம்பர் 8, 1991 அன்று ஏபிசி தொலைக்காட்சியின் டேவிட் பிரிங்க்லி (David Brinkley) என்பவருடனான கலந்துரையாடலில் இப்படிக் கேட்டார்: 'கடவுள் எல்லா மனிதர்களையும் நல்லவர்களாகவே படைத்தார் என்றே நினைக்கிறேன். ஆனால் பத்து லட்சம் சூலூ (Zulu) கருப்பின மக்களையோ அல்லது ஆங்கிலேயர்களையோ வந்தேறிகளாக ஏற்று, விர்ஜீனியா மாநிலத்தில் குடியமர்த்துவதாக இருந்தால், எந்தக் குழுமத்தினர் இணைத்துக்கொள்வதற்கு எளிதானவர்களாக, விர்ஜீனியா மக்களுக்குக் குறைந்த பிரச்சினைகளை உருவாக்குகிறவர்களாக இருப்பார்கள்?'

பின்னர் அமெரிக்க அதிபர் தேர்தலில் போட்டியிட்ட புக்கானன் 1996 சனவரி மாதம் இப்படி அறிவித்தார்: '[மெக்சிகோ நாட்டு எல்லையில்] அந்தப் பாதுகாப்புச் சுவரை நான் கட்டுவேன்; அதை அடைத்துவிட்டு நாம் சொல்வோம்: கேளு, ஹோசே! இம்முறை நீ உள்ளே வரமுடியாது!' இப்படிப்பட்ட இனவெறிச் சிந்தனைகளின் விளைவுதான் பல ஆதிக்க நாடுகளில் காணப்படும் குடியேற்றத் தடுப்புப் பிரச்சாரங்களும், கொள்கைகளும், உத்திகளும்.

ஹங்கேரி நாட்டின் சர்வாதிகாரி விக்டர் ஓர்பன் (*Viktor Orban*) 2015-ஆம் ஆண்டு அந்நாட்டின் தெற்கு எல்லையில் வேலி அமைத்து, கடுமையான பாதுகாப்பு ஏற்பாடுகள் செய்து, யாரும் உள்ளே புகமுடியாதவாறு தடுத்தார். அடுத்த ஆண்டு ஒரு வாக்கெடுப்பு நடத்தி, பெரும்பான்மை மக்களின் ஆதரவையும் பெற்றார். 'நாங்கள் யாரோடு வாழவேண்டும், எங்கள் கலாச்சாரம், வாழ்க்கை முறை, கிறித்தவ வேர்கள் எப்படி இருக்க வேண்டும்' என்பவற்றைத் தீர்மானிக்கும் வாக்கெடுப்பில் தான் வென்றுவிட்டதாகப் பெருமையோடு பீற்றிக்கொண்டார்.

பிரான்சு நாட்டின் அதிபராகப் பதவியேற்பதற்கு முன்னர் ஜாக் சிராக் (*Jacques Chirac*) என்பவர் குடியேற்றக்காரர்கள் மோசமாக நாறுவதாகக் குறைபட்டுக் கொண்டார். எர்மினியோ போசோ (*Erminio Boso*) எனும் இத்தாலி நாட்டு அரசியல்வாதி, வந்தேறிகள் நாறுவதாலும், விமானப் பணிப்பெண்களைப் பாலியல் பலாத்காரம் செய்யும் ஆபத்து இருப்பதாலும், அவர்களை இராணுவ விமானங்களில் ஏற்றி அவரவர் நாடுகளுக்கு அனுப்பவேண்டும் என்று கொக்கரித்தார்.

டொனால்ட் டிரம்ப் அமெரிக்க அதிபராகப் பதவியேற்றதும், 2017-ஆம் ஆண்டு துவக்கத்தில், குடியேற்ற ஆவணங்கள் இல்லாத சற்றொப்ப 110 லட்சம் வந்தேறிகள் சுற்றிவளைக்கப்பட்டு, கட்டாயமாக வெளியேற்றப்படுவார்கள் என்று அறிவித்தார். நாடெங்கும் நூற்றுக்கணக்கான நபர்கள் கைது செய்யப்பட்டார்கள். இது பெரும் பரபரப்பையும், பீதியையும் கிளப்பியது.

சட்டவிரோதக் குடியேற்றக்காரர்கள் தாம் செய்யும் பொருளாதாரப் பங்களிப்பைவிட, வந்தேறிய நாட்டுச் சமூகத்திடமிருந்து அதிகமாக எடுத்துக்கொள்கிறார்கள் என்பது பரவலாக முன்வைக்கப்படும் ஒரு குற்றச்சாட்டு. அதே நேரம், சட்டப்பூர்வமான குடியேற்றக்காரர்கள் சிறு, குறு தொழில்களைத் தொடங்கி, இயங்கிக்கொண்டிருக்கும் சிறு, குறு தொழில்களைப் பலப்படுத்தி பெரும் பொருளாதாரப் பங்களிப்பைச் செய்கிறார்கள் என்பதும் உண்மை.

பெரும்பாலான குடியேற்றக்காரர்களுக்கு அந்நிய தேசத்தின் கவர்ச்சியைவிடச் சொந்த மண்ணில் வாழ்வதில் இருக்கும் ஆபத்துகளும், துன்பங்களும்தான் முக்கியமானவையாக

இருக்கின்றன. கொடுங்கோல் ஆட்சி, மனித உரிமைகள் மீறல், மத ஒடுக்குமுறை, உயிரச்சம், பொருளாதாரச் சிக்கல்கள் என அந்தப் பட்டியல் நீள்கிறது. உலக அளவில் ஏழை-பணக்கார நாடுகளின் இடையேயான ஏற்றத்தாழ்வு அதிகரித்துக் கொண்டிருக்கிறது. பணக்கார நாடுகள் வழங்கும் கடன்கள், முதலீடுகள், வணிகம் போன்ற பொருளாதாரச் சித்து விளையாட்டுகளும் அப்படியே தொடர்கின்றன.

[21]
குடியேற்ற அரசியல்

சக்திவாய்ந்த நாடுகள் பிற நாடுகளுக்குள் அத்துமீறி நுழைந்து அந்நாடுகளைக் 'கண்டுபிடித்துவிட்டோம்' என்று அறிவித்து அங்கே தங்கள் குடியேற்றங்களை நிறுவி, பூர்வீகக்குடிகளை அழித்தொழிக்கலாம். அவர்கள் ஆப்பிரிக்காவின் பல பகுதிகளுக்கும் சென்று அம்மக்களை அடிமைகளாகப் பிடித்துவந்து விற்கலாம், வாங்கலாம், அவர்களின் உழைப்பைச் சுரண்டிக் கொழுக்கலாம். அவர்கள் பிற நாடுகளுக்குள் அழையா விருந்தாளிகளாக நுழைந்து, அந்நாடுகளைத் தங்களின் காலனி ஆதிக்கத்துக்குள் கொண்டுவந்து, அவர்களின் வளங்களை உறிஞ்சிக் குடித்து உயரலாம்.

இவையெல்லாம் பல நூற்றாண்டுகளுக்கு முன்னால் நடந்தவை ஆயிற்றே; இப்போது ஏன் இவற்றைப் பற்றிப் பேசவேண்டும் என்று சிலர் கேட்கலாம். ஆனால் உண்மை நிலவரம் என்னவென்றால், இன்றைய நவீனக் கட்டமைப்புகளும், ஏற்பாடுகளும், நடைமுறைகளும் அதே பழைய அத்துமீறல், அடிமைத்தனம், காலனியாதிக்கம் போன்றவற்றின் மீதே கட்டியெழுப்பப்பட்டிருப்பதும், கடைப்பிடிக்கப்படுவதும்தான்.

உலகெங்குமுள்ள பூர்வீகக்குடிகள் அழிந்துகொண்டிருக்கிறார்கள், அவர்களின் நிலங்களும், வளங்களும் கபளீகரம் செய்யப்படுகின்றன. இப்பூவுலகின் பெரும்பான்மையான மக்கள் இன்னும் இனவெறியாலும், ஏற்றத்தாழ்வுகளாலும் அடிமைப்படுத்தப்படுகின்றனர். காலனியாதிக்க நடைமுறைகள்தான் இன்றளவும் உலக வர்த்தகத்தை, பொருளாதார நடவடிக்கைகளை ஆக்கிரமித்திருக்கின்றன.

வளர்ந்த, வெள்ளையின நாடுகள் தங்கள் நாடுகளை இரும்புக் கோட்டைகளாக மாற்றியமைத்து, அன்னியர் யாரும் உள்ளே வரமுடியாதவாறு தடுக்கும் குடியேற்ற அரசியல் மிகவும் மோசமானது. குடியேற்றத்தைக் கட்டுப்படுத்த இவர்கள் அவ்வப்போது சட்டங்கள் இயற்றுவதும், திட்டங்கள் வகுப்பதும், நடைமுறைகளை மாற்றுவதும் வாடிக்கையாக நடந்து வருகிறது.

அமெரிக்காவில் 1970-களில் 15 லட்சம் ஆசிய அமெரிக்கர்கள் வாழ்ந்தனர். பின்னர் 1990-களில் அது 60 லட்சமாக உயர்ந்தது. அந்த எண்ணிக்கை 2000-களில் 110 லட்சமாகலாம், அதன்பிறகு 2020-களில் 200 லட்சமாக உயரலாம் என்று கணக்கிட்டிருந்தார்கள். அதன்படியே, இப்போது 200 லட்சத்துக்கும் அதிகமான ஆசியர்கள் அமெரிக்காவில் வாழ்ந்துகொண்டிருக்கிறார்கள். ஆசியர்களின் எண்ணிக்கை 72 விழுக்காடு உயர்ந்திருக்கிறது என்றால், ஹிஸ்பானிக் மக்களின் எண்ணிக்கை 60 விழுக்காடு உயர்ந்திருக்கிறது.

அதேபோல, இன்னொரு வெள்ளையின நாடான நியூசிலாந்தில், 1990-களின் இறுதியில் 55,000 பேர் குடியேறிகளாக அனுமதிக்கப்பட்டார்கள், அவர்களில் சரி பாதி பேர் ஆசியர்களாக இருந்தனர். இன்றைய நிலையில் 50 லட்சம் மக்கள்தொகை கொண்ட அந்த நாட்டில் 15 விழுக்காடு பேர்தான் ஆசியர்கள்; ஆனால், பெரும்பான்மை நியூசிலாந்து மக்கள் ஆசியர்கள் அதிகமாக உள்ளே நுழைந்திருப்பதாக விசனப்படுகிறார்கள்.

செல்வந்த நாடுகள் அந்நியர் குடியேற்றத்தை எதிர்ப்பதற்கான காரணங்களை ஏற்கனவே விவாதித்திருக்கிறோம். அந்நியர் மீதான அறியாமையும், வெறுப்பும், வருங்காலம் குறித்த அச்சமுமே மிக முக்கியமான காரணங்களாக அமைகின்றன. நமது நாட்டிலேயே நாம் சிறுபான்மையினர் ஆகிப்போவோமோ என்கிற அச்சம் பலரையும் பிடித்தாட்டுகிறது.

இவர்களில் பெரும்பாலானோர் சட்டப்பூர்வமான குடியேற்றத்தையும் சட்டவிரோதமான குடியேற்றத்தையும் ஒன்றாகப் பார்த்துக் குழப்பிக்கொள்கிறார்கள். அமெரிக்க அதிபர் பில் கிளிண்டன் ஒருமுறை சொன்னார்: 'நாம் குடியேறிகளின் நாடு மட்டுமல்ல, சட்டங்களின் நாடும்தான். நமது குடியேற்றச் சட்டங்களில் அண்மைக்காலத்தில் நடத்தப்பட்டிருக்கும் துஷ்பிரயோகங்களை மேலும் அனுமதிப்பது தவறானது. அது நம்மைச் சுயதோல்விக்கு இட்டுச் செல்லும்.' வெள்ளையின நாடுகளின் அரசியல்வாதிகள் குடியேற்றப் பிரச்சினையைத் தங்கள் அரசியல் நலனுக்காக அவ்வப்போது பயன்படுத்திக்கொள்கிறார்கள்.

அமெரிக்காவில் நடக்கும் ஹிஸ்பானிக் குடியேற்றம் ஒரு சரியான எடுத்துக்காட்டு. அமெரிக்காவின் மேற்கு மற்றும் தென்மேற்குப் பகுதிகளிலுள்ள கலிஃபோர்னியா, நெவாடா, அரிசோனா, நியூ மெக்சிகோ, டெக்சாஸ் போன்ற மாநிலப் பகுதிகள் ஸ்பெயின் நாட்டின் காலனி ஆதிக்கத்திற்குள் இருந்தன. மெக்சிகோ நகரைத் தலைமையகமாகக் கொண்டிருந்த நியூ ஸ்பெயின் பிரதேசத்தின் பெரும்பகுதி 1821-ஆம் ஆண்டு ஸ்பெயின் நாட்டிடமிருந்து விடுதலை பெற்றது. போதிய பொருளாதாரப் பலமின்றி, தட்டுத்தடுமாறி நின்ற அந்தப் புதிய நாடு, அமெரிக்கர்களைத் தங்கள் நாட்டிற்கு வந்து விவசாயம் செய்ய விரும்பி அழைத்தது.

இந்த வந்தேறி அமெரிக்கர்கள் 1836-ஆம் ஆண்டு டெக்சாஸ் என்கிற நாட்டையே தங்களுக்கென உருவாக்கினார்கள். பத்தாண்டுகளுக்குப் பிறகு, 1846-48 காலக்கட்டத்தில் அமெரிக்கா மெக்சிகோ மீது படையெடுத்து அந்நாட்டின் கலிஃபோர்னியா, நெவாடா, யூட்டா, அரிசோனா, நியூ மெக்சிகோ, கொலராடோ, வையோமிங் மாநிலத்தின் ஒரு பகுதி என ஏராளமான நிலத்தை அபகரித்து, அமெரிக்காவைத் தெற்கு நோக்கியும், பசிபிக் பெருங்கடல் நோக்கியும் விரிவாக்கிக் கொண்டது.

ஆனால் இரண்டாம் உலகப்போர் தொடங்கியபோது, அமெரிக்கத் தொழிற்சாலைகளிலும், விவசாயப் பண்ணைகளிலும் வேலை செய்ய ஏராளமான தொழிலாளர்கள் தேவைப்பட்டார்கள். 'ப்ராசெரோ திட்டம்' (Bracero Program) என்கிற பெயரில் பல லட்சக்கணக்கான தொழிலாளர்கள் அமெரிக்காவுக்குள் அனுமதிக்கப்பட்டனர். இந்த 'ப்ராசெரோ' தொழிலாளர்கள் தங்கள் குடும்பங்களை விட்டுப் பிரிந்து, கடினமான வேலைகளை, குறைந்த சம்பளத்துக்கு நீண்டநேரம் செய்யப் பணிக்கப்பட்டார்கள்.

பின்னர் 1954-ஆம் ஆண்டு அமெரிக்க அதிபர் ஐசன்ஹோவர் (Dwight Eisenhower) அரசு 'ஆபரேஷன் வேட்பேக் (Operation Wetback) எனும் திட்டத்தின்கீழ் ஏறத்தாழ நாற்பது லட்சம் மெக்சிகன் மக்களைச் சுற்றிவளைத்துப் பிடித்து மெக்சிகோவுக்குத் திருப்பி அனுப்பியது. மெக்சிகோ அமெரிக்காவோடு 1,800 மைல் நீளமுள்ள எல்லைப் பகுதியைக் கொண்டிருந்தாலும், அமெரிக்க ஏகாதிபத்தியம் இன்றளவும் ஹிஸ்பானிக் மக்களை வேற்றுப்படுத்தியே வருகிறது.

கடந்த 2019 சனவரி முதல் நாளன்று அதிகாலையில் நடந்த புத்தாண்டு கொண்டாட்டங்களுக்கு நடுவே சில மெக்சிகோ நாட்டவர் அமெரிக்காவுக்குள் நுழைய முயற்சித்தபோது, அமெரிக்கப் போலீசார் கண்ணீர்ப்புகைக் குண்டுகளையும், வத்தல்பொடி தெளிப்பான்களையும் பயன்படுத்தி அவர்களை விரட்டினார்கள். எல்லைப் பாதுகாப்புப்படையினரின் எண்ணிக்கையை அதிகரிப்பது, போலி ஆவணங்களைத் தயாரித்து எமாற்றுவோர் மற்றும் ஆள்கடத்தலில் ஈடுபடுவோரைக் கடுமையாகத் தண்டிப்பது என்றே அமெரிக்கா இயங்கிக் கொண்டிருக்கிறது.

அமெரிக்காவில் குடியேற்றத்துக்கு எதிராக வாதாடுகிறவர்கள், 'கடந்த 200 ஆண்டுகளில் இப்படியே நாம் அந்நியரை வந்தேறி வாழவிட்டிருந்தால், இப்போது நம் நாட்டில் 200 கோடி அந்நியர்கள் வாழ்ந்துகொண்டிருப்பார்கள்' என்று அச்சமூட்டுகின்றனர். தோட்டவேலை, குழந்தைகள் பராமரிப்பு, உணவு விடுதி வேலைகள் போன்றவற்றில் வந்தேறிகள் குறைந்த சம்பளத்துக்கு வேலை செய்வார்களே என்று கேட்டால், அவர்களுக்கு அரசு வழங்குகிற சேவைகள், வசதிகள் மூலம் அதிகச் செலவுகள்தான் ஏற்படும் என்று அச்சம் தெரிவிக்கிறார்கள்.

குடியேற்றத்தை ஆதரிக்கிறவர்கள், 'வந்தேறிகளில் நல்ல கல்வியும் திறமையும் மிக்க பொறியாளர்கள், கணினி வல்லுநர்கள், கல்லூரி ஆசிரியர்கள் இருக்கிறார்கள். இவர்களின் பன்னாட்டு அறிவையும், திறனையும் பயன்படுத்துவதால்தான் ஜப்பான் போன்ற நாடுகளுடன் நம்மால் போட்டியிட முடிகிறது' என்கிறார்கள். அந்நியர்கள் அரசிடமிருந்து பெறும் உதவிகளைவிட, அதிகமாக வருமான வரி, எரிபொருள் வரி, சமூகப் பாதுகாப்பு வைப்புநிதி போன்றவற்றைச் செலுத்துகிறார்கள். குடியேறிகள் பெரும்பாலும் அமெரிக்கர்கள் செய்ய விரும்பாத வேலைகளைத்தான் செய்கிறார்கள். உணவு, துணிமணிகள், கார்கள், வீடுகள் போன்றவற்றை வாங்குவதன் மூலம், அவர்கள் அமெரிக்கர்களுக்கு ஏராளமான வேலைகளை உருவாக்குகிறார்கள் என்று அவர்கள் வாதிடுகின்றனர்.

அமெரிக்காவின் முதல் நூற்றாண்டில் எல்லைகள் திறந்தேதான் இருந்தன. தொற்று நோய்கள் இல்லாதவர்கள், சமூகத்துக்குச் சுமையாக இருக்காதவர்கள் அனைவரும் அமெரிக்காவுக்கு

வரலாம் என்பதுதான் நடைமுறையாக இருந்தது. குடியேற்றம் குறித்த அச்சம் இல்லாததால்தான் அமெரிக்கா சுதந்திரமான நாடாக, உலக வல்லரசாக உருவெடுத்தது. அமெரிக்க ஆற்றலின் அடிப்படையே புதிய நபர்களை, புதிய ரத்தத்தைத் தொடர்ந்து பாய்ச்சிக் கொண்டிருப்பதுதான் என்கின்றனர் குடியேற்ற ஆதரவாளர்கள்.

குடியேற்றம் என்பது அடிப்படை மனித உரிமை. அதனால்தான் பெர்லின் சுவர் விழவேண்டும் என்று வடக்குலகம் விரும்பியது. சுதந்திரமான சமூகங்கள் இருக்கும்வரை, அங்கே அந்நியர்கள் வந்து குடியேறவே விரும்புவார்கள்.

எடுத்துக்காட்டாக, ஆப்ரிக்காவிலிருந்து பலரும் ஐரோப்பாவுக்குத் தப்பி வருகிறார்கள். கானா, நைஜீரியா போன்ற நாடுகளிலிருந்து மொராக்கோ எல்லை வரை பேருந்தில் வந்து, பின்னர் அந்நாட்டு தலைநகரான ராபாத் வரை எட்டு, ஒன்பது நாள்கள் காலால் நடந்து, பல மாதங்கள் அங்கே அலைந்து திரிந்து, உள்ளூர் மீனவர்களுக்குக் காசு கொடுத்து, ஆபத்தான முறையில் படகுகளில் பயணித்து, ஐரோப்பாவுக்குள் நுழைய முயற்சிக்கிறார்கள்.

ஏழ்மை, வறுமை, வாய்ப்புகளின்மை, அரச பயங்கரவாதம், உயிரச்சம் எனப் பல்வேறு காரணங்களோடு, வடக்குலகக் கோட்டைகளை நெருங்கி, அவற்றின் கதவுகளைத் தட்டினால், அவை திறப்பதுமில்லை, திரும்பிப் பார்ப்பதுமில்லை.

[22]
குடியேற்றக் கொடுமைகள்

'ஒரு சுவரைக் கட்டும் முன்னர்
எதைச் சுவருக்குள் வைக்கிறோம்
எதை வெளியே விடுகிறோம்
என்றறியக் கேட்பேன்'

என்கிறார் அமெரிக்கக் கவிஞர் ராபர்ட் ஃபிராஸ்ட் (Robert Frost).

சீனர்களைப் பொறுத்தவரை, 'நகரம்' எனும் அமைப்பில் 'சுவர்கள்' மிக முக்கியமான பங்கினை வகித்திருக்கின்றன. இரண்டுக்குமே ஒரே வார்த்தையைத்தான் அவர்கள் பயன்படுத்துகின்றனர். 'செங்' எனும் ஒரே எழுத்துதான் 'நகரம்' மற்றும் 'சுவர்கள்' எனுமிரண்டையுமே குறிக்கின்றன. சீன சாம்ராஜ்யத்தில் பெரும்பாலான மக்கள் சுற்றிலும் கோட்டைச் சுவர்கள் கட்டப்பட்ட நகரங்களுக்குள்ளேயே வாழ்ந்தனர். சுற்றுச்சுவர் இல்லாத மக்கள் குடியிருப்பு ஒரு தகுதியான நகரமாகப் பார்க்கப்படவில்லை.

நமது நாட்டில் 'அந்நியர் உள்ளே வரக்கூடாது' என்று அறிவிக்கும் பதாகைகளும், 'வீடு வாடகைக்கு: சைவ உணவுக்காரர்களுக்கு மட்டுமே!' எனும் விளம்பரப் பலகைகளும் ஆங்காங்கே தொங்குவதைப் பார்க்கிறோம். சுற்றிலும் மதிற்சுவர்களும், இரும்புக் கதவுகளும் அமைக்கப்பட்டிருக்கும் பாதுகாக்கப்பட்ட குடியிருப்புகளின் (Gated Communities) எண்ணிக்கை நாள்தோறும் அதிகரித்துக் கொண்டேயிருக்கிறது.

'நாம்' என்று நம்மைச் சுருக்கிக் கொள்வதற்கும், 'அவர்கள்' என்று பிறரை விலக்கி வைப்பதற்கும், சாதி, மதம், இனம், மொழி, தேசம் என்று ஏராளமான மனச் சுவர்களை மனிதர்கள் உருவாக்கி வைத்திருக்கிறோம்.

இரண்டாம் உலகப் போரின்போது, ஜெர்மனி ஏராளமான 'விரும்பத்தகாத' யூதர்களை ஐரோப்பிய நாடுகள் மீது திணித்துவிடும் என்று பயந்த அமெரிக்காவும், பிரிட்டனும் சில

ஆயிரம் யூதர்களைக் கூடத் தங்கள் குடிகளாக ஏற்றுகொள்ள விரும்பவில்லை என்று டேவிட் வைமேன் (David Wyman) என்கிறவர் தனது 'தி அபாண்டன்மென்ட் ஆஃப் ஜூஸ்' எனும் நூலில் குறிப்பிடுகிறார். குடியேற்றத்தின் மூலம் பெரும்பாலான யூதர்களை வெளியேற்றுவதுதான் ஹிட்லரின் திட்டமாக இருந்தது என்றும், ஆனால் மேற்கத்திய நாடுகளின் தயக்கத்தால் அப்படிச் செய்ய இயலாது என்று ஹிட்லர் உணர்ந்ததாகவும் நூலாசிரியர் வாதிடுகிறார்.

இன்றைய பன்னாட்டுச் சமூகத்தில் குடியேற்றக் கொள்கைகளும், கொடுமைகளும் மிகவும் கொச்சையானவையும், அதிகாரம் மிக்கவையுமாகத் திகழ்கின்றன. பிரிட்டன் போன்ற பல நாடுகள் பன்னாட்டுப் பயணிகள் தங்களின் விமான நிலையங்களில் இறங்கி, ஓரிரு மணி நேரங்கள் காத்திருந்து, இன்னொரு விமானத்தைப் பிடிப்பதற்குக்கூட அனுமதிப்பதில்லை.

அமெரிக்கா போன்ற நாடுகளில் பல சட்டப்பூர்வமான குடியேறிகள் தங்கள் குடும்ப உறுப்பினர்களை அழைத்துவர இருபது ஆண்டுகள் வரை காத்திருக்க வேண்டியிருக்கிறது. அவர்களுள் பொருளாதார பலமற்றவர்கள் சிறந்த குடியேற்ற வழக்கறிஞர்களின் சட்ட உதவியை நாட முடியாமல், அல்லது அம்முயற்சியில் ஏராளமான பொருளை இழந்து நலிவடைகிறார்கள்.

பொருளாதார அகதிகளாக வேலை, வருமானம், நல்வாழ்வு, நம்பிக்கையைத் தேடிச் செல்கிறவர்களை வடக்கத்தி நாடுகள் பிடித்து உடனடியாகச் சொந்த நாடுகளுக்கு அனுப்பிவைக்கின்றனர். இப்போது பெரும்பாலான நாடுகள் அரசியல் அகதிகளையும் ஏற்றுக்கொள்வதில்லை.

சிறு படகுகளில் பயணம் செய்து கடல் வழியாகவும், கண்டெய்னர் லாரிகளில் ஒளிந்திருந்து சாலைகள் வழியாகவும், காடுகள் மலைகள் வழியாகக் கால்நடையாகவும் உள்ளேபுக முனையும் குடியேற்றக்காரர்களை, அகதிகளை இடைமறித்து சிறப்பு முகாம்களில் அடைத்துவைப்பதும், அடித்து உதைப்பதும், திருப்பி அனுப்புவதும் என ஏராளமான கொடுமைகள் நடக்கின்றன.

இத்தாலி, ஸ்பெயின் போன்ற நாடுகள் கடலோர ராடார் நிலையங்களை நிறுவி, மனிதக் கடத்தல் தொடங்கும் இடங்களையே தூரத்திலிருந்து அவதானித்துக் கொண்டிருக்கின்றன. அதேபோல, அட்லாண்டிக் கடலுக்கடியிலான ஆங்கிலக் கால்வாயின்

மறுமுனையான கலைஸ் எனுமிடத்தில் பிரான்சு நாடு பிரமாண்டமான முள்வேலிகளையும், அதிக சக்திவாய்ந்த கோபுர விளக்குகளையும் அமைத்து இரவும் பகலும் வந்தேறிகள் வருகிறார்களா என்று பார்த்துக்கொண்டிருக்கிறது.

தங்களைச் சுற்றிக் கோட்டைச் சுவர்களைக் கட்டியெழுப்பி, தங்களைத் தனிமைப்படுத்திக் கொள்வதும், பிறரைத் தள்ளிவைப்பதும் கூடச் சில நாடுகளில் நடக்கின்றன. நவீன தேசங்களை உலகுக்களித்த ஐரோப்பாதான் சுவர்கள் எழுப்புவதற்கும் முன்னோடியாக இருந்தது.

இரண்டாம் உலகப்போர் முடிந்ததும், ஜெர்மனியின் தலைநகரமான பெர்லின் மாநகரம் நான்கு பிரிவுகளாகப் பிரிக்கப்பட்டு அமெரிக்கா, பிரிட்டன், பிரான்சு, சோவியத் யூனியன் எனும் நான்கு நாடுகளின் கட்டுக்குள் வந்தது. பின்னர் 1949-ஆம் ஆண்டு ஜெர்மனி முதலாளித்துவ மேற்கு ஜெர்மனி, கம்யூனிச கிழக்கு ஜெர்மனி என்று இரண்டு நாடுகளாகப் பிரிக்கப்பட்டபோது, பழைய தலைநகரான பெர்லின் முழுக்க முழுக்க கிழக்கு ஜெர்மனிக்குள் சிக்குண்டது.

அப்போது அமெரிக்கா, பிரிட்டன், பிரான்சு நாடுகள் பிடித்து வைத்திருந்த பகுதிகள் இணைக்கப்பட்டு, மேற்கு பெர்லின் உருவாக்கப்பட்டு, மேற்கு ஜெர்மனியுடன் இணைக்கப்பட்டது. மேற்கு ஜெர்மனியைக் கிழக்கத்தியர் ஊடுருவலிலிருந்து பாதுகாக்கவும், கிழக்கு ஜெர்மனிக்குள்ளிருந்து பலரும் தப்பிச் செல்வதைத் தடுக்கவும் பெர்லின் சுவர் கட்டப்பட்டது. பின்னர் 1989-ஆம் ஆண்டு நவம்பர் மாதம் மாந்தநேயத்துக்கு எதிரான அந்த 3.6 மீட்டர் உயரத்திலான சுவர் ஜெர்மானிய மக்களால் இடித்துத் தள்ளப்பட்டது. ஓராண்டுக்குப் பின்னர் இரண்டு ஜெர்மனிகளும் மீண்டும் ஒன்றாய் இணைக்கப்பட்டன.

இன்றைய உலகில் ஒருபுறம் பெர்லின் சுவர் இடிக்கப்பட்டாலும், மறுபுறம் பாலஸ்தீனத்தில் காசா சுவர் கட்டியெழுப்பப்படுகிறது. மாபெரும் கான்கிரீட் துண்டுகளை ஒன்றன் மேல் ஒன்றாக அடுக்கிக் கட்டப்பட்டிருக்கும் காசா சுவர், பாலஸ்தீன மக்களை ஏழ்மையும், வறுமையும், வாய்ப்புகளின்மையும் மண்டிக் கிடக்கும் ஒரு பெரிய திறந்தவெளிச் சிறைக்குள் அடைத்து வைத்திருக்கிறது.

யூதர்களையும், பாலஸ்தீனர்களையும் இருவேறு தரப்பினராகப் பிரித்துவைக்கும் திட்டம் 1937-ஆம் ஆண்டு பாலஸ்தீனம் குறித்து

பிரிட்டிஷ் அரசு வெளியிட்ட பீல் கமிஷன் (*Peel Commission*) அறிக்கையிலேயே இடம்பெற்றிருந்தது. பத்தாண்டுகளுக்குப் பிறகு, 1947-ஆம் ஆண்டு ஐ.நா. சபை நிறைவேற்றிய பிரிவினைத் தீர்மானத்திலும் பொருளாதார ஒத்துழைப்புடன் கூடிய இரு தேசங்கள் எனும் திட்டம் முன்வைக்கப்பட்டது.

'ஆறு நாள்கள் போர்' நடந்த 1967-ஆம் ஆண்டுக்குப் பிறகு, இஸ்ரேலின் தொழிலாளர் கட்சி இந்தத் திட்டத்தைத் தொடர்ந்து வலியுறுத்தி வந்தது. லிகுட் (*Likud*) கட்சி 1977-ஆம் ஆண்டு வெற்றி பெற்ற பிறகு, அந்தத் திட்டம் கைவிடப்பட்டது. பதினைந்து ஆண்டுகளுக்குப் பிறகு தொழிலாளர் கட்சி ஆட்சியைப் பிடித்ததும் மீண்டும் இரு தேசங்கள் எண்ணம் மேலோங்கியது.

இஸ்ரேலியர்களையும், பாலஸ்தீனர்களையும் வெவ்வேறாகப் பிரித்து, இடையே வேலி போடுவது என்பது ஒரு விதத்தில் தோல்வியை ஒத்துக்கொள்வதாக அமைகிறது. இன்னொரு கோணத்தில் பார்த்தால், அதுதான் யதார்த்தமான தீர்வு என்று வாதிடுகிறார் டேவிட் மகோவ்ஸ்கி (*David Makowski*) எனும் அறிஞர். இரு தரப்புமே பரஸ்பரம் நம்பிக்கை இல்லாமல், இரத்தக் களறியும், கசப்புணர்வுமாகவே வாழ்ந்து வருவதாலும், பேச்சுவார்த்தையின் மூலம் ஒரு தீர்வை எட்டமுடியாமல் இருப்பதாலும், வேறு என்னதான் செய்வது என்று கேள்வி எழுப்புகிறார் மகோவஸ்கி.

இந்த நிலையில் 'பிரிவுத் தடுப்பு' (*separation barrier*) ஒன்றை நிறுவுவதுதான் சிறந்தது என்று இஸ்ரேல் திட்டமிடுகிறது. இரு தரப்பையும் இணைத்து எதிர்காலத்தில் ஓர் உடன்பாட்டிற்குக் கொண்டுவருவதற்கு, இப்போது சுவர்களைக் கட்டுவோம் என்பதுதான் இஸ்ரேல் அரசின் நிலைப்பாடாக இருக்கிறது. சமூக-பொருளாதார-அரசியல் மட்டங்கள் அனைத்திலும், பாலஸ்தீனர்களை அடிமைப்படுத்தி, அச்சுறுத்தி, அவர்களின் மனித உரிமைகளையோ, கண்ணியத்தையோ மதிக்காத இஸ்ரேல் தரப்பை பாலஸ்தீனர்கள் சந்தேகத்தோடு பார்ப்பதில் தவறேதும் இல்லை.

அமெரிக்கச் சுவரானது உலகளாவிய கவனத்தைப் பெற்ற ஒரு பெரும் கேவலம். அமெரிக்க அதிபர் தேர்தலில் போட்டியிட்ட போதே, டொனால்ட் டிரம்ப் அமெரிக்கா-மெக்சிகோ நாடுகளுக்கிடையே சுவர் கட்டும் தனது திட்டத்தை வெளியிட்டார். இருதேச எல்லை வழியாக பில்லியன்

கணக்கில் டாலர்கள் மெக்சிகோவுக்குச் செல்வதாகவும், ஆனால் அமெரிக்கர்களுக்குக் கொலைகாரர்களும், போதைப் பொருட்களும், குற்றங்களும் மட்டுமே வந்துசேருவதாகவும் அவர் சொன்னார். குற்றவாளிகள், போதைப்பொருள் கடத்தல்காரர்கள், பாலியல் பலாத்காரர்கள் போன்ற வேண்டாத நபர்களை எல்லாம் மெக்சிகோ தங்கள் நாட்டுக்குள் உந்தித் தள்ளுவதாக அவர் உளறிக் கொட்டினார்.

இந்த இரு நாடுகளுக்கிடையே சுவர் கட்டுவது எனும் திட்டம் நீண்ட காலமாகவே பல வலதுசாரி அரசியல்வாதிகளாலும் பேசப்பட்டு வந்திருக்கிறது. உண்மையில் 1990-களின் இறுதியில் அமெரிக்காவின் அரிசோனா மாநிலத்தில் இப்படியான ஒரு சுவர் கட்டப்பட்டது.

வெல்டிங் கருவிகள், உளிகள், சுத்தியல்கள், துப்பாக்கிகள், வாகனங்கள் என எதைக் கொண்டு தாக்கினாலும் உடைக்க முடியாத சுவர் வேண்டும். ஆனால் அதே நேரம், அது திறந்தவெளித் தன்மையும், நட்புணர்வும் கொண்டதாக இருக்க வேண்டுமென்றும் அரிசோனா அதிகாரிகள் விரும்பினார்கள். இரண்டு நாட்டு மக்களும் அந்தச் சுவரின் வழியே அடுத்த நாட்டைப் பார்க்கவும், பேசிக்கொள்ளவும் இயல வேண்டுமென்றும் அவர்கள் நினைத்தார்கள். எந்த விதத்திலும் ஊடுருவ முடியாத உறுதியான சுவர் வேண்டும்; ஆனால் அதேநேரம், அது எளிய, இனிய, காற்றோட்டமான, நட்பார்ந்த தன்மைகள் உடையதாகவும் இருக்க வேண்டுமென்று அவர்கள் விரும்பினர். சுவரின் இரண்டு பக்கங்களிலும் அது கண்ணுக்கு இனிமையானதாக இருக்க வேண்டுமென்றும், அமெரிக்கப் பக்கத்தில் இருக்கும் அலங்காரங்கள் மெக்சிகோ பக்கத்திலும் இருக்க வேண்டுமென்று அரிசோனா அதிகாரிகள் விரும்பினர் (நியூ யார்க் டைம்ஸ், டிசம்பர் 8, 1997).

எவ்வளவு அலங்கரித்தாலும், எந்தப் பெயர் சொல்லி அழைத்தாலும், சுவர் சுவர்தானே? அது பிரிக்கும் தன்மை உடையதுதானே? அச்சத்தாலும், அவநம்பிக்கையாலும், பாதுகாப்பு, பொருளாதாரம், வசதி வாய்ப்புகள் போன்றவற்றைத் தங்களுக்கு மட்டும் தக்கவைத்துக்கொள்ளும் தன்னலத் திட்டம்தானே? உயர உயரச் சுவர்கள் கட்டினாலும், அநீதி இழைக்கப்படும் மக்கள், பள்ளங்கள் தோண்டியோ, சுரங்கங்கள் அமைத்தோ இரும்புக் கோட்டைகளுக்குள்ளே நுழையத்தானே செய்வார்கள்?

[23]
குடியேற்றக் குழப்பங்கள்

எங்காவது உள்நாட்டுப் போர், இனப்படுகொலை போன்ற மோசமான மனித உரிமை மீறல்கள் நடந்தால் மட்டுமே, பெருமளவு மக்கள் அண்டை நாடுகளுக்குள் அகதிகளாய்த் தஞ்சமடைகிறார்கள். ஆனால் ஏழை நாடுகளைச் சார்ந்த மக்கள் செல்வந்த நாடுகளுக்கு இதே போல மிகப் பெருமளவில் கூட்டம் கூட்டமாகவெல்லாம் குடியேறிப் போவதில்லை, போகவும் முடியாது. எடுத்துக்காட்டாக, கடந்த 2015-ஆம் ஆண்டு சிரியா நாட்டு அகதிகள் அதிக அளவில் வரும் அபாயம் எழுந்தவுடன், ஆஸ்திரியா, ஹங்கேரி, ஸ்லோவேகியா, போலந்து உள்ளிட்ட பல ஐரோப்பிய நாடுகள் கடுமையான எல்லைக் கட்டுப்பாடுகளை விதித்து குடியேற்றத்தினைத் தடுத்தன. குடியேற்றம் என்பது தனிப்பட்ட அளவில், குறைந்த எண்ணிக்கையில் அங்கொன்றும், இங்கொன்றுமாகவே நடக்கிறது.

ஆனாலும் அது இன்றைய உலகில் ஆக்ரோசமான, மக்களைப் பிளவுபடுத்தும் சூடான விவாதங்களைக் கிளப்புகிறது. சட்ட விரோதமான குடியேற்றம் மட்டுமல்ல, சட்டப்பூர்வமான குடியேற்றம்கூட சந்தேகத்தோடுதான் பார்க்கப்படுகிறது. அமெரிக்காவில் பெஞ்சமின் பிராங்கிளின் (Benjamin Franklin) பென்சில்வேனியா மாநிலத்துக்கு ஆளுநராய் இருந்தபோது (1785-1788), குடியேறிகளாக வந்த ஜெர்மானியர்கள் ஆங்கிலேயர்களாக மாற மாட்டார்களோ என்று பயந்தாராம். அவர்கள் ஆங்கிலேயர்களாக மாறவுமில்லை, பென்சில்வேனியாவை ஜெர்மனியாக மாற்றவும் இல்லை, ஆனால் அமெரிக்கர்களாக மாறினார்கள்.

அதே போலவே, அமெரிக்காவுக்குக் குடிபெயரும் பலரும் அமெரிக்கர்களாக மாறினாலும், சில தெற்கு நாடுகளைச் சார்ந்தவர்கள் தங்களின் பூர்வீகக் கலாச்சார அம்சங்கள், மத நம்பிக்கைகள், சடங்குகள் அனைத்தையும் கைவிட்டுவிடுவதில்லை. ஒரு நூற்றாண்டுக்கு முன்னால், 1920-களில் வெள்ளையின இனவெறியர்கள், வெளிநாட்டவரைக்

கண்டஞ்சுபவர்கள் போன்றோர் 'அமெரிக்கமயமாக்கல்' எனும் வார்த்தையை மோசமான ஒன்றாக மாற்றினார்கள். குடியேறிகள் அமெரிக்கர்களில் ஒருவராக வேண்டும் என்று கோருவதற்குப் பதிலாக, அமெரிக்கர்களுக்கு அடிமையாக வேண்டும் என்று பணித்தனர். இந்த விவாதம், பிரச்சினை இன்றும்கூட நீடித்துக் கொண்டுதானிருக்கிறது.

குடியேற்றம் மிகக் குறைவாகவே நடக்கும் இத்தாலி நாட்டைச் சார்ந்த கார்டினல் கியாகோமோ பிஃப்பி (Cardinal Giacomo Biffi) என்பவர் கத்தோலிக்கக் கிறித்தவர்களை மட்டுமே இத்தாலியில் குடியேற அனுமதிக்க வேண்டும், அப்படியானால்தான் 'நாட்டின் அடையாளத்தைத் தக்கவைத்துக்கொள்ள முடியும்' என்றார் (New York Times, October 19, 2000).

ஒரு நாடு என்றிருந்தால், அம்மக்களைச் சேர்த்திணைக்க ஒரு பொதுவான கலாச்சாரம், பொதுவான மொழி, பொதுவான இன அடையாளம் போன்றவை இருக்க வேண்டுமென்றுதான் பெரும்பாலான பேரினவாதிகள் சிந்திக்கின்றனர். அவர்களைப் பொறுத்தவரை, குடியேறிகள் வந்திறங்கியதும் தாங்கள் ஏற்படுத்தி வைத்திருக்கும் சமூகப் பாதுகாப்பு ஏற்பாடுகளைப் பயன்படுத்திக் கொள்கிறார்களே தவிர, தங்கள் சமூகத்துக்கு எந்தவிதமான பங்களிப்பும் செய்வதில்லை என்று குற்றம் சாட்டுகின்றனர்.

சட்ட விரோதமான குடியேற்றம் இன்னும் மோசமான எதிர்வினைகளை உருவாக்குகிறது. இருநாட்டு எல்லைகளில் அமைந்திருக்கும் ஊர்களில் மக்கள் குடியேறும்போது, அங்கே வேலையின்மை தலைதூக்குகிறது. சிறப்புத் திறன்களற்ற உள்ளூர் தொழிலாளர்களுக்கும், பள்ளிக்கல்வி கூட முடிக்காதவர்களுக்கும் வேலைகள் பறிபோகின்றன. ஏழை வெளிநாட்டவர் குறைந்த ஊதியத்தை ஏற்றுக்கொள்வதால், தொழிலாளர்கள் அனைவருக்கும் சம்பளக் குறைவும் ஏற்படுகிறது. இன்றளவும் வேலை வாய்ப்புகள், வருமானம் போன்றவற்றின் மீதான குடியேற்றத்தின் தாக்கம் ஒரு பெரும் பிரச்சினையாகவே இருந்து வருகிறது.

குடியேற்றம் என்பது ஒரு சமூக-பொருளாதார-அரசியல்-கலாச்சாரப் பிரச்சினை என்பதைவிட, அது ஒரு வீரியமிக்க இனப் பிரச்சினையாகவும் இருக்கிறது. குடியேற்றம் எனும் பல பரிமாணங்களை, அழுத்தங்களை, சிக்கல்களைகொண்ட

ஒரு நுண்மமான விடயத்தை எளிமைப்படுத்திப் பார்க்கவும், புரிந்துகொள்ளவும் இனவெறியும், அது சார்ந்த வேற்றுப்படுத்தலும் உதவுகின்றன.

எடுத்துக்காட்டாக, ஜிம்பாப்வே எனும் ஆப்பிரிக்க நாட்டில் தோலின் நிறம் வெளுத்து, வெண்மையாக இருப்பவர்களை மந்திரவாதத்தால் பிறந்தவர்கள் என்று கருதுவதும், 'உரித்த உருளைக்கிழங்கு, குரங்கு, பேய்' என்றெல்லாம் தூற்றுவதும் நடக்கிறது. வெள்ளையினச் சிறுபான்மையினர் 'ரொடீஷியா' என்று பெயரிட்டு நடத்திய நாட்டின் ஆட்சி அதிகாரம் அனைத்தையும் ஒரு காலத்தில் தங்கள் கட்டுக்குள் வைத்திருந்தவர்கள் என்பது இங்கே நினைவுகூரத் தக்கது. வெள்ளையர்கள் வெறுக்கப்படும் இந்த நாட்டில், 'அல்பினோ' எனும் தோல் வெளுத்தவர்களும் மோசமாகத் துரத்தப்படுகிறார்கள்.

இனவெறி, வேற்றுப்படுத்தலை விட, குடியேற்றக்காரர்கள் எதிர்கொள்ளும் அசமத்துவம் அசாத்தியமானது. குடியேறிகள் சமமானவர்களாக நடத்தப்படுவதும் இல்லை, அவர்களுக்கு 'மண்ணின் மக்கள்' அரசியல் உரிமைகளை எளிதில் வழங்குவதுமில்லை. குடியேறிகள் தோல்வியுற்றவர்களாக, தேவையற்ற சுமைகளாகவே, அச்சுறுத்தலாகவே பார்க்கப்படுகின்றனர்.

ஒரு சக மனிதரை வெளிப்படையாக வேற்றுப்படுத்துவதைப் பல்வேறு நாடுகளும் சட்ட விரோதமான செயல் என்று கொள்வதால், அதை நாம் பெரிதாகப் பேச முடியாதுதான். ஆனாலும் நுட்பமாக வெளிப்படுத்தப்படும் வேற்றுப்படுத்தலுக்கு ஆதாரமாக இருக்கும் இனவெறியை எப்படிக் கையாள்வது? வெறுப்புக்கும், வன்மத்துக்கும் ஆளாகியிருக்கும் ஒருவரின் இனவெறியைப் பாதிக்கப்பட்ட ஒருவர் எப்படி மாற்ற முடியும்?

கடந்த 2008-ஆம் ஆண்டு இத்தாலி நாட்டில் சில்வியோ பெர்லுஸ்கோனி (Silvio Berlusconi) என்கிற வலதுசாரி அரசியல்வாதி ஒருவர் ஆட்சிக்கு வந்தார். 'சமூகக் குற்றங்களைக் கடுமையாகத் தடுப்பேன்' என்று அவர் அளித்த வாக்குறுதி தேர்தலில் அவர் பெருவெற்றி பெறக் காரணமாக அமைந்தது. இத்தாலி நாட்டில் குடியேறி இருப்பவர்கள் மீது கடுமையான கட்டுப்பாடுகளைத் திணிப்பேன் என்பதுதான் அதன் அர்த்தமாக இருந்தது. நாடோடி ரோமா மக்களின் குழந்தைகளின் கைவிரல்

ரேகைகளைக்கூட அவர் பதிவுசெய்தார். அதேபோல, ஐரோப்பிய நாடுகளில் ரஷ்யர்கள், நைஜீரிய நாட்டவர் போன்ற சிலர் குற்ற நடவடிக்கைகளில் ஈடுபடுகிறவர்களாகவே பார்க்கப்படுகின்றனர்.

பல நாடுகளில் குடியேறிகள் நோயாளிகளாகவும் பார்க்கப்படுகின்றனர். குடியேற்றக்காரர்கள்தான் காசநோய், காலரா, குஷ்டரோகம், மலேரியா, தட்டம்மை போன்ற நோய்களை அமெரிக்காவுக்குள் கொண்டுவந்தார்கள் என்றே அந்நாட்டவர் கருதுகின்றனர். யூதர்கள் என்கிற மத அடையாளத்தை மட்டுமே முன்னிறுத்தித் தோற்றுவிக்கப்பட்ட இஸ்ரேல் நாடும் இதற்கு விதிவிலக்கல்ல. கடந்த 1985 மற்றும் 1991-ஆம் ஆண்டுகளில் ஏறத்தாழ 30,000 கருப்பின எத்தியோப்பிய யூதர்கள் இஸ்ரேல் நாட்டில் குடிமக்களாக அனுமதிக்கப்பட்டனர். வீட்டுவசதி, கல்வி வாய்ப்புகள் போன்றவற்றில் தாங்கள் புறக்கணிக்கப்படுவதாகவும், தங்களுடைய யூத மத நம்பிக்கையே கேள்விக்குள்ளாக்கப் படுவதாகவும் அவர்கள் குறைபட்டுக்கொண்டனர்.

இந்த எத்தியோப்பிய யூதர்கள் வழங்கும் குருதிக்கொடையைப் பெற்றுக்கொண்டு, இஸ்ரேல் நாட்டின் சுகாதாரத்துறையினர் அதை அப்படியே வெளியில் கொட்டிவிடுகிறார்கள் எனும் அதிர்ச்சிகரமான செய்தியை ஓர் இஸ்ரேல் நாளிதழ் பகிரங்கமாக வெளியிட்டதும், 1996-ஆம் ஆண்டு சனவரி மாதம் அந்நாட்டில் ஒரு பெரும் கலவரமே வெடித்தது. அதிகாரிகள் அந்த ரத்தத்தில் எய்ட்ஸ் நோய்க் கிருமிகள் இருப்பதாகத் தெரிவித்தனர். அப்படியானால், ரத்ததானம் செய்ய வரும்போதே அவ்வுண்மைகளை நேர்மையாக, நயமாகச் சொல்லி மறுத்திருக்கலாமே என்று எத்தியோப்பிய யூதர்கள் கேள்வி எழுப்பினார்கள். குடியேற்றப் பிரச்சினையில் இம்மாதிரியான வேற்றுப்படுத்தல்களும், மிகைப்படுத்தல்களும், அச்சமூட்டல்களும் அதிகமாகவே நடக்கின்றன.

அறியாமையினால் எல்லாச் சமூகங்களிலும் அடுத்தவரைப் பற்றிய தவறான கருத்துகள் வளர்த்தெடுக்கப்படுகின்றன. எடுத்துக்காட்டாக, அமெரிக்காவில், கருப்பினத்தவர் சோம்பேறிகள், ஒழுங்கில்லாதவர்கள், தகுதியற்றவர்கள், வன்முறையாளர்கள், அறிவற்றவர்கள், கரடுமுரடானவர்கள் என்கிற பிம்பம் பரப்பப்படுகிறது. அதே போல, செவ்விந்தியர்கள் பொறுப்பற்றவர்கள், குடிகாரர்கள், சோம்பேறிகள், அரசைச் சார்ந்திருப்பவர்கள் என்றும்; ஆசியர்கள், படித்தவர்கள்,

அறிவுடையவர்கள், கடினமான உழைப்பாளிகள், தொழிற்நுட்ப வேலைகளில் சமர்த்தர்கள் என்றாலும் மக்கள் திறன் இல்லாதவர்கள் என்றும்; ஹிஸ்பானிக் மக்கள் ஏழைகள், கல்வியறிவற்றவர்கள், ஆங்கிலம் படிக்க விரும்பாதவர்கள், வந்தேறிகள், திமிர் பிடித்தவர்கள் என்றும் கருத்துகள் பரப்பப்படுகின்றன.

உலக இன வரிசைப் பற்றி கருத்துதெரிவித்த பிரதமர் நேரு, வெள்ளையின ஆங்கிலோ-சாக்ஸன் புராட்டஸ்டண்ட் (*WASP*) உயரத்திலிருந்து ஆதிக்கம் செலுத்த, லத்தீனர்கள் இரண்டாவதாகவும், பழுப்பு நிறத்தினர் மற்றும் மஞ்சள் நிறத்தினர் மூன்றாவதாகவும், கருப்பினத்தவர் கடைசியாகவும் இருக்கின்றனர் என்று சொன்னாராம்.

ஐரோப்பா, அமெரிக்கா, ஆஸ்திரேலியா போன்ற வெள்ளையர் ஆதிக்கம் செலுத்தும் பிரதேசங்கள் மற்றும் நாடுகள் மீது குடியேற்ற அழுத்தம் அதிகரித்துக்கொண்டிருக்கிறது. ஆனாலும் குடியேற்றம் ஒரு வெள்ளை-வேற்றினத்தவர் பிரச்சினை மட்டுமல்ல. இன்னொரு சமூகத்தில் நடப்பதை இனவெறி என்று குறிப்பிட்டுக் கொதித்தெழும் நாம், நமது சமூகத்தில் நடப்பதைப் பூசி மெழுகி மறைக்கப் பார்க்கிறோம். தமிழர்கள், உத்திரப்பிரதேசத்தவர், பிகாரிகளுக்கு எதிராக சிவசேனா மற்றும் மகாராஷ்ட்ரா நவநிர்மாண் சேனா போன்ற கட்சிகள் வன்முறையில் ஈடுபடுவதும், இந்தியச் சிறுபான்மையினரைத் தீவிரவாதிகள், தேசத்துரோகிகள் என்றெல்லாம் வன்மத்துடன் நடத்துவதும் ஒருசில உள்நாட்டு எடுத்துக்காட்டுகள்.

வடக்கு நாடுகள் வசதிகளும், வாய்ப்புக்களும், அதிகாரமும் குவிந்திருக்கும் அக்ரகாரங்கள் போல அமைந்திருப்பதால், தங்கள் வட்டங்களுக்குள் அன்னியர் வந்து குடிபுகாதிருக்கக் குடியேற்றச் சட்டங்களும், கட்டமைப்புகளும், சுவர்களும், இத்யாதிகளும் தேவைப்படுகின்றன. இவ்வுலகச் சமூகம் அனைவருக்கும் அடிப்படைத் தேவைகளை வழங்க ஆவன செய்தால், பெரும்பான்மையான மக்கள் தங்கள் வாழ்விடங்களிலிருந்து வெளியேறி, பரிச்சயமற்ற பகுதிகளுக்குச் சென்று வந்தேறிகளாக வாழ விரும்பமாட்டார்கள் என்பதுதான் உண்மை.

வசதி வாய்ப்புகளை உலகெங்கும் பரவலாக்கி, வளக்கொள்ளைகளைத் தடுத்து நிறுத்தி, வாழ்வாதாரச்

சிதைப்பு நடவடிக்கைகளை முற்றிலுமாகக் கைவிட்டு, அதிகாரப் பரவலாக்கம் நிகழச் செய்தால், அக்ரகார கோட்டைச் சுவர்களுக்கான அவசியம் இல்லாமற் போகும். இரும்புக் கோட்டைகளுக்குள் நுழைந்தே இனிய வாழ்க்கையை அமைத்துக்கொள்ள முடியும் என்கிற நிலைமை இல்லாமல் ஆகும்போது, குடியேறிகளும் அவற்றைத் தாண்டி வர முயற்சிக்க மாட்டார்கள்.

அனைவருக்கும் அடிப்படைத் தேவைகளை வழங்கும் ஓர் அமைப்பை உருவாக்குவதைவிட, இன்றைய அதிகார ஏற்றத்தாழ்வுகள் கொண்ட அமைப்பு அப்படியே இருக்கட்டும் என்று சிந்திக்கும் பெருநிறுவனங்களும், பேராசைக்காரர்களும், பேரினவாதிகளும் கோலோச்சும்வரை எல்லைக் கட்டுப்பாடுகளற்ற உலகம் ஒருபோதும் உருவாகாது.

[24]
வாழும் வடக்கும், தேயும் தெற்கும்

வெள்ளையினப் பேரினவாதிகள் தங்களை இப்பிரபஞ்சத்தின் ஏகபோக அதிபர்கள் (masters of the universe) என்றும், இவ்வுலகமும், வெள்ளையினப் பெண்கள் உள்ளிட்ட பிற மனிதர்கள் அனைவரும் தங்களுக்கெனவே படைக்கப்பட்டிருக்கின்றனர் என்றும் கருதிக்கொண்டு வாழ்ந்தனர். இந்த மனோபாவமே பெண்ணடிமைத்தனம், இன அடிமைத்தனம், காலனியாதிக்கம், வளச்சுரண்டல் போன்ற எல்லாவற்றின் அடிப்படையாகவும் அமைந்தது. இரண்டாம் உலகப் போருக்குப் பின்னர், கிழக்கு-மேற்கு எனப் பிரித்துவைக்கப்பட்டிருந்த நம் உலகில், மேற்கத்திய நாடுகளின் அரசாட்சி முறை, அறிவியல்-தொழிற்நுட்பம், வளர்ச்சி சித்தாந்தம் போன்றவை மேலோங்கின.

காலனி ஆதிக்கத்திலிருந்து விடுதலை அடைந்த பிறகு, மூன்றாம் உலக நாடுகளின் மக்களும் அதே சிந்தனையோட்டத்துடன், 'வளர்ந்த' நாடுகளின் வளர்ச்சி மொழியையே பேசி, அவர்கள் வகுத்த சட்டதிட்டங்களுடன் அவர்களின் விளையாட்டை விளையாடிக் கொண்டிருந்தோம். ஐரோப்பாவும், அமெரிக்காவும் இருவேறு பேட்டைகளாகவும், உலகின் பிற பகுதிகள் இவர்களின் வேட்டைக்காடாகவும் மாறின.

தற்போது கிழக்கும், மேற்கும் பெரும்பாலும் ஒன்றாகி, நம்முடைய உலகம் வடக்கு-தெற்கு என்று பிரிக்கப்பட்டிருக்கிறது. அறிவியல், தொழிற்நுட்பம், மூலதனம், உற்பத்தி, வணிகம் என அனைத்தையும் தங்கள் கட்டுக்குள் வைத்திருக்கும் வெள்ளையினத்தவர் தங்கள் வளையத்தை விரிவாக்கம் செய்து, தங்களை இன்னும் சக்தி வாய்ந்தவர்களாக மாற்றிக் கொண்டிருக்கிறார்கள்.

தெற்கு நாடுகள் அப்படியேதான் இருக்கின்றன. நம் நாட்டில் நிலவும் அமைப்பான ஊரும்-சேரியும் போல! வடக்கூர் வலுவடைகிறது; தெற்கூர் வலுவிழக்கிறது. வடக்கின் சமூக-பொருளாதார-அரசியல் பலம் உயர்ந்துகொண்டேயிருக்கிறது.

ஆனால், தெற்கின் பரப்பளவும் பெரிதாகவில்லை, ஒற்றுமையும் ஓங்கவில்லை, அதிகாரமும் பெருகவில்லை.

தெற்கு தேசங்களின் ஆளும் வர்க்கங்கள் அவரவர் நாட்டு ஆதிவாசிகள், பழங்குடிகள், மீனவர்கள் போன்றோரின் வாழ்விடங்களை, வளங்களை அபகரித்து, தங்கள் தலைநகரங்களையும், குறிப்பிட்ட சில மாநகரங்களையும் தங்களின் முக்கியமான அரசியல் அதிகார மையங்களாக, பொருளாதார உற்பத்திக் கேந்திரங்களாக உருவாக்கி வைத்திருக்கின்றனர். இவை தெற்கின் வடக்குகள்! நவீன உள்நாட்டு அக்ரகாரங்கள். இங்கிருப்போரில் பலர் வெள்ளையரின் உலக அக்ரகாரத்துக்குள் நுழைந்துவிட முடியாதா என்று தவம் கிடப்பவர்கள்.

தெற்கு நாடுகளின் ஏழ்மையும், வறுமையும் பிடித்தாட்டும் கிராமப்புறங்களிலிருந்து கல்வியோ, பயிற்சிகளோ, தனித்திறமைகளோ பெற்றிராத மக்கள் மேற்படி தெற்கின் வடக்குகள் நோக்கிப் படையெடுக்கிறார்கள். கட்டடத் தொழிலாளிகளாக, சாலைப் பணியாளர்களாக, பல்வேறு தொழில்களிலும் ஈடுபடும் அமைப்புசாரா, பாதுகாப்பில்லா தினக்கூலிகளாக வாழ்வின் அடிப்படை வசதிகள்கூட இல்லாமல் அவர்கள் வதைபடுகின்றனர்.

சர்வதேசக் குடியேற்றம் பெரும்பாலும் சமூகப் பாதுகாப்பு, அரசுச் சலுகைகள், கல்வி, பயிற்சிகள், தனித்திறமைகள், பணபலம் போன்றவற்றைச் சற்றேனும் உருவாக்கித் தருவதால், வடக்கு நாடுகளில் சட்டப்பூர்வமாகக் குடியேறுகிறவர்கள் மீண்டும் தங்கள் சொந்த நாடுகள் நோக்கி ஓடி வர வேண்டிய தேவை எழுவதில்லை. அகதிகளாகவோ, சட்டவிரோதக் குடியேறிகளாகவோ போகும்போதுதான் சட்டச் சிக்கல்களும், வெளியேற்றம் போன்ற நடவடிக்கைகளும் பயமுறுத்துகின்றன.

ஆனால், நாடுகளுக்குள்ளே இடம்பெயரும்போது, இடம்பெயர்கிறவர்கள் போய்ச் சேருமிடங்களில் கல்வி, திறமை, போதிய ஊதியம் எதையும் பெறாமல் இன்னும் பலவீனமாகிறார்கள். அதனால், வந்த ஊரில் ஓர் ஆபத்து எழும்போது, தங்கள் சொந்த ஊரில் அதிக பலமும், பாதுகாப்பும் கிடைக்குமே என்கிற எண்ணத்தோடு அங்கே ஓடிப்போகிறார்கள். கொரோனா பெருந்தொற்று காலத்தில் இந்தியாவில் புலம்பெயர் தொழிலாளர்கள் எப்படி நடத்தப்பட்டனர் என்பதை நாம்

கண்கூடாகப் பார்த்தோம். நாளடைவில் சொந்த ஊர்களில் வேலையின்மையும், வருமானமின்மையும் வாட்டும்போது, இவர்கள் மீண்டும் நகரங்களுக்கே திரும்புகிறார்கள்.

கடந்த 2019-ஆம் ஆண்டின் இறுதியில் உலக அளவில் 7.95 கோடி மக்கள் இடம்பெயர்ந்து சென்றார்கள். உலக நாடுகளின் குடியேற்றக் கொள்கைகளும், உலகக் குடிமைச் சமூகமும் இந்தப் பெரும் மாற்றத்தை, அதற்கான காரணங்களை எதிர்கொள்ள இயலாமல் தவிக்கின்றன. எடுத்துக்காட்டாக, அமெரிக்காவில் 21 வயதைக் கடந்த ஏறத்தாழ இரண்டு லட்சம் இளைஞர்கள் நாடு கடத்தப்படும் நிலையில் பரிதவிக்கின்றனர். 'குழந்தைப் பருவ வருகைக்கான தள்ளிப்போடப்பட்ட நடவடிக்கை' (Deferred Action for Childhood Arrivals) எனும் பெயரில் பெற்றோருடன் குழந்தைகளாக அமெரிக்காவுக்கு வந்து, முறைப்படி குடியுரிமை பெற முடியாத நிலையில், இவர்கள் நாடுகடத்தல் நடவடிக்கைக்கு உள்ளாக வேண்டியிருக்கிறது.

வன்முறைத் தகராறுகளும், பருவநிலைத் தகர்ப்பும் ஏராளமானோரை ஏதிலிகளாக்கி வருகின்றன. தங்கள் நாடுகளில் நடக்கும் உள்நாட்டுச் சண்டைகளால், கலவரங்களால் உயிர் பிழைத்திருக்க முடியாது எனும் நிலையில் மக்கள் வேறு நாடுகளுக்கு இடம்பெயர்கின்றனர். அதேபோல, பருவநிலைக் குடியேற்றம் என்பதும் தவிர்க்க முடியாததாகிவிட்டது. தங்களின் காணாமற்போன, அல்லது தரிசாய்ப் போன நிலங்களிலிருந்து அப்புறப்படுத்தப்பட்ட பருவநிலை அகதிகளின் எண்ணிக்கை உலகெங்கும் அதிகரித்துக்கொண்டிருக்கிறது.

ஒருபக்கம் நமது உலகம் ஒரு கிராமமாகச் சுருங்கிக் கொண்டிருக்கிறது என்றெல்லாம் நாம் புளகாங்கிதம் அடைந்தாலும், இன்னொரு பக்கம் சக்தியற்றோர் முள்வேலி வதை முகாம்கள், திறந்தவெளி சிறைச்சாலைகள், மிருகக் கூண்டுகள் போன்ற அமைப்புகளுக்குள் சிக்கித் தவிக்கின்றனர். அக்ரகாரத் தடுப்புகளால், அவர்கள் உலகச் சமூகத்திடமிருந்து துண்டிக்கப்பட்டு தனிமைப்படுத்தப்படுகின்றனர். உலகமயமாக்கல் திட்டத்தின்படி முதலீடுகள் நாடுவிட்டு நாடு போகலாம், ஆனால், உழைப்பாளர்கள் அப்படி இடம்பெயர முடியாது. பணத்துக்குத் தேச எல்லைகள் இல்லை; ஆனால் மக்களுக்கு அவை நிச்சயமாக உண்டு.

ஒருவரின் குடியேற்ற முடிவின் பின்னால், உயிரைப் பாதுகாப்புது, ஏழ்மை-வறுமையிலிருந்து விடுபடுவது போன்ற பல தள்ளு சக்திகளும், உயரிய வாய்ப்புகளைப் பெறுவது, உன்னதமான வாழ்வைப் பெறுவது போன்ற இழுப்புச் சக்திகளும் இயங்குகின்றன. உள்ளூர் துன்பங்களும், வெளியூர் கவர்ச்சிகளும் முக்கியப் பங்காற்றுகின்றன. இன்னொரு நாட்டிற்குள் ஆக்கிரமிப்பாளராக, அகதிகளாக, ஊடுருவல்காரர்களாக எனப் பல வழிகளில் குடியேறலாம்.

இன்றைய உலகில் குடியேற்றம் என்பது கல்வியும் பணமும் நிறைய உடையவர்கள் தங்கள் வாழ்க்கையைத் தங்கள் விருப்பப்படி மாற்றிக்கொள்ளும் பெரு வாய்ப்பாக இருக்கிறது. ஆனால் ஏதுமற்றவர்கள் தாங்கள் சென்று சேரும் இடங்களில் அதிகமான தொல்லைகளை அடுத்தடுத்து அனுபவிக்கும் துன்பியல் அனுபவமாக மாறுகிறது. இம்மாதிரியான சமனற்ற ஏற்பாடுகளைச் சமன்படுத்தியாக வேண்டும்.

ஆற்றல்மிக்கோரின் அக்ரகாரங்களும், ஏதுமற்றோரின் சேரிகளும், சாவடிகளும் உடைத்தெறியப்பட வேண்டும். அனைவருக்கும் அனைத்தும் கிடைக்கச்செய்ய முடியவில்லை என்றாலும், வாழ்வின் அடிப்படைகளாவது அனைவருக்கும் கைகூட வழிவகை செய்தாக வேண்டும். உலகமெங்கும் வாழ்வின் அடிப்படைத் தேவைகளை அனைவருக்கும் ஏற்படுத்திக் கொடுத்தால், பெரும்பாலானோர் வேறெங்கும் குடியேறிச் செல்ல விரும்பமாட்டார்கள்.

பாதுகாப்பான, நிலைத்த தன்மைகொண்ட வாழ்விடம் என்பது ஒவ்வொரு மனிதனின் உரிமை. சட்டப்படியான நடைமுறைகளைப் பின்பற்றி, தாய்மண்ணை விட்டுப்போக வேண்டிய நிர்ப்பந்தம் உள்ளவர்களுக்கு, கண்ணியமான குடியேற்றத்தை நடைமுறைப்படுத்தும் வழிகளை உருவாக்குவோம். அதேபோல, வரவேற்கும் சமூகங்களின் மீது ஏற்படும் சுமைகளுக்குப் பதிலளிக்கும் செயல்பாடுகளையும் திட்டமிடுவோம். இருதரப்புகளும் பரஸ்பரம் பயன்பெறும் வகையில் நடைமுறைகளை மேற்கொள்வோம்.

தங்களுக்குள் இரண்டு கலாச்சாரங்களைக் கையாள வேண்டியிருக்கும் குடியேறிகள், புதிய நாட்டின் கலாச்சாரத்தை, சட்டத் திட்டங்களை, மொழியை, நடைமுறைகளை

ஏற்றுக்கொண்டாக வேண்டும். அதேபோல, புதிய நாடும் குடியேறிகளைப் பற்றி அறிந்துகொண்டு, அவர்கள் தங்களின் கலாச்சாரத்தை, மத நம்பிக்கைகளைக் கடைப்பிடிக்கும் உரிமைகளை மதித்தாக வேண்டும். மனித மாண்பும், கண்ணியமும் வாழ்வின் அடிப்படைகள் ஆகும்போது, குடியேற்றப் பிரச்சினையின் கொடூரங்களை நம்மால் தடுக்கவோ தவிர்க்கவோ முடியும்.

கள யதார்த்தம்

[25]
ஏழ்மைக் கடலும், செல்வத் தீவுகளும்

ஏழ்மையை முழுமையான ஏழ்மை (absolute poverty), ஒப்பீட்டு ஏழ்மை (relative poverty) என்று இரு வகைகளாகப் பிரிக்கிறோம். வாழ்வின் அடிப்படைத் தேவைகளான உண்ண உணவு, குடிக்க தண்ணீர், உடுக்க உடை, ஒண்டிக்கிடக்க ஓர் உறைவிடம் கூட இல்லாமல் தவிப்பது முழுமையான ஏழ்மை. அதேநேரம், பில் கேட்ஸ் (Bill Gates) உடன் ஒப்பிடும்போது நாம் அனைவருமே ஏழைகள்தான். இதனை ஒப்பீட்டு ஏழ்மை என்றழைக்கிறோம். நம்முடைய பூமியை விண்வெளியிலிருந்து உற்றுநோக்கினால், அது ஆங்காங்கே தென்படும் செல்வத் தீவுகளுடன் கூடிய ஒரு பரந்துபட்ட ஏழ்மைக் கடலாகவே தோற்றமளிக்கும்.

கடந்த 1971-ஆம் ஆண்டு ஐ.நா. மன்றம் 25 நாடுகளை 'மிகக் குறைந்த வளர்ச்சி பெற்ற நாடுகள்' (Least Developed Countries) என்று அறிவித்தது. அந்த எண்ணிக்கை நாளாடைவில் 49 ஆக உயர்ந்தது. அதிகமான பிறப்பு விகிதம் கொண்ட இந்நாடுகளின் மக்கள்தொகையில் பாதிபேர் குழந்தைகள். எனவே ஊட்டச்சத்தின்மை, உடல்நலமின்மை, கல்வியின்மை போன்றவை பெரும் பிரச்சினைகளாக இருக்கின்றன. கடந்த 1970-களில் ஆப்பிரிக்கா, ஆசியா, தென் அமெரிக்கா போன்ற கண்டங்களில் 40 விழுக்காடு மக்கள் முழுமையான ஏழ்மையில் முடங்கிக் கிடப்பதாக உலக வளர்ச்சி அறிக்கை 1978 (World Development Report 1978) குறிப்பிட்டது.

உலக வங்கியின் கணக்குப்படி, 1981-ஆம் ஆண்டு 1,489 மில்லியன் மக்கள் ஏழ்மையில் வாழ்ந்தனர். கடந்த 1990-ஆம் ஆண்டிலிருந்து, ஒரு நாளைக்கு ஒரு டாலருக்கும் கீழான வருமானத்தோடு வாழ்கிறவர்களின் எண்ணிக்கை கணிசமாகக் குறைந்தது; அதற்குக் காரணம் சீனாவில் 300 மில்லியன் மக்கள் முழுமையான ஏழ்மையிலிருந்து விடுபட்டதுதான். உலக வங்கி 2004-ஆம் ஆண்டு 986 மில்லியன் மக்கள் முழுமையான

ஏழ்மையில் வாழ்வதாகத் தெரிவித்தது. பின்னர் 2008-ஆம் ஆண்டு வளரும் நாடுகளின் மக்கள்தொகையில் கால் பங்குக்கும் அதிகமானோர் வறுமைக் கோட்டுக்குக் கீழே வாழ்வதாக உலக வங்கி அறிவித்தது.

வளரும் நாடுகள் அனைத்தும் ஏழ்மையில் தத்தளித்தாலும், அந்நாடுகளின் பெருநகரப் பகுதிகளில் வாழும் ஆளும் வர்க்கங்களின் செல்வத் தீவுகள் தகத்தகாயமாய்ப் பிரகாசிக்கின்றன. உலகிலேயே மிகவும் ஏழ்மையான நாடுகளுள் ஒன்றான ஹைட்டி நாட்டை எடுத்துக்கொள்வோம். அந்நாட்டு பணக்கார வர்க்கத்தினர் அமெரிக்காவிலும், பிரான்சிலும் உயர்கல்வி பெறுகிறார்கள். போர்ட் ஆஃப் பிரின்ஸ் எனும் ஹைட்டியின் அழுக்கான தலைநகருக்கு வெளியே, மலைப்பாங்கான அழகான பெஷோன்வில் பகுதியில் அவர்கள் சொகுசு வீடுகள் கட்டி வாழ்கிறார்கள். பங்குச்சந்தை வியாபாரத்தில் ஈடுபட்டு அதிகம் சம்பாதிக்கிறார்கள். சொகுசு கார்கள், பன்னாட்டுத் தொலைக்காட்சி நிகழ்ச்சிகள், வைர நகைகள், எடைக்குறைப்பு நிலையங்கள் என ஏகபோகமாக வாழ்கிறார்கள்.

இது ஹைட்டியில் மட்டுமல்ல, உலக நாடுகள் அனைத்திலும் காணப்படும் காட்சிதான்.

வாழ்நாள் எதிர்பார்ப்பு, கல்வித்தகுதி, வருமானம், வாங்கும் திறன் போன்றவற்றை அடிப்படைகளாகக்கொண்டு பார்க்கும்போது, பிரிட்டன், பிரான்சு, நெதர்லாந்து, நார்வே, ஸ்வீடன், சுவிட்சர்லாந்து போன்ற ஐரோப்பிய நாடுகளும், அமெரிக்கா, கனடா போன்ற வட அமெரிக்க நாடுகளும், ஆஸ்திரேலியா, ஜப்பான் போன்ற நாடுகளுமே வாழ்க்கைத்தரம் அதிகமுள்ள நாடுகளாகத் திகழ்கின்றன. வட அமெரிக்கா, ஐரோப்பா, ஆஸ்திரேலியா போன்ற கண்டங்களில் செல்வத்தீவுகள் பரப்பளவில் பெரிதாக இருந்தாலும், அங்கேயும் ஏழ்மைக் கடல் நீக்கமற வியாபித்திருக்கிறது.

இப்படி உலகச் சமூகத்திலும், உள்நாட்டுச் சமூகங்களிலும் சிலர் செல்வத் தீவுகளில் செழிப்பாக வாழும்போது, பலர் ஏழ்மையும், வறுமையும், வாய்ப்புகளின்மையும், வருங்காலம் குறித்த நம்பிக்கையின்மையுமாக வாடி வதங்கிக் கொண்டிருக்கின்றனர். ஓர் அண்மை எடுத்துக்காட்டைப் பார்ப்போம். கொரோனா

நோய்த்தொற்றுக்கு வேண்டிய தடுப்பூசி மருந்துகூட நீங்கள் உலகின் எந்தப் பகுதியில் வாழ்கிறீர்கள், எவ்வளவு பணம் வைத்திருக்கிறீர்கள் என்பதைப் பொறுத்துத்தான் அமைந்தது.

நம் உலகில் வாழும் பதிமூன்று விழுக்காடு மக்களை மட்டுமே கொண்டிருக்கிற அமெரிக்கா, பிரிட்டன், ஆஸ்திரேலியா, ஜப்பான், ஸ்விட்சர்லாந்து போன்ற பணக்கார நாடுகள் 51 விழுக்காடு கொரோனா தடுப்பூசி மருந்துகளை வாங்கிக் குவித்தன. அதே நேரம், உலகின் பெரும்பான்மையான மக்களைக் கொண்டிருக்கும் இந்தியா, சீனா, வங்காளதேசம், பிரேசில், இந்தோனேசியா, மெக்சிகோ போன்ற நாடுகளால் வெறும் 49 விழுக்காடு மருந்துகளையே வாங்க முடிந்தது.

பிரிட்டிஷ் அரசு தன் நாட்டிலுள்ள ஒவ்வொரு குடிமகனுக்கும்/ மகளுக்கும் ஐந்து டோஸ் தடுப்பூசி மருந்தை வாங்கி வைத்தது. ஆனால் வங்காளதேச அரசு தன்னாட்டு மக்களில் ஒன்பது பேரில் ஒருவருக்குத்தான் ஒரு டோஸ் மருந்து வாங்கியது. இவ்வுலகில் வாழும் மக்களில் மூன்றில் இரண்டு பேருக்கு 2022-ஆம் ஆண்டு வரை கொரோனா தடுப்பூசி மருந்து கிடைக்கவே இல்லை.

கடந்த 2004-ஆம் ஆண்டு நடந்த சுனாமியின்போது, மிகவும் பாதிக்கப்பட்ட நாடுகளான இந்தியா, இந்தோனேஷியா, இலங்கை, மலேஷியா, தாய்லாந்து ஆகிய நாடுகளில் பங்குச்சந்தை வர்த்தகம் பீடுநடை போட்டது. அதற்குக் காரணம் பாதிக்கப்பட்ட ஏழைமக்கள் பங்கு வர்த்தகத்துக்குத் தொடர்பே இல்லாதவர்கள் என்பதும், மறுகட்டமைப்புப் பணிகளுக்காகப் பெரும்பணம் வந்து கொட்டவிருக்கிறது என்பது தெரிந்திருந்ததும்தான் என்கிறார் ஊடகர் பி. சாய்நாத் (*P. Sainath*). வெகுசிலருடைய பெருலாபம் ஏராளமானோரின் துன்பங்களோடு பிணைக்கப்பட்டிருக்கிறது.

இந்தியாவைப் பொறுத்தவரை, 2007-ஆம் ஆண்டு மனித வளர்ச்சிக் குறியீட்டில் (*Human Development Index*) 126-வது இடத்தில் இருந்தது. அதேநேரம், பில்லியன் கணக்கில் டாலர்கள் வைத்திருக்கும் செல்வந்தர்கள் பட்டியலில் இந்தியா நான்காவது இடத்தில் இருந்தது. உயரே வரலாறு காணாத செல்வமும், கீழே சொல்லவொண்ணா வறுமையும் எனும் நிலைமை இந்தியாவில் உருவாகியிருந்ததை சாய்நாத் சுட்டிக்காட்டினார்.

சென்செக்ஸ் (Sensex) பங்குச்சந்தை 16,000 புள்ளிகளைக் கடந்து வெற்றிநடை போட்ட அந்தக் காலக்கட்டத்தில், 837 மில்லியன் இந்தியர்கள் ஒரு நாளைக்கு வெறும் இருபது ரூபாயுடன் வாழ்ந்துகொண்டிருந்தனர்.

கடந்த 2008-ஆம் ஆண்டில் தயாரிக்கப்பட்ட 88 நாடுகளைக் கொண்ட உலகளாவிய பட்டினிப் பட்டியலில் (Global Hunger List) இந்தியா 66-வது இடத்தில் இருந்தது. ஏறத்தாழ 25 ஆப்பிரிக்க நாடுகளைவிடவும், தெற்காசியாவில் வங்காளதேசத்தைத் தவிர்த்த ஏனைய நாடுகளை விடவும் மோசமான நிலையில் இந்தியா இருந்தது. சர்வதேச உணவுக்கொள்கை ஆய்வு நிறுவனம் (International Food Policy Research Institute) இந்தியாவில் மட்டும் 200 மில்லியன் மக்கள் பசியோடு வாழ்வதாகத் தெரிவித்தது.

இந்த 'ஏழ்மைக் கடல்-செல்வத் தீவுகள்' போன்ற ஏற்றத்தாழ்வு நிலவுவதற்கு ஆறு காரணங்களை சாய்நாத் குறிப்பிடுகிறார்: ஏழைகளின் முக்கியத் தேவைகளான தண்ணீர், கல்வி, சுகாதாரம், உடல்நலம் போன்ற துறைகளிலிருந்து அரசு விலகிவிட்டது; வளர்ச்சி மற்றும் பொதுநலச் செலவுகளை அரசு கணிசமாகக் குறைத்துவிட்டது; ஏழைகளுக்கான மானியங்களையும், நலத்திட்டங்களையும் குறைத்துக் கொண்டது, பணக்காரர்களுக்கு வாரி வழங்குவது; அறிவிலிருந்து ஆன்மா வரை அனைத்தையும் தனியார்மயமாக்கிவிட்டது; முன்னெப்போதும் இருந்திராத உலகளாவிய கார்ப்பரேட்டுகளின் வளர்ச்சி ஏழைகளால் சமாளிக்க முடியாத அளவு எல்லாவற்றிலும் சேவைக்கட்டணத்தைத் திணித்திருப்பது.

இந்த ஏழ்மைக் கடல்-செல்வத் தீவுகள் நிலைமையை உலக அளவில் எதிர்கொள்ள எந்தவிதமான நடவடிக்கைகளும் மேற்கொள்ளப்படவில்லை. உலகின் பணக்கார நாடுகள் ஏழை நாடுகளுக்கு மிகவும் குறைந்த அளவிலேயே உதவிகள் வழங்குகின்றன. அதேநேரம், அவர்கள் விதிக்கும் வரிகளும், கட்டணங்களும் மிகவும் அதிகமானவையாக இருக்கின்றன. எடுத்துக்காட்டாக, அமெரிக்கா வங்காளதேசத்துக்கு வழங்கிய ஒவ்வொரு டாலர் உதவிக்கும், ஏழு டாலர்களை இறக்குமதிக் கட்டணமாகப் பெற்றுக்கொண்டது.

மிகவும் கடன்பட்ட ஏழை நாடுகள் (Highly Indebted Poor Countries) என்றழைக்கப்பட்ட 42 நாடுகள் 1990-களில் உலக

வங்கி (World Bank), பன்னாட்டுப் பண நிதியம் (International Monetary Fund), பிராந்திய வளர்ச்சி வங்கிகள் மற்றும் செல்வந்த நாடுகளிடமிருந்து நூறு பில்லியன் டாலர் அளவுக்குக் கடன் வாங்கியிருந்தன. உலகத் தலைவர்கள் பலரும் கேட்டுக்கொண்ட பிறகும், அந்தக் கடன் நீக்கப்படவே இல்லை. மாறாக, கூடுதலாகக் கடன்கள் கொடுத்து, பழைய கடன்களைச் சமன் செய்தார்கள்.

கடந்த 1996-ஆம் ஆண்டு உலக வங்கியும், பன்னாட்டுப் பண நிதியமும் கடன்களை நிவர்த்தி செய்யப்போவதாக வாய்கிழியப் பேசினார்களே தவிர, பெரிதாக எதையும் செய்யவில்லை. பொலிவியா மற்றும் உகாண்டா எனும் இரண்டு நாடுகளுக்கு மட்டும் 200 மில்லியன் டாலர் உதவிகள் செய்தனர். அதே காலக்கட்டத்தில், பணக்கார நாடுகளின் பங்குச்சந்தை வர்த்தகம் ஐந்து டிரில்லியன் டாலர் அளவைக் கடந்து நின்றது. மேற்படி 42 ஏழை நாடுகளும் கடன்பட்டிருந்த தொகையைவிட அது 50 மடங்கு அதிகமான செல்வமாக இருந்தது.

அந்த வேளையில் பன்னாட்டுப் பண நிதியம் 22 பில்லியன் டாலர் மதிப்புள்ள தங்கக் கையிருப்பின் மீது சொகுசாக அமர்ந்திருந்தது. உலகச் சந்தையில் ஓர் அவுன்ஸ் (28.3 கிராம்) தங்கத்தின் மதிப்பு 262 டாலராக இருந்தபோது, நிதியம் தனது தங்கத்தின் மதிப்பை வெறும் 47 டாலராக மட்டுமே குறைத்து மதிப்பிட்டிருந்தது. அவ்வளவு செல்வம் கைவசம் இருந்தும், பன்னாட்டுப் பண நிதியம் ஏழை நாடுகளின் கடன்களை நீக்க முன்வரவில்லை.

மைக்கிள் சாண்டல் (Michael Sandel) எனும் அமெரிக்க அறிஞர் அவர்கள் நாட்டில் பணக்காரர்களும், ஏழைகளும் தனித்தனிப் பெட்டிகளில் அடைக்கப்பட்டது போன்று தனித்தே வாழ்வதாகவும், அவர்கள் தனித்தனி இடங்களில் வாழ்கிறார்கள், வேலை செய்கிறார்கள், சாமான்கள் வாங்குகிறார்கள், விளையாடுகிறார்கள்; அவர்களின் குழந்தைகள் வெவ்வேறு பள்ளிகளுக்குச் செல்கிறார்கள் என்றும் குறிப்பிடுகிறார். இதுதான் உலக நாடுகள் அனைத்திலும் நிலவும் யதார்த்த நிலை. இந்தியாவில் மட்டும், நாம் பொருளாதார ஏற்றத்தாழ்வுகளால் மட்டுமல்லாது, மதம், சாதி போன்றவற்றாலும் பிரித்தாளப்படுகிறோம்.

இந்திய அரசியல் தலைவர் சுரேந்திர மோகன் (Surendra Mohan) இருபதாண்டுகளுக்கு முன்னால் 'தி இந்து' ஆங்கில நாளிதழில்

(செப்டம்பர் 19, 2002) எழுதிய கட்டுரையை இப்படி முடித்தார்: 'இந்த பூமி ஓர் உலகளாவிய கிராமமாக மாறிவிட்டிருக்கிறது. இங்கே அமெரிக்காதான் முதலாளி. துரதிருஷ்டவசமாக, அதன் பெருந்தலைவர்கள் அனைவருமே இரக்கமற்ற, மனசாட்சியற்ற, அகம்பாவம் கொண்ட, கிராம நாட்டாமைகள் போலவே நடந்துகொள்கின்றனர். இவ்வுலக ஏழைகள் பெரும் சோகமான இந்த யதார்த்தத்தோடுதான் உழல வேண்டியிருக்கிறது.'

பயன்படுத்திய தரவுகள்:

1. 'Rising economic inequalities have dehumanized the poor: Sainath,' *The Hindu*, September 20, 2007.
2. Jeffrey D. Sachs, 'A Millennial Gift to Developing Nations,' *The New York Times*, June 11, 1999.
3. Nissim Mannathukkaren, 'A 'tolerant' India can be majoritarian,' *The Hindu*, July 19, 2021.
4. Surendra Mohan, 'Humanity faces new challenges,' *The Hindu*, September 19, 2002.

[26]

உலகமயமும் இனப்பாகுபாடும்

உலகச் சமூகத்தை இலுமினாட்டி *(Illuminati)* போன்ற உலகளாவிய சிறிய குழு ஒன்றுதான் ஆட்டிப்படைக்கிறது என்றோ, அல்லது ஒரு மாபெரும் இரகசிய நிறுவனம் திரை மறைவிலிருந்து ஆள்கிறது என்றோ நம்புவதில் அர்த்தமில்லை. தமது அரசியல் பார்வைக்கும், சித்தாந்தத்திற்கும் ஏற்ப, நம் உலகத்தை அமெரிக்க அதிபர், அல்லது ஃபோர்ட் ஃபவுண்டேஷன் *(Ford Foundation)* போன்ற நிறுவனம், அல்லது பில் கேட்ஸ், ஜார்ஜ் சோரோஸ் *(George Soros)* போன்ற தனி நபர்கள், அல்லது மொசாட் *(Mossad)* போன்ற உளவு நிறுவனம் இயக்கிக் கொண்டிருப்பதாக நம்மில் சிலர் நம்புகிறார்கள்.

அதே நேரம், உலகம் முழுக்க முழுக்க பரந்துபட்ட சனநாயக அடிப்படையில், வெளிப்படைத் தன்மையுடன், சுதந்திரமாக இயங்குகிறது என்பதும் உண்மையல்ல. தலைமுறை தலைமுறையாகச் சமூக-பொருளாதார-அரசியல் ஆதிக்கம் செலுத்தி வரும் குழுமங்கள் தங்களின் அதிகாரத்தையும், செல்வாக்கையும், நலன்களையும், வளங்களையும், வாய்ப்புகளையும் தக்கவைத்துக்கொள்ள உரிய கட்டமைப்புகளை, செயல்பாடுகளை ஏற்படுத்தி வைத்திருக்கின்றன. அவற்றைக் கண்போலப் பாதுகாக்கவும் செய்கின்றன.

நம்மைப் பொறுத்தவரை, வெள்ளையர்கள், பார்ப்பனர்கள் எனும் இரண்டு 'புனிதர்' கூட்டங்களும், அவர்களின் 'அபார்தைட்' மற்றும் 'அக்ரகாரம்' எனும் கூடாரங்களும் நம் உலக வாழ்வின் மீது பெரும் ஆதிக்கம் செலுத்துகின்றன. வெள்ளையர்களின் சுரண்டிக் கொழுக்கும் உலகமயம், பார்ப்பனர்களின் தாழ்த்தி அடிமைப்படுத்தும் வர்ணமயம் இரண்டுமே மிகவும் சக்திவாய்ந்தவையாக இருக்கின்றன.

'உலகமயமாதல் தவிர்க்கப்பட முடியாதது, நாம் வாழும் காலகட்டத்தின் மிக முக்கியமான அம்சம் இது' என்று உலகமயத்தின் ஆதரவாளர்கள் அதனை வானளாவப் புகழ்கின்றனர். உலகமயமாக்கும்போது ஒரு சிலர்

பின்தள்ளப்பட்டு விடுகிறார்கள் என்பதை ஏற்றுக்கொள்ளும் இவர்கள், உலகமயமாக்கல் லட்சக்கணக்கானவர்களைக் கைதூக்கிவிடுவதைக் கவனியுங்கள் என்று கோருகிறார்கள். உலகமயம் மக்களின் திறமைகளை வளர்த்தெடுத்து, செல்வச் செழிப்பை உருவாக்கித் தருவதாகவும், நம்மில் பலரைப் பணக்காரர்கள் ஆக்குவதாகவும் இவர்கள் பூரிப்படைகிறார்கள். இந்த நிலைப்பாட்டின் உள் அர்த்தம் என்னவென்றால், பின்தள்ளப்பட்டிருக்கும் மக்கள் எல்லோரும் திறமையற்றவர்கள், பணக்காரர்கள் ஆவதற்குத் தகுதியற்றவர்கள் என்பதுதான்.

உலகமயமாக்கல் என்பது பிற மக்களை அடிமைப்படுத்தி வைப்பதற்காக அமெரிக்கா கொண்டுவந்த சதித்திட்டம் என்று நீங்கள் நினைத்தால் அது தவறானது என்று தாமஸ் ஃப்ரீட்மேன் (*Thomas Friedman*) என்கிற அமெரிக்க எழுத்தாளர் சொல்கிறார்: (அமெரிக்கத் தலைநகரான) வாஷிங்டன் டி.சி. நகரில் இருக்கும் நாங்கள் உங்களைப் பற்றி ஒரு கணம்கூடச் சிந்திப்பதில்லை; உண்மையில் நாங்கள் உங்களைப் பொருட்படுத்துவதேயில்லை; உங்களுக்கு வேண்டுமென்றால், உலகமயமாக்கலோடு தொடர்புகொள்ள ஓர் இசுலாமிய பாலமோ, அல்லது ஒரு மாவோயிஸ்ட் பாலமோ கட்டிக்கொள்ளுங்கள்; இந்த உலகமயத் தொடர்வண்டி நீங்கள் இல்லாமலேயே புறப்பட்டுப் போய்க்கொண்டிருக்கும் என்று எகத்தாளமாய்ப் பேசுகிறார் அவர். உலகமயம் வளர்ந்தோங்கிச் சிறக்க, அமெரிக்கா இன்றும், நாளையும், எல்லாக் காலத்திலும் ஒரு முன்மாதிரி நாடாகத் திகழ்ந்தாக வேண்டும் என்று அவர் விரும்புகிறார்.

உலகமயமாதலை எதிர்ப்பவர்களோ, உலகமயம் என்பது உண்மையில் மேற்கத்தியமயம், அமெரிக்கமயம், பணமயம் என்று பறைசாற்றுகின்றனர். உலக வங்கியும், சர்வதேச நிதி நிறுவனங்களும் வளரும் நாடுகள் மீது திணிக்கும் 'கட்டமைப்பைச் சீரமைக்கும் திட்டங்கள்' (*Structural Adjustment Programs*) மற்றும் 'உறுதிப்படுத்தும் திட்டம்' (*Stabilization Program*) கொடுமையானவை என்பதைச் சுட்டிக்காட்டுகின்றனர். தெற்கத்திய நாடுகள் வடக்கத்திய நாடுகளைச் சார்ந்திருக்க வேண்டிய தேவையை, ஏழை நாடுகளின் வளங்களைப் பணக்கார நாடுகள் சுரண்டிக் கொழுப்பதை, ஏழைகளும், சிறுபான்மையினரும் வறுமைக்குள் தள்ளப்படுவதை எல்லாம் அவர்கள் சாடுகின்றனர். ஏகாதிபத்தியம், சார்பு நிலை போன்றவை

ஏற்றுக்கொள்ளத்தக்கவை அல்ல என வாதிடுகின்றனர். உலகமயமாதல் சூழல் நலத்தைச் சீர்கேடாக்குவதாகச் சுற்றுச்சூழல் ஆர்வலர்கள் குறைபடுகின்றனர். உலக நாடுகள் அனைத்தின் மீதும் மேற்கத்திய கலாச்சாரமான வணிகத் தன்மையையும், போட்டி மனப்பான்மையையும், தனிமனித மற்றும் முதலாளித்துவ ஒற்றைக் கலாச்சாரத்தையும் சுமத்துகிற சூழ்ச்சிதான் உலகமயம் என்று எதிர்க்கின்றனர் இவர்கள்.

உலகமயமாக்கலில் சனநாயகம் ஏதுமில்லை, அரச பரிபாலனத்தை அது பலவீனப்படுத்துகிறது என்றெல்லாம் இவர்கள் சாடுகிறார்கள். உலகமயத்தின் நோக்கம் உலகளாவியப் பொருளாதார நடவடிக்கைகளில் சமத்துவமான ஒருங்கிணைப்பைக் கொண்டு வருவதல்ல; மாறாக, வெள்ளையினத்தவரின் காலனியாதிக்க முறைகளை, நடவடிக்கைகளை அது நிலைநிறுத்துகிறது என்கின்றனர். தேசியத் திட்டமிடலை, சனநாயகப் பண்புகளை, ஏழைகளுக்கு உதவும் திட்டங்களை எல்லாம் அழித்தொழித்து, உலகு தழுவிய ஏற்றத்தாழ்வுகளும், ஒருதலைப்பட்சமுமான வளர்ச்சியை உலகமயம் நியாயப்படுத்துகிறது.

உலகமயத்தை ஆதரிப்போர், எதிர்ப்போர் தவிர தற்போது மூன்றாம் பார்வை ஒன்றும் முகிழ்க்கிறது. இந்தியாவைச் சார்ந்த அமர்த்யா சென் (*Amartya Sen*) உலகமயமானது கல்வி, உடல்நலம் போன்றவற்றுக்கான சமூகச் செலவுகளை அதிகப்படுத்தி அதையே நவீன உலகின் பொருளாதார வெற்றியின் அடிப்படையாகப் பார்க்கவேண்டும் என்று வாதிடுகிறார். கொள்கைத் திட்டங்களை உருவாக்கி, அவற்றை எப்படி நடைமுறைப்படுத்துவது என்று சிந்திப்பதுதான் இந்த மூன்றாம் பார்வையின் முக்கிய அம்சம். மக்களின் வருமானம், அத்தியாவசியப் பொருட்களின் கையிருப்பு, மொத்தத் தேசிய உற்பத்தி (ஜி.என்.பி.) போன்றவற்றை விட, மக்களின் அன்றாட வாழ்வில் வளர்ச்சிகளானது ஏற்படுத்தும் நல்ல விளைவுகளையே பொருளாதார நலத்தின் அடிப்படையாகக் கொள்ள வேண்டும் என்கிறார் சென்.

'வளர்ச்சி' என்பது மக்கள் தாங்கள் வாழ விரும்புகிற வழியில் வாழ்க்கையை வாழ்ந்திடச் செய்யும் திறன்களை வழங்க வேண்டும் என்கிறார் சென். அமெரிக்காவில் வாழும் கருப்பின மக்களை ஓர் எடுத்துக்காட்டாகச் சொல்கிறார். அவர்கள் சீனர்களை விட, கேரளாக்காரர்களை விட செல்வந்தர்கள்;

ஆனால் இவர்கள் இருவரையும் விடக் கருப்பினத்தவர்களின் ஆயுட்காலம் குறுகலானது. ஏழ்மை என்பதைக் குறைந்த வருமானம் கொண்டிருப்பது என்று தவறாகப் புரிந்துகொள்ளக் கூடாது; மாறாக, திறன் இழப்புதான் ஏழ்மை என்கிறார் சென். அதேபோலப் பஞ்சம் என்பதை உணவுப் பற்றாக்குறை என்று புரிந்துகொள்வதைவிட, உணவை வாங்கிக்கொள்ளும் பொருளாதாரச் சக்தி மற்றும் நிலையான சுதந்திரம் ஆகியவற்றை இழப்பதுதான் பஞ்சம் எனக் கொள்ளவேண்டும் என்கிறார். பொருளாதார மாற்றங்களினால் பாதிக்கப்பட்ட மக்களின் அடிப்படை ஊதியத்தையும், உரிமைகளையும் வளர்த்தெடுப்பதுதான் ஒரே வழி என்கிறார் சென்.

இந்த உலகம் மூன்று அடுக்குகளாகப் பிரிக்கப்பட்டிருக்கிறது. தொழில் வளமிக்க நாடுகளும் அவற்றின் பன்னாட்டு நிறுவனங்களும் முதல் அடுக்கு. அவர்களோடு தொடர்பில் இருக்கும் தொழிற்சாலைகளும், பெரும் விவசாயப் பண்ணைகளும், தாராளவாதச் சிந்தனையாளர்களும் கொண்ட நாடுகள் இரண்டாவது அடுக்காக இருக்கின்றன. விலக்கி வைக்கப்பட்டுள்ள பெண்கள், பூர்வீகக் குடிகள், இன (Race) மற்றும் தேசிய இனச் (Ethnic) சிறுபான்மையினர் மூன்றாவது அடுக்கு எனக் கொள்வோம். இனம், தேசியம், வகுப்பு, பாலினம், தலைமுறை போன்றவற்றால் ஏற்கனவே பாதிக்கப்பட்டிருக்கும் இவர்கள் உலகமயத்தால் சமூக-பொருளாதார-அரசியல் அடக்குமுறைக்கு ஆளாகின்றனர்.

உலகமயமாதலால் இனம், தேசிய இனம் போன்றவை மிக முக்கியமானவை ஆகியிருக்கின்றன. இனப் பிரச்சினைகளை தேசியவாதக் கருத்துக்களோடு இணைத்து அரசியலில் இனவெறியைப் புகுத்துவது, சமூகநீதி கருத்துக்கு எதிராக வலதுசாரி சக்திகள் முற்போக்குக் கருத்துகளைப் பயன்படுத்துவது, பணக்கார நாடுகள் கடுமையான குடியேற்றத் தடைகள் விதிப்பது போன்றவை உலகமயமாதலின் அண்மை விளைவுகளில் சில.

வெள்ளையர் அல்லாத பிற இனத்தவர்கள் அனைவரும் ஏழைகள் அல்ல. அதேபோல, வெள்ளையின மக்கள் மத்தியிலும் ஏராளமான ஏழைகள் இருக்கின்றனர். உண்மையில், அமெரிக்கா மற்றும் ஐரோப்பிய நாடுகளில் பல வெள்ளையின மக்கள் வேலையை, வருமானத்தை, சமூக உறுதித்தன்மையை உலகமயத்தால் இழந்திருக்கிறார்கள். ஆனாலும் உலக அரசியலில்

தோலின் நிறமும், பொருளாதார வகுப்பும் இரண்டறக் கலந்திருக்கின்றன.

அமெரிக்காவில் நிறம் முக்கியமானதாக இருப்பதுபோல, வேறு பல நாடுகளில் வகுப்பு முக்கியமானதாக இருக்கிறது. இந்தியாவைப் போன்ற நாடுகளில் சாதி இன்றியமையாததாக இருக்கிறது. மனிதர்களின் கண்ணியத்தை, பொருளாதார பலத்தை, அரசியல் அதிகாரத்தை, மறுக்கவொண்ணா உரிமைகளை மறுதலிக்க இனம், தேசிய இனம், சாதி, மதம் போன்ற விடயங்கள் பயன்படுத்தப்படுகின்றன. இம்மாதிரியான மக்களை வேற்றுப்படுத்தும், பிரித்தாளும் பல விடயங்கள் உலகமயமான உலகத்தில் நடக்கின்றன. நிலைமை மென்மேலும் மோசமாகிக் கொண்டிருக்கிறது.

பொருளாதாரத் தேசியவாதம், தன்னலம், பூர்வீகவாதம் போன்றவை பற்றிப் பேசும் கட்டுப்பாட்டுவாதிகள் (*protectionists*) இனவாதம் பேசி அயல்நாட்டவர், அயல்நாட்டுப் பொருட்கள் என்று பிரித்துப் பார்க்கின்றனர். குடியேற்றத் தடைகள் விதிப்பது, பொருளாதாரத் துரோகம் எனக் குற்றம் சாட்டுவது, இனவெறுப்பைப் பரப்புவது. அமெரிக்கப் பொருட்களையே வாங்குங்கள் என்று தன் நாட்டு மக்களைக் கேட்டுக்கொள்வது, ஜப்பானியர்களும், சீனர்களும் தங்கள் நாட்டுப் பொருளாதாரத்தை அழித்துவிடுவார்கள் என்று பயம்காட்டுவது, இப்படிப் பல்வேறு வழிகளில் கட்டுப்பாட்டுவாதம் வெளிப்படுகிறது.

ஜப்பானியர்கள் அமெரிக்கர்களை அண்ணாந்து பார்த்து அனுசரித்துப் போனாலும், வெள்ளையினச் சமூகம் அவர்களை வெறுப்புடனேயே பார்க்கிறது. அமெரிக்காவிலும், கனடாவிலும் பிரிட்டன் ஏறத்தாழ 26% சொத்துக்களை வாங்கி வைத்திருந்தாலும், வெறும் 15% சொத்துக்களை மட்டுமே வாங்கியிருக்கும் ஜப்பானியர்களை 'அமெரிக்காவையே மொத்தமாக விலைக்கு வாங்குகிறார்கள்' என்று குற்றம் சாட்டுகின்றனர். பொருளாதார சக்தி படைத்த ஜப்பானும் இதே தவறைச் செய்கிறது. கொரிய சிறுபான்மையினர், சீனர்கள், ஜப்பானியப் பூர்வீகக் குடிகளான 'அய்னு' (*Ainu*) மக்கள் போன்றோரை அடக்கி ஒடுக்குகின்றனர். இந்தியாவிலோ, பார்ப்பனர்கள் மேன்மையான தங்களைத் தவிர ஏனையோர் தீண்டத்தகாதவர்கள், திறமையற்றவர்கள், தகுதியற்றவர்கள், புனிதமற்றவர்கள் என்று பெரும்பான்மை மக்களை ஒதுக்கிவைத்து சாதி, மத துவேசத்தோடு நடத்துகின்றனர்.

இப்படியாக, வெள்ளையர்கள்-உலகமயம்-சர்வதேச அமைப்புகள் எனும் ஓர் உலகளாவிய அடுக்கும், பார்ப்பனர்கள்-வர்ணமயம்-சனாதன அமைப்புகள் எனும் ஒரு தேச அளவிலான அடுக்கும் நம்மை அச்சுறுத்திக்கொண்டிருக்கின்றன. இரண்டு தளங்களையும் ஆட்டுவிப்போருக்கான தேவைகள் இவைதான்: அதிகாரம், செல்வம், தன்னலம்.

[27]
நவீன அடிமைத்தனமும், நரபலியும்

சில ஆண்டுகளுக்கு முன்னால் மெக்சிகோ சிட்டியில் நடந்த ஒரு சர்வதேச மாநாட்டில் கலந்துகொண்ட சிலர் மாயன் (Mayan) பண்பாட்டுத் தலங்கள் சிலவற்றைச் சுற்றிப் பார்க்கச் சென்றோம். மாயன் மக்களின் கோவில்களில் மனிதர்களை நரபலி கொடுக்கும் வழக்கம் இருந்திருக்கிறது. அதற்கென அவர்கள் பயன்படுத்திய கற்களெல்லாம் பல இடங்களில் அப்படியே பாதுகாக்கப்பட்டிருந்தன.

உலகின் பல இடங்களில் இந்த நரபலி வழக்கம் இன்னும் இருப்பது பற்றியும், அதன் பல்வேறு பரிணாமங்கள் பற்றியும் நாங்கள் பேசிக்கொண்டிருக்கும்போது, ஓர் அமெரிக்க நண்பர் 'எங்களைப் போன்ற வளர்ந்த நாடுகளில் இப்பழக்கம் இல்லை' என்று பெருமையுடன் பீற்றிக்கொண்டார். தெற்குலக நாடுகளைச் சார்ந்த நாங்கள் கடுமையாக ஆட்சேபித்தோம்..

காலனியாதிக்கம், ஏகாதிபத்தியம், உலகமயமாக்கல் போன்றவை நவீன நரபலி அன்றி வேறென்ன? உலக வங்கி, உலக வர்த்தக மையம் போன்ற சர்வதேச நிதி அமைப்புகள் வளரும் நாடுகளின் மீது வலிந்து திணிக்கும் 'கட்டமைப்பைச் சீரமைக்கும் திட்டங்கள்' (Structural Adjustment Programs) மற்றும் 'உறுதிப்படுத்தும் திட்டம்' (Stabilization Program) போன்றவை நவீன நரபலிதானே என்று கேள்வி எழுப்பினோம்.

கட்டமைப்பைச் சீரமைத்தல் என்பது எதைக் குறிக்கிறது? அதைப் புரிந்துகொள்வதற்கு முன்னால், தாராளமயமாதல், தனியார்மயமாதல், உலகமயமாதல் ஆகிய மும்மை பற்றி நாம் கொஞ்சம் பேசியாக வேண்டும்.

தாராளமயமாதல் என்பது சந்தைப் பொருளாதாரத்தை முன்னிறுத்துகிறது. சந்தை தாராளமயமாக்கப்பட்டுவிட்டது, யார் வேண்டுமானாலும் எதை வேண்டுமானாலும் எங்கே வேண்டுமானாலும், எப்படி வேண்டுமானாலும் விற்று லாபம் சம்பாதித்துக்கொள்ளலாம், அதற்குத் தேசிய, உள்ளூர்த்

தடைகள் எதுவும் இனிமேல் இல்லை எனும் தோற்றத்தை உருவாக்குகிறது. ஆனால், உண்மையில் உள்ளூர்ச் சந்தை முதல் உலகச் சந்தை வரை அத்தனைச் சந்தைகளும் ஆதிக்கச் சக்திகளின், இடைத்தரகர்களின் கட்டுக்குள்தான் இருக்கின்றன, இயங்குகின்றன.

எடுத்துக்காட்டாக, உங்களிடம் ஆயிரம் தேங்காய்கள் இருக்கின்றன என்று வைத்துக்கொள்வோம். அவற்றை எடுத்துக்கொண்டுபோய் உள்ளூர்ச் சந்தையில் விற்று நீங்கள் லாபம் சம்பாதித்துவிட முடியுமா? சந்தைக்குள் நுழைவதற்கும், கடை விரிப்பதற்குமே ஏராளமான தடைகள், சிக்கல்கள் இருக்கின்றனவே? இவற்றையெல்லாம் கடந்து உள்ளே போய்விட்டாலும், ஏற்கனவே நீண்ட காலமாகத் தேங்காய் விற்றுக்கொண்டிருக்கிற வியாபாரிகள் அன்றைய விலையில் ஐம்பது காசு குறைத்து விற்கத் துணிந்தால் நீங்கள் காலியாகி விடுவீர்கள். சந்தைக்கு நீதி, நேர்மை, நியாயம், தர்மம் என எதுவும் கிடையாது. லாபம் மட்டும்தான் அதன் ஒரே குறிக்கோள்.

அதே போலத்தான் உலகச் சந்தையிலும் சக்தி வாய்ந்த நாடுகளின் தர்பார்தான் இன்றளவும் நடந்துகொண்டிருக்கிறது. அங்கே பொருட்களை விற்கும் நாடுகள் அவற்றுக்கான விலையை நிர்ணயிக்க முடிவதில்லை. அவற்றை வாங்கும் சக்தி வாய்ந்த நாடுகள்தான் விலையை, விற்கும் நிபந்தனைகளை முடிவு செய்கின்றன. சக்தி வாய்ந்தவர்கள் சந்தைக்குள் புகுந்து சகட்டு மேனிக்குச் சதிராட்டம் போடுவதைத்தான் தாராளமயமாக்கப்பட்ட சந்தை என்று தவறாகப் போற்றிப் புகழ்கிறோம்.

தனியார்மயம் என்பதும் இதுபோன்ற ஒரு பத்தாம்பசலித்தனம்தான். தனியார் நிறுவனங்களுக்கிடையே போட்டியை உருவாக்கி, மக்களுக்குக் குறைந்த விலையில் நிறைந்த சேவை கிடைக்க ஆவன செய்கிறோம் என்பதுதான் தனியார்மயமாக்கலின் தத்துவார்த்த அடிப்படை. ஆனால் உண்மையில் நடப்பது என்ன? ஏழைகள் அதிகமாக வாழும் தெற்கு நாடுகளில் கல்வி, மருத்துவம், போக்குவரத்து, எரிசக்தி போன்ற அத்தியாவசியத் துறைகளில் அரசின் பங்களிப்பு இருந்தே ஆகவேண்டும். இல்லையென்றால், அம்மக்களின் அடிப்படைத் தேவைகள் பூர்த்தி செய்யப்படாது.

எடுத்துக்காட்டாக, போக்குவரத்துத் துறையை எடுத்துக் கொள்வோம். அரசின் தலையீடு ஏதுமின்றி தனியார் பேருந்து நிறுவனங்களைத் தறிகெட்டு ஆடவிட்டால், பெரும்பாலான பேருந்துகள் சென்னை-திருச்சி, சென்னை-மதுரை போன்ற அதிக லாபம் தரும் தடங்களில்தான் ஓடும். வருமானம் வராத குக்கிராமங்களுக்குப் பேருந்துகள் ஓடாது.

உலகமயமாதல் என்பதும் தாராளமயம், தனியார்மயம் போன்ற ஒரு பித்தலாட்டம்தான். எடுத்துக்காட்டாக, அமெரிக்க நாட்டுப் பணக்காரர் ஒருவர் தன்னுடைய பணத்தை அந்நிய முதலீடு எனும் பெயரில் உலகின் எந்த நாட்டுக்கு வேண்டுமென்றாலும் எடுத்துச் சென்று முதலீடு செய்யலாம், அதிக லாபம் சம்பாதிக்கலாம். ஆனால் நீங்களும் உங்கள் குடும்பத்தாரும் அமெரிக்காவில் கலிஃபோர்னியா மாநிலத்தில் உள்ள ஒரு பழத்தோட்டத்துக்குச் சென்று இரண்டு மாதங்கள் மட்டும் வேலை செய்வதற்கு அனுமதி தாருங்கள் என்று அமெரிக்கத் தூதரகம் சென்று விசா கேட்டுப் பாருங்கள். எக்காரணம் கொண்டும் அனுமதி தரமாட்டார்கள். முதலாளிகளின் முதலீடு உலகமயமாக்கப்பட்டிருக்கிறது, ஆனால் தொழிலாளர்களின் உடலுழைப்பு நாடுகளின் எல்லைக்குள் முடக்கப்படுகிறது.

பணக்காரர்களுக்காக, பணக்காரர்களால் நடத்தப்படும் பணக்காரர்களின் தாராளமயம், தனியார்மயம், உலகமயம் அமைப்பில் ஏழைகள் ஒரு பொருட்டேயல்ல. ஏழை நாடுகள் உற்பத்தியைப் பெருக்கவும், இறக்குமதியைக் குறைத்து ஏற்றுமதியை அதிகரிக்கவும், நாட்டின் வருமானத்தை உயர்த்தவும் கேட்டுக்கொள்ளப்படுகின்றன. இவற்றைச் செய்ய வேண்டுமென்றால், ஏழை நாடுகளுக்கு ஏராளமான முதலீடும், தொழில்நுட்பமும், கட்டமைப்பும் தேவைப்படுகின்றன. இந்தப் பணத்தைக் கடனாகத் தருவதற்கு உலக வங்கி, ஆசிய வளர்ச்சி வங்கி, சர்வதேச நிதிக் குழுமம், மேல்நாட்டுத் தனியார் வங்கிகள், கார்ப்பரேட்டுகள் போன்றோர் அணியமாக இருக்கின்றனர்.

நம்மூர் கந்துவட்டிக்காரர்களைவிட மோசமான இந்த நிறுவனங்கள் கடன் தருவதற்குப் பல நிபந்தனைகளை விதிக்கிறார்கள். கந்துவட்டிக்காரர்கள் வட்டியைக் கறப்பதில் மட்டும்தான் கவனமாய் இருப்பார்களே தவிர, நம் வீட்டுக்குள் வந்தமர்ந்து நம்மை மேய்க்கவும், நம் வீட்டை நிர்வகிக்கவும்

எத்தனிக்க மாட்டார்கள். ஆனால் இவற்றைச் செய்யும் சர்வதேசக் கந்துவட்டிக்காரர்கள் மிகக் கொடூரமானவர்கள்.

இவர்கள் ஒரு நாட்டுக்குக் கடன் தரும்போது பற்பல நிபந்தனைகளை விதிக்கிறார்கள். அதாவது, பணமதிப்பிழப்பைச் செய்யுங்கள், மக்கள் மீது அதிக வரிகளைச் சுமத்துங்கள், மக்களுக்காகச் செய்யும் அரசு செலவினங்களைக் குறையுங்கள், நிதிக் கொள்கையைக் கடன்காரர்களுக்கு ஏதுவானதாக மாற்றுங்கள், உணவு மானியங்கள் கொடுக்காதீர்கள், ஏழைகளுக்கு உதவும் வழிகளை அடையுங்கள் என்றெல்லாம் நிர்ப்பந்திக்கின்றனர்.

மக்களுக்கு மானியங்கள் கொடுக்காதே, ரேஷன் கடைகளை மூடி விடு, மலிவு விலையில் எந்தப் பொருட்களையும் வழங்காதே, அரசுப் பள்ளி, அரசு மருத்துவமனை, அரசுப் போக்குவரத்து என அனைத்தையும் மூடு என்று ஆணையிடுகிறார்கள் இந்த அயல்நாட்டு முதலாளிகள்.

பொதுத்துறை நிறுவனங்களைத் தனியார் மயமாக்குங்கள், புதிய நிதி அமைப்புகளை உருவாக்குங்கள், லஞ்ச ஊழலை அழித்து, உங்கள் நாட்டுச் சட்டங்களை வெளிநாட்டுக்காரர்களுக்குத் தோதானவையாக மாற்றுங்கள், உள்நாட்டுப் பங்குச்சந்தைகளை உறுதிப்படுத்துங்கள் என்றெல்லாம் நீண்டகாலத் திட்டங்களையும் திணிக்கிறார்கள்.

அதாவது உங்கள் நாட்டின் கட்டமைப்பு சரியில்லை. நீங்கள் ஏழைகளுக்கு உதவிகள் செய்யக்கூடாது. கல்வி, மருத்துவம் என எதையும் இலவசமாகக் கொடுக்கக் கூடாது. உங்கள் வங்கிகளைத் திறம்பட இயக்க வேண்டும். நீதிமன்றங்களில் நாங்கள் வழக்குகள் தொடர்ந்தால் எங்களுக்கு உடனடியாக நீதி கிடைக்க வேண்டும் என்றெல்லாம் தங்கள் முதலீடுகளைக் காப்பாற்றிக்கொள்ளவும், தங்கள் நலன்களைக் காத்துக்கொள்ளவும் நம் நாட்டின் கட்டமைப்புகளை மாற்றச் செய்கிறார்கள். இதைத்தான் கட்டமைப்பைச் சீரமைத்தல் (Structural Adjustment) என்றழைக்கிறார்கள்.

அதேபோல, நமது பொருளாதாரம் பலவீனமானதாக, ஏற்றத்தாழ்வுகளுடன் கூடியதாக இருக்கிறது. அதனை 'உறுதிப்படுத்தும் திட்டம்' (Stabilization Program) அமல்படுத்தப்பட வேண்டும் என்றும் வலியுறுத்துகிறார்கள். இருக்க இடம்

கொடுத்தால், கிடக்க வழிதேடும் இவர்கள், நாளடைவில் நம்மை ஆளத் தொடங்குகிறார்கள்.

இந்த ஒண்டவரும் உலகமயப் பிடாரிகள் உள்ளுக்குள் வந்தால்தான், அந்நிய முதலீடுகள் வரும், தொழிற்சாலைகள் வரும், வேலைவாய்ப்புகள் வரும், வருமானம் வரும், பலமான பொருளாதாரம் வரும், அரசியல் ஸ்திரத்தன்மை வரும் என்றெல்லாம் ஊர்ப்பிடாரிகள் சப்பைக்கட்டு கட்டுகிறார்கள். உண்மை என்னவென்றால், உலகமயப் பிடாரிகள் உள்ளுக்குள் வந்தால்தான், ஊர்ப்பிடாரிகள் கொழுக்க முடியும். ஊர்ப்பிடாரிகள் கொழுத்தால்தான், உலகமயப் பிடாரிகள் அதிக லாபம் பெற முடியும், கையில் கிடைக்கும் வளங்களை எல்லாம் அள்ளிச் சுரண்டி அவர்கள் நாட்டுக்குக் கொண்டுபோக முடியும்.

எனவேதான் பன்னாட்டு நிறுவனங்கள் வந்து தொழில் தொடங்க இலவச நிலம், இலவச தண்ணீர், இலவச மின்சாரம், வரிச் சலுகைகள், சுற்றுச்சூழல் சட்டங்களை மீறும் உரிமை, தொழிலாளர் நலச் சட்டங்களை மீறும் உரிமை என ரத்தினக் கம்பளம் விரித்துக் காலில் விழுந்து கிடக்கின்றன தெற்கு நாடுகளின் அரசுகளும், ஆதிக்கச் சக்திகளும்.

ஏழை மக்களுக்கு ரேஷன் கொடுக்காதே, உதவிகள் செய்யாதே என்று வலியுறுத்தும் உலக வங்கி (World Bank), ஆசிய வளர்ச்சி வங்கி (Asian Development Bank), சர்வதேச நிதிக் குழுமம் (International Monetary Fund), உலக வர்த்தக நிறுவனம் (World Trade Organization), மேல்நாட்டுத் தனியார் வங்கிகள், கார்ப்பரேட்டுகள் போன்றோர் எப்போதாவது பெரு முதலாளிகளுக்கு, பன்னாட்டு நிறுவனங்களுக்கு எந்தச் சலுகையும் கொடுக்காதே எனக் கேட்டு எந்த அரசையாவது தடுத்திருக்கிறார்களா? அறிவுரைத்திருக்கிறார்களா? கிடையவே கிடையாது.

இந்த நவீன அடிமைத்தனம் நவீன வளர்ச்சிக்கான நரபலிகளைக் கிராமங்களிலும், குப்பங்களிலும், சேரிகளிலும் இருந்துதான் இழுத்துச் செல்கிறது. வளம், வாய்ப்பு, வசதி படைத்தவர்கள் அடிமைகளாகவோ, அல்லது வளர்ச்சியின் நரபலிகளாகவோ ஆவதேயில்லை.

[28]
உலகக் கந்துவட்டிக்காரர்கள்

உற்றாரோடு உறைந்து, இயற்கையைக் கவனமாகப் பயன்படுத்தி, வருங்காலத்தைத் தகவமைப்பது எனும் மனித வாழ்வின் அடிப்படை நியமத்தை, பணத்தால் தகர்த்தனர் பேராசைக்காரர்கள். இன்று பணம் படைத்தவர்கள் ஆள்கிறார்கள், வாழ்கிறார்கள். பணம் இல்லாதோரை கட்டுக்குள் வைத்திருப்பதற்கும் இந்தப் பணம் உதவுகிறது. வடக்கு நாடுகள், அவர்களால் ஆட்டுவிக்கப்படும் பன்னாட்டுப் பொருளாதார அமைப்புகள் (International Financial Institutions - IFIs), கார்ப்பரேட் நிறுவனங்கள் (Multinational Corporations - MNCs), ஆயுத உற்பத்தியாளர்கள், மற்றும் 'இராணுவ-ஆயுதத் தொழிற்நுட்ப-அழிவு ஆய்வுக்கூட-பேராசைக் கார்ப்பரேட் கும்பல்' (Military-Industrial-Academic-Corporate Complex) அனைவருமாகச் சேர்ந்து உலக மக்களைக் கசக்கிப் பிழிந்துகொண்டிருக்கிறார்கள்.

இவர்களோடு வளர்ச்சி வல்லுநர்கள், ஒப்பந்தக்காரர்கள், இடைத்தரகர்கள், உயர் அதிகாரிகள், அரசியல்வாதிகள் எனும் இன்னொரு கூட்டமும் கைகோர்த்து இயங்குகிறது.

இந்தப் பணக்கும்பல் உலக அளவிலும், ஒவ்வொரு நாட்டிற்குள்ளும் ஓயாமல் வேலை செய்துகொண்டிருக்கிறது. சொகுசுப் பொருட்கள் உற்பத்தி, நுகர்வுக் கலாச்சாரம், வீணாக்கும் வாழ்க்கைமுறை, சண்டைகள் மூட்டல், ஆயுத வியாபாரம், அழிவியல் ஆய்வுகள் என்றியங்கும் இந்தப் பணவெறி ஆக்டோபஸ் இன்னொரு கொடூரமான கரத்தையும் கொண்டிருக்கிறது. அதுதான் கடன்.

தெற்கு நாடுகளில் வளர்ச்சித் திட்டங்களை அமல்படுத்துவதற்கும், தொழில்நுட்பங்கள் பெறுவதற்கும், போர்த் தளவாடங்கள் வாங்குவதற்கும், இன்னோரன்ன நடவடிக்கைகளுக்கும் பணத்தேவைகள் எழும்போது, அவர்கள் வடக்கு நாடுகளை நோக்கித் திரும்புகிறார்கள். அங்கேதான் கொழுத்த கார்ப்பரேட்டுகளும், உலகக் கந்துவட்டிக்காரர்களும் நிறைந்திருக்கின்றனர்.

இரண்டாம் உலகப் போருக்குப் பிறகு, சிதைந்து கிடந்த ஐரோப்பாவைச் சீரமைப்பதற்கும், உலகப் பொருளாதாரத்தை நிர்வகிப்பதற்கான பன்னாட்டு கூட்டுறவுக் கட்டமைப்புகளை உருவாக்குவதற்குமாகப் பன்னாட்டுப் பொருளாதார அமைப்புகள் (IFIs) ஏற்படுத்தப்பட்டன. அவற்றுள் சில: உலக வங்கி (World Bank), பன்னாட்டுப் பண நிதியம் (International Monetary Fund - IMF) பன்னாட்டு நிதிக் குழுமம் (International Finance Corporation - IFC), ஐரோப்பிய முதலீட்டு வங்கி (European Investment Bank), பன்னாட்டு வளர்ச்சிக் கூட்டமைப்பு (International Development Association - IDA), உலக வர்த்தக நிறுவனம் (World Trade Organization - WTO) போன்றவை.

இவ்வமைப்புகள் பலவும் ஐ.நா.வுடன் தொடர்புடையவை, அனைத்து நாடுகளுக்கும் பொதுவானவை என்கிற தோற்றத்தை உருவாக்கினாலும், இவை வடக்கு நாடுகளாலும், அந்நாடுகளின் ஆட்சிப் பீடங்களாலும்தான் ஆட்டுவிக்கப்படுகின்றன. இவற்றின் தலைமையகங்கள் அமெரிக்காவின் தலைநகரமான வாஷிங்டன் டி.சி. நகரிலேயே அமைந்திருப்பது தற்செயலாக நடந்ததல்ல. இந்த உலகக் கந்துவட்டி அமைப்புகளின் தலைவர்களாகப் பெரும்பாலும் அமெரிக்கர்களும், ஐரோப்பியர்களுமே நியமிக்கப்படுவதும் ஓர் எழுதப்படாத விதியாகவே இருந்து வருகிறது.

இந்தப் பன்னாட்டுப் பொருளாதார நிறுவனங்கள் பணக்காரர்களின், சக்தி வாய்ந்தவர்களின் ஈடுபாடுகளைக் காப்பாற்றுவதிலேயே குறியாக இருக்கின்றன. தெற்கு நாடுகளின் தேசத் தலைவர்களும், அரசியல் கட்சிகளும் வளர்ச்சி, முன்னேற்றம், பொருளாதாரப் பாதுகாப்பு, தேசியப் பாதுகாப்பு எனும் பெயர்களில் பன்னாட்டுப் பொருளாதார நிறுவனங்களின் ஏஜெண்டுகளாக, தங்கள் மக்களுக்கு எதிராக இயங்குகின்றனர். இவர்களும், உலகத் தலைவர்களும் ஒருவருக்கொருவர் பரஸ்பரம் உதவிகள் செய்து, சாதாரண மக்களைக் கைவிடுகின்றனர்.

தேசியக் கடன் சுமையும், கூடுதலான வட்டி விகிதமும், வளர்ச்சித் திட்டங்கள் எனும் பெயரில் திணிக்கப்படும் அழிவுத்திட்டங்களும் தெற்கு நாடுகளின் மக்களை இன்னும் அழுத்தத்துக்கு ஆட்படுத்துகின்றன. தாராளமயம், தனியார்மயம், உலகமயம் எனும் பெயரில் இது தொடர்கிறது. இவற்றை எதிர்ப்பவர்கள் உலகச் சந்தை இயங்கும் விதத்தையும்,

உலகப் பொருளாதாரத்தையும் அறியாதவர்கள் என்று தூற்றப்படுகிறார்கள். மேற்படியார்களின் முதலாளித்துவ ஏற்பாட்டை, வளர்ச்சி மந்திரத்தை, தரகு நடவடிக்கைகளை, லஞ்ச லாவண்யங்களைக் கேள்விகேட்போர் தேசத் துரோகிகளாக, நகர்ப்புற நக்சல்களாக, மாவோயிஸ்டுகளாக, பயங்கரவாதிகளாகச் சித்திரிக்கப்படுகின்றனர்.

கடன் பிரச்சினையையும், உலகக் கந்துவட்டிக்காரர்களின் கொடுமைகளையும் புரிந்துகொள்வதற்கு இந்தியா ஒரு சிறந்த எடுத்துக்காட்டாக விளங்குகிறது. கடந்த மார்ச் 31, 2015 அன்று இந்தியா ரூ. 51,04,675 கோடி கடன்பட்டிருந்தது. ஆகஸ்ட் 15, 2016 அன்று இந்தக் கடன் தொகை ரூ. 57,021,582 கோடியாக உயர்ந்தது. இந்தப் பெரும் கடனைக் கையாள்வதற்காக, அதாவது அதற்குரிய வட்டியைக் கட்டுவதற்கு மட்டுமே, இந்தியா ஆண்டுதோறும் ரூ. 36,318 கோடிகளைச் செலவழிக்கிறது.

கடந்த 2014-15-ஆம் நிதியாண்டில் இந்தியாவின் நீண்டகால உள்நாட்டுக் கடனில் 77 விழுக்காடும், வெளிநாட்டுக் கடனில் 73 விழுக்காடும் கடன் சேவைக்காக, அதாவது ஏற்கனவே வாங்கியிருக்கும் கடன்களைத் திருப்பிக் கொடுப்பதற்காக பயன்படுத்தப்பட்டது. இப்படி வாங்கும் புதிய கடன்களின் பெரும்பகுதி தற்போது நிலுவையில் இருக்கும் பழைய கடன்களை அடைக்கவே பயன்படுத்தப்படுவதால், வளர்ச்சித் திட்டங்களுக்காகப் பயன்படுத்தப்படும் தொகை மிகவும் குறைந்து போகிறது.

வாங்கும் கடனுக்கு வட்டி கட்டுவதைக் கூடப் புரிந்து கொள்ளலாம். ஆனால் உலக கந்துவட்டிக்காரர்கள் நம்மூர் ஈட்டிக்காரர்களைவிட மோசமான பல ஏற்பாடுகளைச் செய்து வைத்திருக்கிறார்கள். அதாவது, இவர்களிடம் தெற்கு நாடுகள் கடன் வாங்கும்போது, உறுதிப்பாட்டுக் கட்டணம் (commitment charges), முன்பணக் கட்டணம் (front-end fee), கொடுக்கல்-வாங்கல் ஒப்பந்தக் கட்டணம் (off-take fee) போன்ற பல்வேறு கட்டணங்களை வசூலிக்கின்றனர்.

அதாவது, வாங்கும் மொத்தக் கடன் தொகையில் 0.25 விழுக்காடு பணத்தைக் கடன் வாங்குபவர் கடன் தருபவருக்கு முன்பணக் கட்டணமாகக் (front-end fee) கொடுக்க வேண்டும். கடன் ஒப்பந்தம் கையெழுத்தான சில நாள்களிலேயே இம்மதிரியான

கட்டணங்கள் விதிக்கப்படுகின்றன. அதேபோல, ஒத்துக்கொண்ட மொத்தக் கடன் தொகையிலிருந்து இன்னும் வாங்காமல் வைத்திருக்கும் தொகைக்கும் உலக வங்கி ஆண்டொன்றுக்கு 0.25 விழுக்காடு கட்டணம் விதிக்கிறது. எஞ்சியிருக்கும் கடன் தொகையை அடுத்தடுத்த ஆண்டுகளில் பெற்றுக்கொள்கிறோம் என்று தெரிவித்தாலும், இந்தக் கட்டணம் தொடர்ந்து வசூலிக்கப்படுகிறது. கடன் வாங்கும் தெற்கு நாடுகள் இவற்றை எதிர்த்தாலும், உலக வங்கி இக்கட்டணங்களை வசூலிக்காமல் விடுவதில்லை.

இந்தியா ஒவ்வொரு ஆண்டும் ஒரு பெரும் தொகையை உறுதிப்பாட்டுக் கட்டணமாக (commitment charges) உலகக் கந்துவட்டிக்காரர்களுக்குக் கொடுத்து வருகிறது. இவர்கள் கடனாளிக்கு அனுமதித்துவிட்ட கடனில் இன்னும் பெறப்படாத அல்லது பயன்படுத்தப்படாத தொகைக்கு வட்டியை ஈடாக்க முடியாது என்பதால் இந்த உறுதிப்பாட்டுக் கட்டணத்தை வசூலிக்கிறார்கள்.

கடந்த 1991-2009 காலக்கட்டத்தில் இந்திய அரசு ரூ.1,400 கோடி உறுதிப்பாட்டுக் கட்டணமாகக் கொடுத்தது. அதேபோல, 2014-15 காலக்கட்டத்தில் இந்தியா ரூ.2,10,099 கோடி கடன் பணத்தைப் பயன்படுத்தாமல் வைத்திருந்தது. எனவே ரூ.110 கோடி பணத்தை உறுதிப்பாட்டுக் கட்டணமாகக் கையளித்தது. பின்னர் 2009-2015 காலக்கட்டத்தில் இந்தியா ரூ.602 கோடியை வாங்காத கடனுக்காக வெளிநாட்டுக் கந்துவட்டிக்காரர்களுக்கு வீணாக வழங்கியது.

இந்தியாவின் நிதி அமைச்சகம் இந்த உறுதிப்பாட்டுக் கட்டணத்தைக் கடனுக்காகக் கொடுக்கும் வட்டித் தொகையுடன் கலந்து விரவி கணக்குச் சொல்லிவிட்டு, பல்வேறு உலகக் கந்துவட்டிக்காரர்களுக்குத் தேவையின்றி கொடுக்கும் தொகையை அப்படியே மறைத்துவிடுகிறது. வட்டிச் செலவுகள் (interest obligations) எனும் தலைப்பின்கீழ் இம்மாதிரி தொகைகளை மறைத்துவிடுகிறார்கள். இது வீண் செலவினங்களை மறைப்பதாகவும், மக்களைத் திசைதிருப்புவதாகவும் அமைகிறது.

இந்திய ஒன்றிய அரசு 'ஸ்வச் பாரத்' என்கிற திட்டத்துக்காக உலக வங்கியிடமிருந்து 2015-ஆம் ஆண்டு 1.5 பில்லியன் டாலர் கடன் வாங்கியது. உலக வங்கி சமூகத் துறையில்

வழங்கிய மாபெரும் கடன்தொகை இதுதான். அந்தத் திட்டம் நடைமுறைப்படுத்தப்பட்டபோது, சார்பற்ற கணக்கெடுப்புகள் மூலம் சில விடயங்கள் அவதானிக்கப்பட்டன. அவற்றை 'வழங்குதலோடு இணைந்த குறிகாட்டிகள்' (Disbursement-Linked Indicators - DLIs) என்று உலக வங்கி அழைக்கிறது.

இந்தக் குறிகாட்டிகளை உறுதிபடச் சரிபார்க்க முடியாத நிலையில், 'ஸ்வச் பாரத்' கடனின் முதல் தவணையை இந்தியா பெற முடியவில்லை. இரண்டாவது தவணையைப் பெறுவதும் தாமதமாயிற்று. இப்படியாகக் கடன் தொகையில் ஒரு பைசாவைக்கூட வாங்கவில்லை என்றாலும், இந்தியா 15.40 மில்லியன் டாலர் தொகையை உறுதிப்பாட்டுக் கட்டணம் (commitment charges), முன்பணக் கட்டணம் (front-end fee), கொடுக்கல்-வாங்கல் ஒப்பந்தக் கட்டணம் (off-take fee) எனும் பெயர்களில் கொடுக்க வேண்டியதாயிற்று,

உலகக் கந்துவட்டிக்காரர்களின் இம்மாதிரியான கொடும் கட்டணங்களாலும், கொடூரமான நடவடிக்கைகளாலும் அவர்கள் கொழுக்கிறார்கள். இந்தியா போன்ற தெற்கு நாடுகளின் மக்கள் பணம் வீணடிக்கப்படுகிறது. உலகக் கந்துவட்டிக்காரர்களே உருவாக்கிக்கொள்ளும் புள்ளிவிபரங்களின் அடிப்படையில், இந்தியா 'ஏழை நாடு' என்கிற நிலையிலிருந்து 'நடுத்தர நாடு' என்கிற நிலைக்கு உயர்த்தப்படுகிறது. பின்னர் இதனையே காரணமாகக் காட்டி, பன்னாட்டு வளர்ச்சிக் கூட்டமைப்பு (International Development Association - IDA) போன்ற நிறுவனங்கள் தாங்கள் வழங்கும் கடன்களில் எந்தவிதமான சலுகைகளையும் வழங்க முடியாது என்று அறிவிக்கின்றன.

[29]

‘எளிதாக வியாபாரம் செய்து’ ஏய்ப்பது

‘கடன்பட்டார் நெஞ்சம் போல் கலங்கினான் இலங்கை வேந்தன்’ என்பார் கம்பர். இலங்கை வேந்தன் மட்டுமல்ல, இன்றைய தெற்கு நாடுகள் அனைத்துமே உலகக் கந்துவட்டிக்காரர்களிடம் கடன்பட்டு கலங்கித்தான் கிடக்கின்றன. தனிநபர்கள் வட்டிக்குக் கடன் வாங்கி, அந்த வட்டியைக் கட்டுவதற்கு மேலும் கடன் வாங்கி அழிந்துபோவது போல, பல ஏழை நாடுகளும் தங்கள் தேசிய பட்ஜெட்டில் அறுபது விழுக்காடு வரை பழைய கடன்களுக்கு வட்டி கட்டவும், புதிய கடன்கள் வாங்கவும், கடன் தொடர்பான செலவுகளுக்குமாகப் பயன்படுத்துகின்றன.

உலகக் கந்துவட்டிக்காரர்களுக்குக் கடன் வழங்கும் வாய்ப்புகள் புதிது புதிதாக உருவாகிக்கொண்டே இருக்கின்றன. எடுத்துக்காட்டாக, கோவிட்-19 நோய்த்தொற்று நம்மைத் தாக்கியபோது, 90 நாடுகள் பன்னாட்டுப் பண நிதியத்திடமிருந்து (IMF) அவசரக் கடன்கள் பெற விழைந்தன. எடுத்துக்காட்டாக, பாகிஸ்தான் 3.7 பில்லியன் டாலர் கடனைப் பன்னாட்டுப் பண நிதியம், உலக வங்கி, ஆசிய வளர்ச்சி வங்கி போன்ற நிறுவனங்களிடமிருந்து வாங்கியது.

கொரோனா நோய்த்தொற்று காலத்தை ‘மனிதகுலம் எதிர்கொள்ளும் இருண்ட காலக்கட்டம்’ என்றெல்லாம் ஒப்புக்கு ஒப்பாரி வைத்த நிதியத்தின் தலைவர் கிரிஸ்டலீனா ஜியார்ஜீவா (Kristalina Georgieva), ஒரு டிரில்லியன் டாலர் தொகையைக் குறுகிய கால கடன்களுக்காக ஒதுக்குவதாக அறிவித்தார். உலக வங்கியின் தலைவர் டேவிட் மால்பாஸ் (David Malpass), உலகம் மாபெரும் பொருளாதார மந்தநிலையை சந்திக்கவிருக்கிறது என்று சுட்டிக்காட்டி, ஏழை நாடுகளுக்குப் பெரும்பலத்துடன், பெரிய அளவில் ஆதரவு திட்டங்கள் வழங்கப்போவதாகக் கூறி புளகாங்கிதமடைந்தார். எல்லாமே கந்துவட்டிக்குக் கடன் வழங்கும் சப்பைக்கட்டுகள்தான்.

இந்தப் பன்னாட்டுப் பொருளாதார அமைப்புகளும், கடன் வழங்கும் பணக்கார நாடுகளும் தங்களுக்கான கந்துவட்டியைக் கறப்பதில்தான் குறியாக இருக்கின்றனவே தவிர, குறிப்பிடத்தக்க அளவில் கடன் நிவாரணம் வழங்குவதில்லை. கடன் தள்ளுபடி எனும் பேச்சுக்கே அவர்கள் தலைப்படுவதில்லை.

தற்போது உலகக் கந்துவட்டிக்காரர்கள் தங்கள் உத்தியை மாற்றிக்கொண்டிருக்கிறார்கள். அதாவது 'எளிதாக வியாபாரம் செய்வது' (Ease of Doing Business) என்கிற பெயரில் வடக்கு நாடுகள் தெற்கு நாடுகளின் உள்நாட்டுச் சட்டங்கள் மற்றும் கொள்கைகளை மாற்றியமைக்கச் செய்கின்றன. பல்வேறு துறைகளில் காணப்படும் கட்டுப்பாடுகளைத் தளர்த்த வைக்கின்றன. கடந்த 2004-ஆம் ஆண்டு முதல் உலக வங்கி 'எளிதாக வியாபாரம் செய்வது' குறித்த ஆண்டறிக்கை ஒன்றை வெளியிட்டு வருகிறது. அதன் மூலம் 3,188 வர்த்தகம் தொடர்பான 'சீர்திருத்தங்களை' அது சாத்தியமாக்கி இருக்கிறதாம். 'சீர்' வடக்கு நாடுகளுக்கும், 'திருத்தம்' தெற்கு நாடுகளுக்கும் என்பதுதான் இதில் புதைந்துகிடக்கும் உண்மை.

வடக்கு நாடுகளும், அவர்களின் கார்ப்பரேட் நிறுவனங்களும் டிரில்லியன் டாலர் கணக்கான பெரும் தொகையை வளர்ச்சிக்கான மூலதனம், முதலீடு என்கிற பெயர்களில் ஒதுக்கி, தெற்கு நாடுகளின் வியாபாரச் சூழல், ஒழுங்கமைப்பு போன்றவற்றின் அடிப்படையில் பொருளாதாரச் 'சீர்திருத்தங்கள்' கொண்டு வருகிறார்கள். இந்த எளிதாக வியாபாரம் செய்யும் நடவடிக்கைகளின் அடிப்படையில் தங்கள் முதலீடுகளைத் தெற்கு நாடுகளில் குவிக்கின்றனர். தாங்கள் எதிர்பார்க்கும் மாற்றங்களை மேற்படி எளிதாக வியாபாரம் செய்யும் அறிக்கைகளில் சுட்டிக்காட்டி, தங்களுக்கு வேண்டியதை அவர்கள் எளிதாகப் பெற்றுக்கொள்கின்றனர்.

இந்தியாவை எடுத்துக்கொள்வோம். வடக்கு நாடுகளும், அவர்களின் கார்ப்பரேட் நிறுவனங்களும் 'எளிதாக' வியாபாரம் செய்யும் பொருட்டு, நரேந்திர மோடி அரசு நம் நாட்டு சட்டத்திட்டங்களையும், கொள்கைகளையும் வேகமாக மாற்றி வருகிறது. பல்வேறு அமைச்சகங்களின் கீழியங்கும் ஏராளமான துறைகளில் காணப்படும் ஒழுங்கமைப்புகளை நீக்குகிறார்கள். ஒன்றிய அரசு நூற்றுக்கணக்கான 'சீர்திருத்தங்களை'க் கண்டுணர்ந்து, உரிய மாற்றங்களைக் கொண்டுவர அனைத்துத்

துறைகளையும் பணிக்கிறது. இந்திய அரசின் 'தொழிற் கொள்கை மற்றும் முன்னேற்றம்' எனும் துறை மட்டுமே 122 மாற்றங்களை ஏற்படுத்தி, மேலும் 90 மாற்றங்களைக் கொண்டுவர திட்டமிட்டிருக்கிறது. இம்மாற்றங்களுள் முக்கியமானது கார்ப்பரேட் வரிகளைக் குறைப்பது என்பதுதான் வேடிக்கையானதும், வேதனையானதும் ஆகும்.

மேற்படி 'சீர்திருத்தங்களின்'படி, தொழிற்சாலைகளில் அரசுத் துறையினர் பல்வேறு ஆய்வுகளை நடத்துவதற்குப் பதிலாக, ஆலைகளின் நிர்வாகங்களே சுயஆய்வு நடத்திக் கொள்ளலாம். முதலீடு வரம்புகள் மாற்றப்பட்டு, ஜி.எஸ்.டி. அமலாக்கப்படுகிறது. திவால் சட்டங்கள், கம்பெனி சட்டம், முத்திரை வரி (stamp duty) போன்றவை மாற்றப்பட்டுள்ளன.

நடைமுறையில் இருந்த 44 தொழிலாளர் நலச் சட்டங்கள் வெறும் நான்காகச் சுருக்கப்பட்டுள்ளன. இதன்படி,, 300 பேர் வரை வேலைக்கமர்த்தியிருக்கும் நிறுவனம் அரசின் அனுமதியின்றி அவர்களை வேலையிலிருந்து நீக்கலாம், கடையை மூடலாம். நூறு பேர் என்றிருந்த வரம்பு இப்போது 300 பேராக உயர்த்தப்பட்டுள்ளது. தொழிற்சங்கங்களில் பங்கேற்பது கடுமையான நெருக்கடிக்குள்ளாகிறது. பல தரப்பினரும் இம்மாதிரி 'சீர்திருத்தங்களை' எதிர்த்தாலும், மத்தியப் பிரதேசம், ராஜஸ்தான், ஆந்திரா போன்ற எட்டு மாநிலங்கள் இவற்றை நடைமுறைப்படுத்தத் தொடங்கிவிட்டன.

தெற்கு நாடுகளுக்கு 'எளிதாக வியாபாரம் செய்வது' பற்றி வகுப்பெடுத்த அமெரிக்க அதிபர் டொனால்ட் டிரம்ப், தன்னுடைய நாட்டில் 'அமெரிக்கமயமாக்கல்' எனும் கொள்கையை அறிவித்து நடைமுறைப்படுத்த முயன்றார். அமெரிக்கா போலவே, பல வடக்கு நாடுகள் தத்தம் நலன்களைக் காத்துக்கொள்ளும் போக்கைக் கண்கூடாகப் பார்க்க முடிகிறது.

பன்னாட்டுப் பொருளாதார அமைப்புகள் தெற்கு நாடுகளின் பொருளாதாரங்களைக் 'கட்டமைப்பைச் சீரமைக்கும் திட்டங்கள்' (Structural Adjustment Programs) மூலம் நிர்வகிக்க முனைந்தபோது எழுந்த உலகளாவிய எதிர்ப்பு, 'எளிதாக வியாபாரம் செய்வது' எனும் தற்போதைய திட்டம் அமலுக்கு வரும்போது காணப்படவில்லை. ஆனால் இந்திய மக்கள் இதனை ஓரளவு இனம்கண்டு எதிர்த்து வருகின்றனர்.

எடுத்துக்காட்டாக, கடந்த 2016 அக்டோபர் மாதம் 'பன்னாட்டு வளர்ச்சிக்கான அமெரிக்க நிறுவனம்' (U.S. Agency for International Development - USAID) இந்தியாவில் இணையவழி பணப் பரிவர்த்தனைகளை ஊக்குவிக்கக் களமிறங்கியது. அவர்களின் அந்த நடவடிக்கை இந்தியாவில் பொருளாதாரத் தீண்டாமையை அழித்தொழிக்கும் என்றெல்லாம் நீட்டி முழக்கினார்கள். இந்தியாவின் வளர்ந்துவரும் டிஜிட்டல் பொருளாதாரத்தில் வணிகர்களும், நுகர்வோரும், ஏழை பாழைகளும் பங்கேற்க அந்நடவடிக்கை உதவும் என்றெல்லாம் அளந்தார்கள்.

நரேந்திர மோடி நவம்பர் 8, 2016 அன்று தன்னுடைய படுதோல்வி அடைந்த பணமதிப்பிழப்பு நடவடிக்கையை அறிவிக்கும் முன்னரே, பணமற்றப் பரிவர்த்தனைகள் செய்யும் நிறுவனங்களை நிறுவிடவும், அவற்றின் விளம்பரங்களை வெளியிடவும் உதவியிருந்தார். பிரமாண்டமான முறையில் முன்வைக்கப்பட்ட இத்திட்டத்தில் மறைந்திருந்த கமிஷன் மற்றும் கள்ளத்தனங்களை எளிதில் புரிந்துகொண்ட இந்திய மக்கள், பணமதிப்பிழப்பு போலவே இத்திட்டத்தையும் மதிப்பிழக்கச் செய்தனர்.

இந்நிலையில் கடந்த நாற்பது ஆண்டுகளாக வெறுமனே பேசப்பட்டு வந்த அடிப்படை கார்ப்பரேட் வரி விதிப்பை 130 நாடுகள் சேர்ந்து 2021 ஜூன் மாதம் நிறைவேற்றின. வெளிநாட்டு முதலீடுகளையும், வேலை வாய்ப்புகளையும் பெறுவதற்காக, பல நாடுகள் கார்ப்பரேட் நிறுவனங்களுக்கு வெகு குறைவாக வரிகளை விதித்து, சிவப்புக் கம்பளம் விரித்து வரவேற்று வந்தன. இதனை ஒரு வாய்ப்பாகப் பயன்படுத்திக்கொண்ட கார்ப்பரேட்டுகள் வரி குறைந்த நாடுகளில் தங்கள் தலைமையகங்களை அமைத்துக்கொண்டு கொழுத்து வளர்ந்தன.

தற்போது இம்முறை மாற்றப்பட்டு, கார்ப்பரேட்டுகள் எந்த நாட்டில் தமது வருமானத்தைப் பெறுகிறார்களோ, அந்த நாட்டிலேயே 15 விழுக்காடு வரி செலுத்த வேண்டும் என்கிற ஏற்பாடு நிறுவப்பட்டுள்ளது. இந்த வரி விகிதத்தை இன்னும் உயர்த்த பல பணக்கார நாடுகள் எதிர்ப்பு தெரிவிக்கின்றன. உலகளாவிய கார்ப்பரேட் வரி 2023-ஆம் ஆண்டிலிருந்து அமலுக்கு வருமென்றும், அதன் மூலம் உலக நாடுகள் ஆண்டுதோறும் ஏறத்தாழ 150 பில்லியன் டாலர் வருமானம்

பெற முடியும் என்றும் தெரிவிக்கப்படுகிறது. ஆனாலும் இந்தத் திட்டம் எவ்வளவு தூரம் வெற்றி பெறும் என்பதைப் பொறுத்திருந்துதான் பார்க்க வேண்டும்.

காரணம் உலகளாவிய நிதிக் கட்டமைப்பு பணக்கார வடக்கு நாடுகளுக்கும், அவர்களின் கார்ப்பரேட் நிறுவனங்களுக்கும், உலகப் பொருளாதார அமைப்புகளுக்கும் சாதகமாக ஏற்படுத்தப்பட்டிருக்கிறது. அது ஏராளமான குளறுபடிகளைத் தன்னகத்தே கொண்டிருக்கிறது. வரி ஏய்ப்புப் புகலிடங்களும், வரி கொடாமையும் அவற்றுள் முக்கியமானவை. முறைகேடான பணப் பரிவர்த்தனைகளைத் தடுக்கவேண்டிய சக்திவாய்ந்தவர்களே தற்போதைய நடைமுறைகளால் பெரும் பயனடைவதால், இவ்வேற்பாட்டை மாற்ற மறுக்கிறார்கள். கடந்த சில ஆண்டுகளில் அம்பலப்படுத்தப்பட்டிருக்கும் லக்சம்பர்க் லீக்ஸ் (2014), பானமா பேப்பர்ஸ் (2016), பாரடைஸ் பேப்பர்ஸ் (2017), பண்டோரா பேப்பர்ஸ் (2021) போன்ற முறைகேடான பணப் பரிவர்த்தனைகளும், மோசடிகளும் உலகளாவிய நிதிக் கட்டமைப்பை மாற்றியமைக்க வேண்டிய தேவையை நமக்குச் சுட்டிக்காட்டுகின்றன. உலகக் கந்துவட்டிக்காரர்களும், தன்னலமிக்க வியாபாரிகளும், வரி ஏய்ப்பாளர்களும் நிறைந்திருக்கும் இவ்வுலகம் உய்வடையும் நாள் எந்நாளோ?

[30]
ஆயுதமின்றி அமையாது உலகு

பணக்கார வடக்கு நாடுகளின் கட்டுப்பாட்டுக்குள் இயங்கும் 'இராணுவ-ஆயுதத் தொழிற்நுட்ப-அழிவு ஆய்வுக்கூட-பேராசை கார்ப்பரேட் கும்பல்' (Military-Industrial-Academic-Corporate Complex) ஒன்று நம்முடைய உலகைக் கடத்தி தன் கட்டுக்குள் வைத்திருக்கிறது. இதன் பின்னால் இராணுவத்துவம், அணுத்துவம் எனும் இரண்டு பலமான கோட்பாடுகள் இயங்கிக்கொண்டிருக்கின்றன.

இராணுவத்துவம் (Militarism) என்பது இராணுவத்தின் முக்கியத்துவத்தை, இன்றியமையாமையைத் தூக்கிப்பிடித்து, இராணுவரீதியாகவே சிந்தித்துச் செயல்படும் ஒரு சமூக-பொருளாதார-அரசியல் அணுகுமுறை. முழுவீச்சிலான ஓர் இராணுவத்துவ அமைப்பில் இராணுவ அதிகாரிகளே சட்டம் இயற்றுபவர்களாக, சட்டத்தைப் பேணுபவர்களாக, சட்டத்தை அமல்படுத்துபவர்களாக, இராணுவ நீதியை நிலைநாட்டுபவர்களாகத் திகழ்கிறார்கள். அங்கே துப்பாக்கிக் கலாச்சாரமும், வன்முறையும் போற்றப்படுகின்றன, கடைப்பிடிக்கப்படுகின்றன. அரசியல் அமைப்புமுறை, அரசு நிர்வாகம் போன்றவற்றைத் தாண்டி, இராணுவமே பொருளாதாரத்தையும் மேலாண்மை செய்கிறது, சமூகத் தளத்திலும் இராணுவக் கலாச்சாரமும், இராணுவத் தன்மைகளும் ஓங்கி நிற்கின்றன.

ஒரு நாட்டின் ஆட்சிப் பரிபாலனத்தை அந்நாட்டு இராணுவம் ஏற்றெடுக்கப் பல்வேறு காரணங்கள் சொல்லப்படலாம். பழைய ஆட்சியாளரின் தகாத தலைமை மற்றும் அவரின் ஒவ்வாத நடைமுறைகள், அல்லது ஒரு நாட்டில் ஏற்கனவே நிகழ்ந்திருக்கும் புரட்சியைப் பாதுகாக்க வேண்டிய அரசியல் கடமை, அல்லது ஒரு நாட்டின் இறையாண்மைக்கும் ஒருமைப்பாட்டுக்கும் ஏற்படும் ஆபத்துகளைக் களைதல் என பல்வேறு காரணங்களைச் சொல்லி அந்நாட்டு இராணுவம் தலையீடு செய்யலாம்.

ஏற்புடைய காரணங்கள் எதுவும் இல்லாமலேகூட இராணுவ ஆட்சி அமல்படுத்தப்படலாம்.

சில நாடுகளில் இராணுவம் நேரடியாக ஆட்சி செய்தாலும், மற்ற நாடுகளில் இராணுவம் திரைமறைவில் இருந்து மறைமுகமாக ஆட்சி செலுத்துகிறது. உலகின் மாபெரும் சனநாயக நாடுகள் என்றழைக்கப்படும் அமெரிக்காவிலும், இந்தியாவிலும்கூட, இராணுவத்துக்கு ஒரு 'புனிதப் பசு' அந்தஸ்து கொடுக்கப்பட்டிருக்கிறது. எந்த அரசியல் கட்சியோ, அதன் தலைவரோ, அல்லது வேறு யாராவதோ இராணுவத்துக்கு எதிராகச் சுண்டுவிரலைக்கூட உயர்த்தமாட்டார்கள். அத்தனை சக்தி வாய்ந்த நிறுவனமாகவே இருக்கிறது இராணுவம்.

இந்த இராணுவ முதன்மைக்கு முக்கியமாகச் சொல்லப்படும் காரணம் 'தேசியப் பாதுகாப்பு' எனும் தாரக மந்திரம்தான். அதென்ன தேசியப் பாதுகாப்பு? ஒரு தேசத்தின் மக்கள் அனைவரையும் ஏழ்மை வறுமையிலிருந்து, பசி பஞ்சத்திலிருந்து, நோய் நொடிகளிலிருந்து மீட்டெடுத்து வாழ்வாங்கு வாழவைப்பதுதான் 'தேசியப் பாதுகாப்பு' என்று நீங்கள் நினைத்தால் அது மாபெரும் தவறு. 'தேசியப் பாதுகாப்பு' என்பது தேசத்தை ஆள்பவர்களின், ஆதிக்க சக்திகளின், அதிகார வர்க்கத்தின் பாதுகாப்புதானே தவிர வேறல்ல. தேசத்தின் இராணுவத்தை வலிமையாக்கியும், ஏராளமான ஆயுதங்களை வாங்கிக் குவித்தும் அவர்களின் பாதுகாப்பை உறுதி செய்துகொள்வதுதான் 'தேசியப் பாதுகாப்பு.'

இன்றைய உலகில் இராணுவத்துவத்தின் உச்சபட்ச வெளிப்பாடாக அணுத்துவம் அமைகிறது. இராணுவத்தைப் போலவே, அணுசக்தித்துறையும் அரசின் செல்லப்பிள்ளையாகப் போற்றி வளர்க்கப்படுகிறது. இராணுவத்தினர் சீருடை அணிந்தவர்கள் என்றால், அணுசக்தித் துறையினர் சீருடை அணியாதவர்களாக வலம் வருகின்றனர். இரண்டு நிறுவனங்களுமே செங்குத்தான நிர்வாக அமைப்பையும், பக்கவாட்டிலான பற்பல கிளைகளையும் கொண்டவை. இராணுவத்துவம் ஒரு நாட்டின் வளமான வாழ்க்கைக்குத் தடையாக இருக்கிறதென்றால், அணுத்துவம் அதன் வாழ்க்கைக்கே கேடாக அமைகிறது.

இரண்டு தரப்புக்கும் தேவைக்கும் அதிகமாகவே வகைதொகை இல்லாமல் நாட்டின் பொருள்வளம் வாரி

வழங்கப்படுகிறது. இரண்டு தரப்பிலும் திறந்தவெளித் தன்மையோ, பொறுப்புணர்வோ, சனநாயகப் பங்கேற்புக் கலாச்சாரமோ கிடையவே கிடையாது. இரண்டு தரப்புமே திரைக்குப் பின்னாலான உருட்டல், புரட்டல்களால் தங்கள் அதிகாரத்தையும் செல்வாக்கையும் தக்கவைத்துக்கொள்கின்றன.

சற்றொப்ப 200-300 அணுவாயுதங்களைக் கொண்டிருக்கும் சீனா அந்த எண்ணிக்கையை 2030-ஆம் ஆண்டுக்குள் இரு மடங்காக உயர்த்தப் போவதாகச் செய்திகள் வருகின்றன. இதைக் காரணங்காட்டி 2019-2020 காலக் கட்டத்தில் அமெரிக்கப் பாதுகாப்புத்துறை அமைச்சராக இருந்த மார்க் எஸ்பர் (Mark Esper) 'நமது அணுவாயுதங்களை நவீனமயமாக்குவதும், தயார்நிலையில் வைத்திருப்பதும்... மிகவும் அவசியம்' என்று கருத்து தெரிவித்தார். அமெரிக்க அரசு தனது அணுவாயுதங்களைப் பல நூறு பில்லியன் டாலர்களை செலவழித்து நவீனமயமாக்க முயற்சிக்கிறது. இது உலகெங்கும் அணுவாயுதப் போட்டியை உருவாக்கும். அணுவாயுதப் போர் அனைத்தையும் அழித்தொழிக்கும் என்கிற அச்சம் அனைவருக்கும் இருப்பதால், பிற ஆயுதங்களின் உற்பத்தியும், வியாபாரமும் அதிகரிக்கும்.

இராணுவத்துவமும், அணுத்துவமும் தலைவிரித்தாடும் நமது உலகில், தீவிரவாதமும், அரச தீவிரவாதமும் பெருகும். அதிகமான ஆயுதங்கள் அதீதப் பாதுகாப்பின்மையை உருவாக்குகின்றன. வன்முறை மேலும் அதிகமான வன்முறையை உருவாக்குகிறது. இதுதான் 'இராணுவ-ஆயுதத் தொழில்நுட்ப-அழிவு ஆய்வுக்கூட-பேராசை கார்ப்பரேட் கும்பல்' பெரிதும் விரும்புகிற ஒரு விடயம்.

இன்றிருக்கும் ஏறத்தாழ இருநூறு நாடுகளில், சுமார் 25 சிறிய நாடுகளைத் தவிர, ஏனைய நாடுகள் அனைத்திலும் இராணுவங்களும், ஆயுதங்களும்தான் முதன்மையான, அல்லது மிக முக்கியமான, அமைப்புகளாகக் கோலோச்சுகின்றன. அண்மைக் கணக்கெடுப்பின்படி, ஆண்டொன்றுக்கு உலகின் 'சக்திவாய்ந்த' நாடுகளான அமெரிக்கா 732 பில்லியன் டாலர், சீனா 261 பில்லியன் டாலர், ரஷ்யா 65.1 பில்லியன் டாலர், சவூதி அரேபியா 61.9 பில்லியன் டாலர் என வகைதொகை இல்லாமல் இராணுவத்துக்காகச் செலவு செய்திருக்கின்றன.

ஜி-8 நாடுகளான கனடா, பிரான்சு, ஜெர்மனி, இத்தாலி, ஜப்பான், ரஷ்யா, பிரிட்டன், அமெரிக்கா ஆகியவை உலகின் 84 விழுக்காடு ஆயுதங்களைத் தயாரித்து உலகெங்கும் விற்பனை செய்கின்றன. ஜப்பான் அதிகாரப்பூர்வமாக ஆயுதங்களை ஏற்றுமதி செய்வதில்லை என்று சொல்லப்பட்டாலும், சிறு ஆயுதங்களைக் கணிசமான அளவில் அல்ஜீரியா, லெபனான், பிலிப்பைன்ஸ் போன்ற நாடுகளுக்கு ஏற்றுமதி செய்கிறது.

இந்த ஜி-8 நாடுகள் ஏழை நாடுகளின் கடன் சுமையைக் குறைக்கிறோம், எயிட்ஸ் மருத்துவத்துக்கு உதவுகிறோம், ஏழ்மையை அகற்ற ஒத்துழைக்கிறோம், ஊழலை ஒழித்து நல்லரசு ஏற்படுத்தக் கைகொடுக்கிறோம் என்றெல்லாம் பெயரளவுக்குச் சொன்னாலும், உண்மையில் கொடும் ஆயுதங்களைத் தயாரித்து விற்பனை செய்வதிலேயே குறியாக இருக்கின்றனர்.

கடந்த 1990-களின் துவக்கத்தில் அமெரிக்க-சோவியத் பனிப்போர் முடிவுக்கு வந்ததும், ஆயுத உற்பத்தியாளர்கள் தங்கள் வியாபாரம் பாதிக்கப்பட்டுவிடுமோ என்று பயந்தார்கள். ஆனால் உலகெங்கும் ஆயுதக் குழுக்களின் எண்ணிக்கை அதிகரித்திருப்பதால், ஆயுத வியாபாரமும் அதிகமாகி இருக்கிறது. தங்கள் லாபத்தைத் தக்கவைத்துக்கொள்ள, அமெரிக்க அரசு ஆயுத உற்பத்திக்கு அதிகப் பணம் செலவழித்து, ஏராளமான ஆயுதங்களை ஏற்றுமதி செய்து, ஆயுத உற்பத்தியாளர்களுக்கு உதவி செய்கிறது. தங்களின் உலகத் தலைமையைத் தக்கவைத்துக்கொள்ளும் பொருட்டு, மென்மேலும் சக்திவாய்ந்த ஆயுதங்களைத் தயாரிக்கவும், அவற்றின் மூலம் லாபகரமான பாதுகாப்பு ஒப்பந்தங்கள் கிடைக்கவும் வழிவகை செய்கிறது.

நாடுகளின் இராணுவங்கள் பேரம்பேசி வாங்கிக் குவிக்கும் ஆயுதங்கள் தவிர, ஏராளமான முறைகேடான, இரகசிய ஆயுத வியாபாரமும் உலகெங்கும் நடக்கிறது. ஆயுத வியாபாரிகளைப் பொறுத்தவரை, தங்களிடம் கொலைக்கருவிகள் வாங்குகிறவர்கள் ஒரு நாட்டின் இராணுவத்தினரா அல்லது தீவிரவாதக் குழுக்களா அல்லது சமூக விரோதிகளா என்றெல்லாம் பார்ப்பதில்லை. இதன் விளைவாக, ஆயுத வியாபாரிகள் லாபமடையும்போது, உலக மக்கள் துன்பமும், துயரமும் அடைகிறார்கள். இந்த மரண வியாபாரிகள் அழிவையும் சேர்த்தே ஏற்றுமதி செய்கிறார்கள்.

இராணுவத்துவத்துக்கும் வடக்கு நாடுகளின் வளமைக்கும் நெருங்கிய தொடர்பு இருக்கிறது. முன்னாள் அமெரிக்க வெளியுறவு அமைச்சர் ஜேம்ஸ் பேக்கர் (James Baker) என்பவர் ஆயுத வியாபாரத்தின் மிக முக்கியமான கவர்ச்சி 'வேலைகள், வேலைகள், வேலைகள்' என்று சொன்னார். ஆயுத உற்பத்தியும், ஆயுத வியாபாரமும் பணக்கார நாடுகளில் வேலை வாய்ப்புகளையும், வருமானத்தையும், நல்வாழ்வையும் உருவாக்குகின்றன.

அதேபோல, இராணுவத்துவத்துக்கும் தெற்கு நாடுகளின் ஏழ்மைக்கும் இடையே மிக நெருக்கமான உறவு இருக்கிறது. உலகின் பெரும்பாலான நாடுகள் தங்கள் நாட்டின் பொருளாதாரத்தில் கணிசமான பகுதியை இராணுவத்துக்காகச் செலவிடுகின்றன. ஆயுதங்கள் வாங்கிக் குவிக்கவும், இராணுவத்தை நவீனமயமாக்கவும் பெரும்பொருளைச் செலவிட்டு, தம் மக்களின் உணவு, ஊட்டச்சத்து, கல்வி, மருத்துவம் போன்றவற்றுக்குப் போதுமான நிதியை ஒதுக்காமல் மக்களை ஏழ்மை, வறுமைக்குள் தள்ளுகின்றன. வடக்கு நாடுகளின் ஆயுத உற்பத்தியும், வியாபாரமும் தெற்கு நாடுகளில் அழிவையும், சாவையும் உருவாக்குகின்றன.

என்னதான் மேற்கத்திய வளர்ச்சி சித்தாந்தத்தை, அணுகுமுறைகளைத் தூக்கிப்பிடித்தவர் என்றாலும், ஜவஹர்லால் நேரு 'தேசியப் பாதுகாப்பு' குறித்து மாற்றுச் சிந்தனை கொண்டிருந்தார். அமெரிக்காவின் நியூ யார்க் மாநகரிலுள்ள கொலம்பியா பல்கலைக்கழகத்தில் அக்டோபர் 17, 1949 அன்று பிரதமர் நேரு பேசும்போது, 'இந்தியாவைப் பொறுத்தவரை, தேசியப் பாதுகாப்பைத் தக்கவைப்பது என்பது தற்சார்பின் அடிப்படையிலான தற்காப்பை வலுப்படுத்துவதுதான்' என்று குறிப்பிட்டார். 'வேறு எதனையும்விட, பிற நாடுகளுடன் நட்புறவைப் பேணிக்காப்பதுதான் பாதுகாப்பை உறுதிசெய்கிற உத்தியாகக் கொள்ளப்படும்' என்றார் அவர்.

ஆனால் இப்போதைய இந்திய அரசு அடுத்த சில ஆண்டுகளில் இராணுவம், கடற்படை, விமானப்படை ஆகிய மூன்றையும் நவீனமயப்படுத்துவதற்கும், முக்கியமான ஆயுதங்களும், ஏவுகணைகளும், போர் விமானங்களும், நீர்மூழ்கிகளும், போர்க்கப்பல்களும் வாங்குவதற்கும் திட்டமிட்டிருக்கிறது.

இதற்காக அடுத்த ஐந்து முதல் ஏழாண்டுகளுக்குள் 130 பில்லியன் டாலர் தொகையைச் செலவுசெய்யத் திட்டமிட்டிருக்கிறது.

கடந்த 2015-19 காலக்கட்டத்தில் உலகின் இரண்டாவது மிகப்பெரிய ஆயுத இறக்குமதியாளராக இந்தியா இருந்தது. சென்ற 2019-ஆம் ஆண்டு மட்டுமே இந்தியா 71.1 பில்லியன் டாலர் பணத்தை இராணுவத்துக்காகச் செலவு செய்ததாக ஸ்டாக்ஹோம் சமாதான ஆய்வு மையம் தெரிவித்திருக்கிறது.

இந்தியாவில் 'பாதுகாப்பு ஆய்வு மற்றும் மேம்பாட்டு நிறுவனம்' (Defence Research and Development Organization - DRDO) 52 உயர்தர ஆய்வகங்களையும், ஏறத்தாழ 5,000 இராணுவ விஞ்ஞானிகள் மற்றும் பொறியாளர்களையும், 25,000 பிற ஊழியர்களையும் கொண்டிருக்கிறது. கடந்த 2016-17 காலக்கட்டத்தில் ரூ.13,501 கோடியாக இருந்த அந்நிறுவனத்தின் பட்ஜெட் 2019-20-ஆம் நிதியாண்டில் ரூ.19,021 கோடியாக உயர்த்தப்பட்டது.

அதே போல, 'இராணுவத் தொழிற்சாலை வாரிய' (Ordnance Factory Board - OFB) அமைப்பும் 41 துணை நிறுவனங்களோடும், ஒரு லட்சம் ஊழியர்களோடும் இயங்கிக்கொண்டிருக்கிறது. இவையன்னியில், 'ஹிந்துஸ்தான் எரோனாட்டிக்ஸ் லிமிடெட்' (HAL) உள்ளிட்ட ஒன்பது இராணுவத் தளவாட நிறுவனங்களும், ஆய்வு நிறுவனங்களும், உற்பத்தி நிலையங்களும் இயங்குகின்றன.

மேற்குறிப்பிட்ட நிறுவனங்களால் நாட்டுக்கோ, நாட்டின் பாதுகாப்புக்கோ எந்தவிதமான லாபமும் இல்லை என்பதுதான் உண்மை. இந்நிறுவனங்களையும், அவற்றின் கட்டமைப்புகளையும் தனியாருக்குத் தாரைவார்த்து, மானாவாரியாக மானியங்களும் அளித்து, வடக்கு நாடுகளைப் போலவே இராணுவத் தளவாடங்கள் மற்றும் ஆயுதங்கள் உற்பத்தியை அதிகரிக்கத் தற்போதைய இந்திய அரசு திட்டமிட்டுச் செயல்படுகிறது.

அமெரிக்காவில் வரி வருமானத்தில் கணிசமான பங்கு ஆயுத வியாபாரத்துக்காகச் செலவிடப்படுகிறது. விவசாயத்துக்கு அடுத்தபடியாக, அமெரிக்க ஒன்றிய அரசு ஆயுத உற்பத்திக்குத்தான் அதிகமாக மானியம் வழங்குகிறது. அமெரிக்கா உள்ளிட்ட செல்வந்த நாடுகள் இந்த கொலைத்தொழிலுக்கான மானியத்தை நிறுத்தமாட்டார்கள். இராணுவச் செலவைக் குறைக்கமாட்டார்கள். படைபலப் போட்டியை, ஆயுதப் போட்டியைத் தவிர்க்கமாட்டார்கள். மனித உரிமைகளை மீறும்,

சனநாயகத்தை மறுக்கும் நாடுகளுக்கு ஆயுதங்கள் விற்காமல் இருக்கமாட்டார்கள்.

உலக அக்ரகாரம் இப்படி வேலை செய்யும்போது, தெற்கு நாடுகளுக்குள்ளே இயங்கும் தேசிய அக்ரகாரங்கள் தங்களின் தேசியப் பாதுகாப்புக்காக இராணுவங்களை வளர்த்தெடுத்து, ஆயுதங்களை வாங்கிக் குவித்து, ஏழை எளிய மக்களின் வயிற்றில் அடிக்கிறார்கள்.

பயன்படுத்திய தரவுகள்:

1. C. V. Gopalakrishnan, 'The global gun-runners,' The Hindu, June 12, 1999. *The Hindu,* June 23, 2005.
2. *The New Indian Express,* September 11, 2019; August 16, 2020; September 3, 2020.

[31]

காலநிலைச் சிதைப்பும், கவனமான நழுவலும்

இந்தியாவில் மோடி அரசு கொரோனாவைக் கொட்டடித்து, குலவைவிட்டு விரட்ட முயற்சித்தது போலவே, பணக்கார நாடுகள் கிளாஸ்கோவில் காலநிலைச் சிதைப்பை விரட்ட முயற்சித்தன. உண்மையில்லாமலும், உறுதியில்லாமலும்! இங்கே கோ கொரோனா கோ; அங்கே கோ கிளாஸ் கோ!

வீணாக்கல் நிறைந்த தங்கள் வாழ்க்கை முறையை மாற்றிக்கொள்ள மாட்டோம், மாசுபடுத்தும் வளர்ச்சி சித்தாந்தத்தைக் கேள்விக்குள்ளாக்க மாட்டோம், இன்றைய பன்னாட்டு சமூக-பொருளாதார-அரசியல் ஏற்பாடுகளின் மற்றும் கட்டமைப்புகளின் அடிப்படைகளை அணுவளவும் மாற்றியமைக்க மாட்டோம். ஆனால் நம்புங்கள், மந்திரத்தால் மாங்காய் விழும். இதுதான் பணக்கார வடக்கு நாடுகளின் மனப்பாங்காக இருக்கிறது.

உலகம் முழுக்க மக்கள் எதிர்கொண்டு நிற்கும் காலநிலைப் பேரிடர்களை, பெரும் இழப்புகளை உருவாக்கிய இவர்கள், மிகக் கவனமாக இதனைக் 'காலநிலை மாற்றம்' (Climate Change) என்று மழுப்பலான பெயர் சூட்டி அழைக்கிறார்கள். உண்மையில் இங்கே நமது பூமியில் இவர்கள் நடத்தி முடித்திருப்பது தீங்குகளற்ற மேலோட்டமான சிறு மாற்றமல்ல; மாறாக, நீண்டகாலக் கேடுகள் நிறைந்த, ஆழமான பெரும் அழித்தொழிப்பு! தங்களின் கொடூரமான குற்றத்துக்குப் பொறுப்பேற்று, இதனைக் 'காலநிலைச் சிதைப்பு' (Climate Destruction) என்று அழைக்கும் உண்மையும், நேர்மையும் இவர்களுக்கு இல்லை.

கடந்த கால் நூற்றாண்டுக்கும் மேலாக இந்த நாடகம் நடந்துகொண்டிருக்கிறது. கடந்த 1992-ஆம் ஆண்டு ரியோ டி ஜெனிரோ நகரில் நடந்த புவி உச்சி மாநாட்டைத் தொடர்ந்து, 1995-ஆம் ஆண்டு ஏப்ரல் மாதம் பெர்லின் நகரில் நடந்த காலநிலை மாநாட்டில், 2000-மாவது ஆண்டுக்குள் 1990-க்கு முன்பிருந்த அளவுக்குப் பசுமைக்குடில் வாயுக்கள்

வெளியாவதைக் குறைப்போம் என்று பணக்கார நாடுகள் சூளுரைத்தார்கள். ஆனால் எதுவும் நடக்கவில்லை. இவர்களின் தலைவர் அமெரிக்காவோ காலநிலை நடவடிக்கைகளால் தனது ஆற்றல் குறைந்து ஐ.நா.வின் கை ஓங்கிவிடும் என்று அஞ்சி ஒதுங்கியது.

தற்போது நிலைமை கட்டுக்கு மீறிப் போய்கொண்டிருக்கிறது. ஐ.நா.வின் 'காலநிலைச் சிதைப்பு குறித்த அரசிடைக் குழு' (Intergovernmental Panel on Climate Change) 2021-ஆம் ஆண்டு ஆகஸ்ட் மாதம் தனது ஆறாவது மதிப்பீட்டு அறிக்கையில், கொரோனா நோய்த்தொற்றை விட நூறு மடங்கு அதிகம் ஆபத்து விளைவிக்கும் சம்பவங்கள் இந்தப் பூமியில் நடந்தேறும் காலம் வந்துவிட்டது என்று அறிவித்தது.

நவம்பர் 13, 2021 அன்று ஏறத்தாழ இருநூறு நாடுகளின் தூதுவர்கள் காலநிலைச் சிதைப்பு குறித்த ஒப்பந்தம் ஒன்றை கிளாஸ்கோ உச்சிமாநாட்டில் உருவாக்கினார்கள். புவி வெப்பமயமாதலிலிருந்து ஏழை நாடுகளைக் காக்கும்பொருட்டு பணக்கார நாடுகள் தங்களின் பணப் பங்களிப்பைக் குறைந்தபட்சம் இரண்டு மடங்காக உயர்த்த வேண்டும் என்பது ஒரு முக்கியமான அம்சம்.

நம் பூவுலகில் நிகழ்ந்தேறியிருப்பது நாமறியாமல் தானாகவே நடந்த காலநிலை 'மாற்றம்' அல்ல, நாம் அறிந்தே இழைத்திருக்கும் காலநிலைச் 'சிதைப்பு' என்பதையும், பணக்கார நாடுகள் பார்த்த வேலைதான் இது என்பதையும், 'மாசுபடுத்துபவரே தண்டம் கட்டட்டும்' (Polluter Pays) என்பதையும் இந்த ஒப்பந்தம் மறைமுகமாகத் தெரிவிக்கிறது.

புவி வெப்பமயமாதலை 1.5 டிகிரி செல்ஷியஸ் (அல்லது 2.7 டிகிரி ஃபாரன்ஹீட்) என்று குறைப்பதற்கு, எதிர்வரும் பத்தாண்டு காலத்தில் தாங்கள் வெளியிடும் கரியமில வாயுவின் அளவை அனைத்து நாடுகளும் நேர்பாதியாகக் குறைக்க வேண்டும் என்றும் அந்த ஒப்பந்தம் கோருகிறது. படிம எரிபொருட்களின் பயன்பாட்டை வெளிப்படையாகவே குறைக்கக் கோரும் உலகின் முதல் காலநிலை உடன்படிக்கை இதுதான்.

வடக்கு நாடுகள் செய்த குற்றத்திற்கு தெற்கு நாடுகள் தண்டனை அனுபவிக்கின்றன. 2022-ஆம் ஆண்டின் உலகளாவிய காலநிலை ஆபத்து அளவீட்டில் (Global Climate Risk Index) இந்தியாவும்,

ஆப்கானிஸ்தானும் மோசமாகப் பாதிக்கப்பட்டிருக்கும் முதல் பத்து நாடுகளின் பட்டியலில் இடம் பெற்றிருக்கின்றன. அண்மைக் காலத்தில் நிகழ்ந்த 23 பெரிய புயல் பேரிடர்களில் 20 வங்காள விரிகுடாப் பகுதியில் நடந்திருக்கின்றன. கடலரிப்பு, மண்ணின் உப்புத் தன்மை அதிகரிப்பு, தண்ணீர் பற்றாக்குறை போன்ற பல்வேறு காரணங்களால் தெற்காசியாவில் ஆயிரக் கணக்கான மக்கள் உயிரிழக்கிறார்கள்.

தொழில்மயமாக்கலுக்கு முன்பிருந்ததை விடப் புவியின் வெப்பத்தை 1.5 டிகிரி செல்ஷியஸ் அளவு கூடுதலாக நிலைநிறுத்தினாலும்கூட 200 மில்லியன் நகரவாசிகள் முழங்கால் அளவு கடல்நீருக்குள் சிக்கிக்கொள்வார்கள் என்று ஓர் ஆய்வு தெரிவிக்கிறது. ஆசியாவிலுள்ள பத்து பெருநகரங்களுள் ஒன்பது நகரங்கள் கடல்மட்ட உயர்வால் பாதிக்கப்படும். வங்காளதேசம் மற்றும் வியட்நாம் நாடுகளில் சரிபாதி மக்கள் வாழும் நிலங்கள் கடலால் கபளீகரம் செய்யப்படும். இந்த நூற்றாண்டின் இறுதியான 2100-ஆம் ஆண்டையும் கடந்து, உருகும் பனிமலைகளாலும், கடலுக்குள்ளிருக்கும் வெப்பத்தாலும் கடல்மட்டம் பல நூற்றாண்டுகளாக உயர்ந்துகொண்டே இருக்கும்.

கூடுதல் வெப்பம், பருவகால மாறுதல்கள் (seasonal variability), அடிக்கடி எழும் கடுமையான தீவிர வானிலை நிகழ்வுகள் போன்றவை உலகம் முழுவதும் நிலம் மற்றும் நீருக்கான போட்டிகளையும், வாழ்வாதாரப் பாதுகாப்பின்மையையும் எழச் செய்து, அமைதி மற்றும் பாதுகாப்புக்கு குந்தகம் விளைவிக்கின்றன. சோமாலியா, நைஜீரியா போன்ற கிழக்கு மற்றும் மேற்கு ஆப்பிரிக்க நாடுகளில் விவசாயிகளுக்கும் ஆடுமாடு மேய்ப்போருக்கும் இடையே எழும் வளமான மண்ணுக்கான போட்டா போட்டிகள் காலநிலைச் சிதைவால் எழுகின்றன. ஒவ்வொரு ஆண்டும் ஆயிரக் கணக்கான மக்கள் சண்டையிட்டு இறக்கிறார்கள்.

இந்தியாவில் பட்டியலின மக்களும், ஆதிவாசிகளும் காலநிலைச் சிதைப்பால் பாதிக்கப்பட்டிருக்கின்றனர். காலநிலைச் சிதைப்பால் எழும் பாதிப்புகளையும், அதனைத் திறம்பட எதிர்கொள்ளும் வழிவகைகளையும் வருமானம், குடும்ப அளவு, கல்வி, சொத்துகள், விளைநிலம், சமூக அந்தஸ்து என பல்வேறு அம்சங்கள் தீர்மானிக்கின்றன.

எனவே வாழ்வாதாரங்களில் காலநிலைச் சிதைப்பு ஏற்படுத்தும் தாக்கங்களை நாம் அவதானிக்க வேண்டும்: நிலபுலன்களுக்கு ஏற்படும் இழப்பு, பாதிப்பு, குறைவான சம்பளம், வேலையின்மை, இடப்பெயர்ச்சி போன்றவை. காலநிலைச் சிதைப்பு மேல்மட்ட அளவில் விவசாயம், உயிர்ப்பன்மையம், காடுகள், மீன்வளம் போன்ற துறைகளில் ஏற்படுத்தும் தாக்கங்களை ஆய்வுசெய்யும் நாம், அடிமட்டத்தில் உள்ள சமூகங்கள் மீதான தாக்கங்களைக் கவனமாக அவதானிப்பதில்லை. சக்தியற்ற, செல்வச் செழிப்பற்ற, உரிமைகளற்ற, தனிமைப்படுத்தப்பட்ட சமூகங்கள் பெரும் பாதுகாப்பின்மையோடே வாழ்கின்றனர்.

கர்நாடகா மாநிலத்தின் ராய்ச்சூர், மாண்டியா, கோலார் உள்ளிட்ட பல்வேறு மாவட்டங்களிலுள்ள பட்டியலின மக்கள் மற்றும் ஆதிவாசிகள் வசிக்கும் பகுதிகளில் உள்ள 305 வீடுகளைத் தேர்ந்தெடுத்து ஆய்வு செய்ததில், 65 விழுக்காடு குடும்பங்கள் மிக மோசமாகவும், 30 விழுக்காடு பேர் ஓரளவு மோசமாகவும், 5 விழுக்காடு பேர் இடைப்பட்ட நிலையிலும் பாதிப்படைந்திருந்தனர். அவர்களுள் 65 விழுக்காடு குடும்பங்களுக்கும் உடனடி உதவி தேவைப்படுகிறது. காலநிலையைச் சார்ந்திருக்கும் விவசாயம், காடுகள், மீன்பிடித் தொழில் போன்ற வாழ்வாதார நடவடிக்கைகள் எதிர்பாராத வானிலை நிகழ்வுகளால், வறட்சியால், தண்ணீர் பற்றாக்குறையால், மகசூல் குறைவால் பாதிப்படைகின்றன.

இந்நிலையில் 48 நாடுகள் அடங்கிய ‘காலநிலை பாதிப்புக்குள்ளாவோர் குழு’வில் (Climate Vulnerable Forum) இடம்பெற்றிருக்கும் பல நாடுகள் தங்கள் பட்ஜெட்டின் 20 விழுக்காடு பணத்தையும் கடன்களையும் திருப்பி அடைப்பதற்கும், மேலும் 30 விழுக்காட்டை கடன்களை மாற்றியமைப்பதற்கும் செலவிடுகின்றன. கடனை அடைக்க முடியாமல் இந்நாடுகள் ஒவ்வொன்றாக திவால் ஆகலாம் என்கிற அச்சத்தைத் தெரிவித்தார் மாலத்தீவு நாட்டின் நாடாளுமன்ற சபாநாயகர் முகமது நஷீத் (Mohamed Nasheed). காலநிலைச் சிதைப்பால் மாலத்தீவு எனும் நாடே இல்லாமல் போனால், கடனை எப்படித் திருப்பிக் கொடுக்க முடியும் என்று கேட்டார் அவர்.

நீண்டகால காலநிலைப் போக்குகளாலும், அடிக்கடி நிகழும் இயற்கைப் பேரிடர்களாலும், கடந்த ஆறு மாதங்களில்

மட்டும் 10.3 மில்லியன் மக்கள் தத்தம் நாடுகளுக்குள்ளேயே இடம்பெயர்ந்திருப்பதாக பன்னாட்டு இடப்பெயர்ச்சி அவதானிப்பு மையம் (Internal Displacement Monitoring Center) கூறுகிறது. உலக வங்கியின் அறிக்கை (Groundswell Report) எதிர்வரும் 2050-ஆம் ஆண்டுக்குள் 220 மில்லியன் மக்கள் உள்நாடுகளுக்குள்ளேயே இடம்பெயர்வார்கள் என்று கணிக்கிறது.

கிழக்கு ஆப்பிரிக்கா, தென்கிழக்கு ஆசியா, மத்திய அமெரிக்கா போன்ற வறண்ட பகுதிகளில் காலநிலை, இடப்பெயர்ச்சி, வெளியேற்றம் போன்றவற்றின் கோரமுகம் வெளிப்படுகிறது. கடந்த 2020-ஆம் ஆண்டு தெற்கு சூடான் நாட்டில் நிகழ்ந்த வரலாறு காணாத வெள்ளப்பெருக்கால் பெரும் வெளியேற்றமும், வன்முறைகளும் நிகழ்ந்தன.

உலக அளவில் சற்றொப்ப 700 மில்லியன் மக்கள் கடற்கரையோரம் வாழ்கிறார்கள். கடலோர நகரங்களை மேலும் விரிவாக்கும் நடவடிக்கைகள் தொடர்ந்து நடந்து வருகின்றன. கடல்மட்டம் உயர்வதால் அமெரிக்காவில் மட்டுமே 13 மில்லியன் மக்கள் 2100-ஆம் ஆண்டுக்குள் இடம்பெயர்வார்கள் என்று கணக்கிடப்படுகிறது. 'காலநிலைச் செயல்பாடின்மையின் விலை' (Costs of Climate Inaction) எனும் ஓர் ஆய்வு, புவி வெப்பமயமாதல் மற்றும் கடல்மட்ட உயர்வு போன்றவற்றால் 2050-ஆம் ஆண்டுக்குள் 63 மில்லியன் மக்கள் இடம்பெயர்ந்து செல்வார்கள் என்கிறது.

இம்மாதிரி இடப்பெயர்ச்சிகள் வேலைவாய்ப்புகளுக்கான போட்டிகளை உருவாக்கும், வீட்டு விலைகளை உயர்த்தும், வாழ்க்கைக் கட்டமைப்புகளின் மீதான தாக்கங்களை அதிகரிக்கும். கடற்கரைகளில் வசிப்பவர்கள் உட்பகுதிகளில் குடியேறும்போது, தகராறுகள் எழும், சமூக அமைதி கேள்விக்குள்ளாகும்.

சிலர் காலநிலைச் சிதைப்பை 'கெடுப்பாரிலாக் கேடு' (actorless threat) என்றழைத்தாலும், பல்வேறு ஆயுதக் குழுக்கள் கடுமையான வானிலை நிகழ்வுகளைத் தங்களுக்குச் சாதகமாகப் பயன்படுத்துவதைப் பார்க்கிறோம். பலவீனமான அரசுகளும், அவற்றின் பேரிடர் எதிர்வினைத் திறனற்ற தன்மையும் அரசுசாரா குழுக்களுக்குச் சாதகமாக அமைகின்றன.

சோமாலியாவில் அல்-ஷபாப் அமைப்பு காலநிலை இடப்பெயர்ச்சிக்கு ஆளானோர் பலரைத் தம்முடன் இணைத்துக்கொண்டிருக்கிறது. மெக்சிகோ உள்ளிட்ட தென் அமெரிக்க நாடுகளில் வன்முறைக் குழுக்கள் காலநிலைப் பேரிடர்களின்போது ஆதரவுக்கரம் நீட்டி, உதவிகள் செய்து பொதுமக்களின் உள்ளங்களையும், இதயங்களையும் கவர்ந்திருக்கின்றன. வறட்சியும், வெள்ளமும், கடுமையான வானிலை நிகழ்வுகளும் நடந்து மக்களின் வாழ்வாதாரங்களும், வாழ்க்கையின் உறுதித்தன்மையும், சமாதானமும் பாதிக்கப்படும்போது, சமூக விரோதக் குழுக்கள் மிக எளிதாக, அதிகமாக ஆள்பிடிக்க முடியும்.

காலநிலைச் சிதைப்பைத் தெற்கு நாடுகளின் அரசுகளும், அரசு சாரா குழுக்களும் ஒரு போர்த்திறஞ்சார்ந்த ஆயுதமாகப் (strategic tool) பயன்படுத்துகின்றன. தெற்கே வாழும் மக்களின் வாழ்க்கைத் தரம் (standard of life), வாழும் தரம் (standard of living) இரண்டுமே மேலும் சரிகின்றன. அவர்களின் உயிர்பிழைத்திருத்தல், உயர்வோடு வாழ்தல், உன்னதமாய்ச் சாதல் எனும் அனைத்தையுமே கேள்விக்குள்ளாக்குகின்றன.

உலக அக்ரகாரம் தன்னுடைய கோட்டைக் கதவுகளை இறுக அடைத்துக்கொண்டு, எந்தவிதமான மாற்றங்களையும் கொண்டுவராது, வெற்றுப் பேச்சுக்களாலும், வெறும் நாடகங்களாலும் காலத்தைத் தள்ளிக்கொண்டிருக்கும்போது, தெற்கு நாடுகளின் மக்கள் காலநிலைத் துன்பங்களைத் தொடர்ந்து அனுபவித்துக்கொண்டிருக்கிறார்கள்.

[32]
உணவு காலனியாதிக்கம்

அக்ரகாரம் என்பது வெறுமனே ஒரு வாழ்விட வெளி சார்ந்த ஏற்பாடு மட்டுமல்ல. வசதி வாய்ப்புகளைத் தங்களுக்கென, தங்களுக்கு மட்டுமெனக் குவித்துவைத்திருக்கும் ஒரு சமூக-பொருளாதார-அரசியல் ஏற்பாடும்கூட.

அக்ரகாரத்தில் சுகபோகமாய் வாழ்வோருக்கும், வெளியே வதைபடுவோருக்குமான வாழ்க்கைத் தர வேறுபாடுகளைப் பார்த்தால் பல உண்மைகள் எளிதில் விளங்கும். முதலில், இம்மண்ணில் வாழ்வதற்கு மிகமிக அடிப்படைத் தேவைகளான உணவு, தண்ணீர், ஊட்டச்சத்துப் பாதுகாப்பு எனும் மூன்று விடயங்களை மட்டும் பார்ப்போம்.

இவ்வுலகில் வாழும் ஒவ்வொரு மனிதனுக்கும் நாளொன்றுக்கு 3,600 கலோரி ஆற்றல் கிடைப்பதற்கும், நாம் அனைவருமே செழித்திருப்பதற்கும் போதுமான கோதுமை, அரிசி மற்றும் பிற தானியங்கள் நம்முலகில் விளைவிக்கப்படுகின்றன. பசி, பட்டினியால் தவிக்கும் நாடுகள் கூடத் தங்கள் மக்களுக்குப் போதுமான உணவுப் பொருட்களை விளைவிக்கத்தான் செய்கின்றன. ஆனால் இந்நாடுகள் தங்கள் உணவுப் பொருட்களையும், பிற விவசாய விளைபொருட்களையும் பெருமளவில் அக்ரகார நாடுகளுக்கு ஏற்றுமதி செய்ய வேண்டிய நிர்பந்தத்தை இன்றைய உலகச் சந்தை உருவாக்குகிறது.

பல நாடுகள் காலனியாதிக்கக் காலத்திலிருந்தே உள்நாட்டு உணவுப் பயிர்களைவிட, உணவு ஏற்றுமதிக்குச் சாதகமான கொள்கைகளையே கடைப்பிடித்து வந்திருக்கின்றன. இம்மாதிரியான அரசுகளின் கட்டமைப்புகளும், கொள்கைகளுமே யார் சாப்பிடுகிறார்கள், யார் பட்டினி கிடக்கிறார்கள் என்பதைத் தீர்மானிக்கின்றன. எடுத்துக்காட்டாக, பல தெற்கு நாடுகளில் பசி பட்டினி தலைவிரித்தாடும்போது, அந்நாடுகளில் விவசாய வளங்களைத் தம் கட்டுப்பாட்டில் வைத்திருப்போர் வெளிநாடுகளில் அதிக லாபம் கிடைக்கும் வகையில் தங்கள் உணவு உற்பத்தியை மாற்றியமைத்து, உணவு ஏற்றுமதியை

அதிகரிக்கின்றனர். ஏற்றுமதிக்கான உற்பத்தி, உள்நாட்டு நுகர்வுக்கான உணவு உற்பத்தியை முடக்குகிறது.

தெற்கு நாடுகளிலிருந்து செல்லும் உணவுப்பொருட்கள் மீது வடக்கு நாடுகளிலுள்ள நுகர்வாளர்கள் செலவு செய்யும் ஒவ்வொரு டாலரிலும் 85 சென்ட் வடக்கு நாடுகளிலுள்ள பதனப்படுத்தும், சந்தைப்படுத்தும் கார்ப்பரேட்டுகளுக்கும், வங்கிகளுக்கும் சென்றடைகின்றன. ஏற்றுமதி செய்த ஏழை நாட்டுக்குக் கிடைக்கும் சொற்ப லாபம் அம்மக்களுக்குத் தேவையான உணவுகளை இறக்குமதி செய்வதற்கோ அல்லது அவர்களுக்குத் தேவையான வளர்ச்சித் திட்டங்களில் முதலீடு செய்வதற்கோ பயன்படுத்தப்படுவதில்லை. மாறாக, பெரும்பான்மை ஏழைகள் வாங்கவே முடியாத சொகுசுப் பொருட்கள் வாங்குவதற்குப் பயன்படுகிறது.

உலக மக்கள் அனைவரின் பசியையும் ஒழிப்பதற்கு அக்ரகார நாடுகளில் வாழும் பணக்கார மக்கள் தங்கள் வாழ்க்கைத் தரத்தில் கணிசமான பகுதியை இழக்க வேண்டியிருக்கும் என்று நம்ப வைக்கப்பட்டிருக்கிறார்கள். உண்மையில், தெற்கு நாட்டு மக்களுக்கு அடிப்படைத் தேவைகளை வழங்காமல், அபரிமிதமான செல்வத்தை இராணுவங்களிலும், ஆயுதங்களிலும் வடக்கு நாடுகள் செலவழிக்கின்றன. உலகின் பெரும்பான்மை மக்களை ஏழ்மையிலும், வறுமையிலும் வைத்திருக்கச் செய்யப்படும் இந்தச் செலவினம் வடக்கு நாடுகளையே பதுகாப்பில்லாதவையாக மாற்றுகிறது. ஏழை நாடுகளில் நிலவும் குறைந்த சம்பளம் கார்ப்பரேட்டுகளைக் கவர்ந்திழுப்பதால், அக்ரகார நாடுகளின் மக்கள் தங்கள் வேலைகளை, வருமானத்தை, பணியிட வசதிகளை இழக்கிறார்கள்.

உலகப் பொருளாதாரம் பெரும் பாதிப்படைந்த கடந்த 2008-ஆம் ஆண்டில், உலக கோதுமை விலை மூன்றாண்டுகளுக்கு முன்பிருந்ததைவிட 181 விழுக்காடு உயர்ந்தது. அதே போல, உலகளாவிய உணவுப் பொருட்களின் விலைகள் 83 விழுக்காடு உயர்ந்தன. கடந்த 2004-ஆம் ஆண்டு நிலவிய விலைகளைவிட, 2015-ஆம் ஆண்டு வரை உணவுப் பொருட்களின் விலைவாசி அதிகமாகவே இருக்கும் என்று கணிக்கப்பட்டது (தி இந்து, ஏப்ரல் 14, 2008).

அந்த 2008 காலக்கட்டத்தில் அரிசி, கோதுமை, சோளம், பால் போன்ற அத்தியாவசியப் பொருட்களின் விலை தெற்கு நாடுகளில் எகிறிக்கொண்டிருந்தது. உலக வங்கி, பன்னாட்டுப் பண நிதியம் போன்ற அமைப்புகள் 2008-ஆம் ஆண்டு தொடக்கத்தில் உணவுப் பொருட்களின் விலை உயர்வால் தெற்கு நாடுகளில் அமைதியின்மை ஏற்படுவதாகவும், உணவின்றி தவிக்கும் மக்களுக்குப் போதிய உணவு வழங்க ஆவன செய்ய வேண்டுமென்றும் அறிவித்தன. ஏட்டுச் சுரைக்காய் கறிக்கு உதவாதது என்பது போல, வடக்கு நாடுகளின் கட்டுக்குள்ளிருக்கும் மேற்படி உலகக் கந்துவட்டி நிறுவனங்களின் தீர்மானங்களும் சமூக மாற்றத்துக்கு உதவுவதில்லை.

'உணவு மற்றும் விவசாய நிறுவனம்' (Food and Agricultural Organization) தனது அண்மைய ஆண்டறிக்கையில் உலக நாடுகள் வறட்சி, வெள்ளப்பெருக்கு, தொற்றுநோய்கள் போன்ற உணவு அதிர்ச்சிகளுக்கு (Food Shocks) அணியமாக இருக்க வேண்டும் என்று எச்சரித்திருக்கிறது. உலகெங்குமுள்ள முன்னூறு கோடி மக்கள் சத்தான உணவுகளை வாங்கவோ, உண்ணவோ இயலாத நிலையில் தத்தளிப்பதாக அந்த அறிக்கை தெரிவிக்கிறது. மேலும் ஓர் உணவு அதிர்ச்சி நிகழ்ந்து மக்களின் வருமானத்தைக் குறைத்தால், கூடுதலாக நூறு கோடி பேர் சத்தான உணவு உண்ண முடியாமல் பரிதவிப்பார்கள் என்றும் அந்த அறிக்கை எச்சரிக்கிறது. கடந்த 2019-ஆம் ஆண்டில் 161 மில்லியன் மக்கள் பசியால் வாடியதாகவும், அடுத்த 2020-மாவது ஆண்டில் 720 முதல் 811 மில்லியன் வரையிலான மக்கள் பசியால் துன்புற்றதாகவும் மேற்படி அறிக்கை குறிப்பிடுகிறது (தி இந்து, நவம்பர் 24, 2021).

உணவின் கதை மட்டுமல்ல, தண்ணீரின் கதையும் இதுவேதான். பல தெற்கு நாடுகளில் தண்ணீர் விநியோகம் திறமையற்றதாக, தோல்விகரமானதாக, நட்டத்தில் ஓடுவதாக இருக்கிறது. அரசு மானியத்தில் வழங்கப்படும் விலைகுறைந்த தண்ணீர் அரசியல் செல்வாக்கும் அதிகாரமும் கொண்டவர்களுக்கு மட்டுமே கிடைக்கிறது. எனவே ஏழை பாழைகள் தனியார் நிறுவனங்களை நாடுகின்றனர். அவர்கள் உள்ளாட்சி அமைப்புகள் வழங்குவதைவிட நூறு மடங்கு அதிக விலையைப் பெற்றுக்கொண்டு, தரமற்ற, நோய்க்கிருமிகள் மண்டியிருக்கும் பாதுகாப்பற்ற தண்ணீரை வழங்குகின்றனர். ஏழைகள் பெயரைச்

சொல்லி வழங்கப்படும் இலவசத் தண்ணீரைப் பணக்காரர்கள் அனுபவிக்க, ஏழை மக்கள் தங்கள் வருமானத்தில் முப்பது விழுக்காட்டைத் தண்ணீருக்காக மட்டும் செலவிடுகின்றனர். உலக அளவிலும் இதே நிலைதான் நிலவுகிறது. அக்ரகார நாடுகளில் பாதுகாப்பான தண்ணீர் 24x7 எனும் விதத்தில் ஆண்டுதோறும் அனைவருக்கும் வழங்கப்பட, ஏழை நாடுகளின் நிலைமையோ தலைகீழாக இருக்கிறது.

தண்ணீரைப் போலவே ஊட்டச்சத்து நிலைமையும் மிகப்பெரிய ஏற்றத்தாழ்வுடன் காணப்படுகிறது. 'உலகின் உணவுப் பாதுகாப்பு மற்றும் ஊட்டச்சத்து நிலை 2018' (The State of Food Security and Nutrition in the World 2018) அறிக்கை 2017-ஆம் ஆண்டு உலக மக்கள்தொகையில் 10.9% விழுக்காடு பேர், அதாவது 821 மில்லியன் மக்கள் ஊட்டச்சத்து குறைப்பாட்டோடு இருந்ததாகத் தெரிவிக்கிறது. கடந்த 2010-ஆம் ஆண்டு நிலவிய அதே நிலைதான் எட்டு ஆண்டுகளுக்குப் பிறகும் நீடித்தது.

உலகின் வீணாக்கப்பட்ட (அதாவது உயரத்துக்கேற்ற உடல் எடை இல்லாமல் இருக்கும்) குழந்தைகளில் ஐம்பது விழுக்காடு பேர்களும், வளர்ச்சியற்ற (அதாவது வயதுக்கேற்ற உயரம் இல்லாமல் இருக்கும்) குழந்தைகளில் முப்பது விழுக்காடு பேர்களும் இந்தியாவில் இருக்கின்றனர் (தி டைம்ஸ் ஆஃப் இந்தியா, செப்டம்பர் 17, 2018).

ஜூன் 17, 2019 முதல் சனவரி 30, 2020 வரை இந்தியாவின் 22 மாநிலங்களிலும், சனவரி 2, 2020 முதல் ஏப்ரல் 30, 2021 வரை ஏனைய மாநிலங்களிலும் நடத்தப்பட்ட தேசிய குடும்ப நலக் கணக்கெடுப்புகளின் (NFHS) படி, சில குறிப்பிட்ட மாநிலங்களில் அதிகமான குழந்தைகள் வளர்ச்சி குன்றியவர்களாக, எடை குறைந்தவர்களாக, நோஞ்சான்களாக காணப்பட்டனர் (தி இந்து, நவம்பர் 26, 2021).

'பதின்பருவப் பெண்கள் அறிக்கை 2018' (Teen Age Girls Report 2018) எனும் ஒரு களஆய்வு இந்தியாவிலுள்ள 50 விழுக்காடு பதின்பருவப் பெண்கள் போதிய உடல் எடை இல்லாமலும், சோகைப் பிடித்தவர்களுமாக இருக்கிறார்கள் என்கிறது. பதின்பருவப் பெண்களுள் 40 விழுக்காடு பேர் திறந்தவெளியிலேயே மலங்கழிக்கின்றனர் என்றும், அதே அளவு பெண்கள் மாதவிடாயின்போது, சுகாதாரமான நாப்கின்கள்

வாங்கும் வசதி இல்லாததால், பாதுகாப்பற்ற முறைகளையே பின்பற்றுகின்றனர் என்றும் அந்த அறிக்கை தெரிவிக்கிறது (தி டைம்ஸ் ஆஃப் இந்தியா, அக்டோபர் 26, 2018).

இந்தியா போலவே பிற ஆசிய, ஆப்பிரிக்க, தென் அமெரிக்க நாடுகளிலும் உணவு, தண்ணீர், ஊட்டச்சத்து நிலைமை மிக மோசமாகவே இருக்கிறது. மொத்தத்தில் ஜார்ஜ் மன்பியாட் (George Monbiot) நறுக்கெனக் குறிப்பிடுவது போல, நமது உலகில் ஒருவித உணவு காலனியாதிக்கம்தான் நிலவுகிறது (தி இந்து, ஆகஸ்ட் 27, 2008).

எடுத்துக்காட்டாக, ஐரோப்பிய நாடுகளின் தவறான மீன்பிடிக் கொள்கைகளாலும், செயல்பாடுகளாலும் அவர்களின் மீன்வளம் அருகி, தங்கள் மீன் உணவுத் தேவைகளை அவர்களால் பூர்த்தி செய்துகொள்ள முடியாத நிலை ஏற்பட்டது. அதேபோல, அந்நாடுகளிலுள்ள மீனவர்களை எதிர்கொண்டு கூடுதலான மீன்பிடிப் படகுகளைச் செயலிழக்கச் செய்யவும் முடியவில்லை. இவற்றுக்கு எளிய தீர்வாக ஐரோப்பிய மீனவர்களை மேற்கு ஆப்பிரிக்க நாடுகளுக்கு அனுப்பிவிட்டனர்.

ஐரோப்பிய மீன்பிடி நிறுவனங்கள் தங்கள் நாடுகளில் செய்த அதே தவறுகளையே மேற்கு ஆப்பிரிக்காவிலும் செய்ததால், அந்நாடுகளின் மீன்வளமும் ஐரோப்பா போல மோசமடைந்தது. பெரிய ஐரோப்பியக் கப்பல்களுடன் போட்டிப்போட முடியாமல் செனகல் நாட்டு மீனவர்கள் வேலை இழந்தனர். தினம் மூன்று வேளை மீன் உணவு சாப்பிட்ட செனகல் நாட்டு மீனவ மக்கள் ஒரு வேளையோ அல்லது இரண்டு வேளையோ மட்டுமே சாப்பிட முடிந்தது. மீன் விலை மிகவும் உயர்ந்ததால், பிற செனகல் மக்கள் பட்டினிக்குள்ளாயினர்.

பிற மேற்கு ஆப்பிரிக்க நாடுகளின் கதியும் இவ்வாறே ஆயிற்று. சொற்ப அந்நியச் செலாவணிக்காக மேற்கு ஆப்பிரிக்க மக்கள் தங்கள் புரதச் சத்தை இழந்தனர். இந்த அவலத்தைக் கண்ணுற்ற செனகல் அரசு 2006-ஆம் ஆண்டு ஐரோப்பிய யூனியன் உடனான மீன்பிடி ஒப்பந்தத்தைப் புதுப்பிக்க மறுத்தது. ஆனால் ஐரோப்பியர்கள், குறிப்பாக ஸ்பெயின் மற்றும் பிரான்சு நாட்டு மீனவர்கள், தங்கள் மீன்பிடிக் கலங்களை செனகல் நாட்டுப் படகுகளாகப் பதிவுசெய்து, உள்ளூர் மீனவர்களின் ஒதுக்கீடுகளைப் பெற்று, செனகல் மீனவர்கள் பிடித்த

மீன்களை நடுக்கடலிலேயே வாங்கி, தங்கள் கப்பல்களில் ஏற்றி, ஐரோப்பாவுக்குக் கொண்டு சென்றனர்.

உணவுக் காலனியாதிக்கத்தின் ஒரே ஓர் உதாரணம்தான் இது. உலக உணவு விநியோகச் சங்கிலி இன்னும் இறுகும்போது, அக்ரகார நாடுகளின் அதிகாரமிக்க நுகர்வோர் எதுவுமற்ற ஏழைகளுடன் போட்டியிடுவார்கள். எடுத்துக்காட்டாக, உணவு எனும் பெயரில் பிரிட்டன் தனக்கு வேண்டிய தண்ணீரை பாகிஸ்தானிடமிருந்து பெறுகிறது. ஏற்றுமதிக்கான தேவை அதிகரிப்பதால், இந்து சமவெளியின் நீரூற்றுகளிலிருந்து தண்ணீரை உறிஞ்சி எடுத்து பாகிஸ்தானியர் அனுப்புகிறார்கள். காலநிலைச் சிதைப்பின் காரணமாக, அந்தப் பகுதியில் மழையும், பனிப்பொழிவும் குறைந்து போனதால், நீர்மட்டமும் தாழ்ந்து போனது. சில இடங்களில் உப்பு மற்றும் விவசாய விசங்கள் உட்புகுந்துவிட்டதால், விளைநிலங்கள் வீணாகிவிட்டன.

இப்படியாக வடக்கு வாழ்கிறது, தெற்கு தேய்கிறது! வடக்கின் அரசியல் காலனியாதிக்கத்திலிருந்து விடுதலை பெறுவதே இன்னும் முடியாமல் இருக்கும்போது, இந்த உணவு காலனியாதிக்கத்திலிருந்து எப்போது, எப்படி விடுதலை அடையப் போகிறோம்?

[33]

கல்விக் கட்டுப்பாடுகள்

பிறப்பால் உயர்ந்தவர்களே அறிவில் சிறந்தவர்கள், அவர்கள் மட்டுமே கசடறக் கற்க முடியும், கற்க வேண்டும் என்பது பார்ப்பனீய அக்ரகாரத்தின் அடிப்படைக் கொள்கைகளுள் மிக முக்கியமானது. பார்ப்பனச் சிறுவர்களுக்குப் பூணூல் அணிவித்து காயத்ரி மந்திரம் சொல்லிக்கொடுக்கும்போது, அதை வேறு யாரும் கேட்டுவிடக்கூடாது என்பதற்காக, ரகசியமாகக் காதில்தான் சொல்வார்களாம்.

கல்வி, ஆய்வு, அறிவு எனும் பரந்துபட்ட அறிவுத்தளத்தைத் தமக்கு மட்டுமே உரித்தான உடமையாக, உரிமையாக மாற்றியது; அங்கே ஏனையோர் புகமுடியாதவாறு தடுத்து நிறுத்தியது; தங்கள் அறிவுப்புலம் மட்டுமே சிறந்தது, உயர்ந்தது, உன்னதமானது என்று தாமும் உறுதியாக நம்பி, பிறரையும் நம்பவைத்தது; பிற அறிவுப் புலங்களை அழித்தொழித்து அனைவரையும் தங்கள் புலச்சார்புக்குள் கொண்டுவந்து நிறுத்தியது எனப் பார்ப்பனீய அக்ரகாரம் செய்த, இன்னும் செய்துகொண்டிருக்கும், அட்டூழியங்கள் மிக மோசமானவை.

இந்தப் பார்ப்பன அக்ரகாரப் பராக்கிரமங்களை உலக அக்ரகாரமும் உறுதியாகப் பின்பற்றுகிறது. தங்கள் பண்பாடும், அறிவியலும், தொழில்நுட்பமும்தான் உயர்ந்தவை, சிறந்தவை என்று உறுதியாக நம்பும் உலக அக்ரகாரம் கல்வியறிவுப் புலங்களைத் தன் கட்டுக்குள் வைத்திருக்கிறது.

உலகிலுள்ள ஒவ்வொரு பண்பாட்டுக்கும் தனித்தன்மை கொண்ட அறிவுத்தளம் இருந்தாலும், உலக அக்ரகாரம் அதை ஆமோதிப்பதுமில்லை, அங்கீகரிப்பதுமில்லை. எடுத்துக்காட்டாக, பிரிட்டிஷ் காலனியாதிக்கம் இந்தியத் துணைக் கண்டத்தை ஆக்கிரமித்தபோது, இப்பகுதியின் நெசவுத் தொழிற்நுட்பத்தை அழித்தொழித்ததுதான் அவர்கள் செய்த முதல் வேலையாக இருந்தது. விவசாயம், நீர் மேலாண்மை, மருந்து, உடல்நலம் எனப் பல்வேறு வாழ்வியல் தளங்களை ஆக்கிரமித்து, உள்நாட்டு யதார்த்தங்களை, தேவைகளை, விழைவுகளை, ஆற்றல்களை

முற்றிலுமாகப் புறக்கணித்து, ஒட்டுமொத்த உள்நாட்டு அறிவுத்தளத்தையும் கபளீகரம் செய்தார்கள்.

கடந்த 1772-ஆம் ஆண்டு பிரிட்டிஷ் நாடாளுமன்றம் இந்தியர்களுக்கு உயர்கல்வி வழங்குவது பற்றி விரிவாக விவாதித்தது. அதன் பின்னர், 1882-ஆம் ஆண்டு நிறுவப்பட்ட 'ஹன்டர் கமிஷன்,' இந்தியர்கள் சுதந்திரமான கல்வியைப் பெற்று, தாமாகச் சிந்தித்து பிரிட்டிஷ் அரசுக்கு எதிராக மாறிவிடக்கூடாது என்றெண்ணி, நாட்டில் எங்கேயும் நவீன தொழிற்சாலைகளே இல்லாத நிலையிலும், இந்தியர்களுக்குத் தொழிற்கல்வி வழங்க வேண்டும் என்று பரிந்துரைத்தது. தொடர்ந்து 1884-ஆம் ஆண்டு 'உட் கல்வி பரிந்துரை' அனைத்து இந்தியர்களுக்கும் கல்வி வழங்க அரசிடம் பணம் இல்லை என்பதால், குறிப்பிட்ட சாராருக்கு மட்டும் கல்வி வழங்கி, அவர்களைச் சிறு உள்ளூர் நிர்வாகப் பதவிகளில் பணியமர்த்தி, பிரிட்டிஷாரின் மறைமுக ஆட்சியை உறுதிப்படுத்திக் கொள்ள உதவியது.

இந்தியர்களுக்கு இழைக்கப்பட்டதை விட மோசமான கொடூரங்கள் செவ்விந்தியர்களுக்கு நடத்தப்பட்டன. கனடா நாட்டில் கடந்த 2021 யூன் மாதம் கவசஸ் (Cowessess First Nation) எனும் பூர்வகுடி மக்களின் நிறுவனம் சஸ்கெட்சுவான் மாநிலத்தில் இயங்கிய ஓர் உண்டுறைப் பள்ளியில் 751 அடையாளம் தெரியாத கல்லறைகளைக் கண்டுபிடித்தது. ஒரு மாதத்துக்கு முன்னர் இன்னொரு பூர்வகுடி மக்களின் நிறுவனம் பிரிட்டிஷ் கொலம்பியா மாநிலத்தில் தற்போது மூடப்பட்டுவிட்ட ஓர் உண்டுறைப் பள்ளியில் 215 குழந்தைகளின் எலும்புக் கூடுகளைக் கண்டெடுத்தது.

கனடா அரசு செவ்விந்தியர் குடும்பத்துக் குழந்தைகளைப் பலவந்தமாக அவர்களின் பெற்றோரிடமிருந்து பிரித்து, பிடித்துக் கொண்டுபோய் உண்டுறைப் பள்ளிகளில் அடைத்தது. கடந்த 1882-ஆம் ஆண்டு முதல் 1996-ஆம் ஆண்டு வரை ஏறத்தாழ 130 உண்டுறைப் பள்ளிகளில் சற்றொப்ப 150,000 குழந்தைகளை இப்படி அடைத்துவைத்து, ஐரோப்பிய வாழ்க்கை முறைக்கு அவர்களை மாற்ற முயன்றனர். இந்தப் பள்ளிகளை நிர்வகித்தவர்கள் பெரும்பாலும் கத்தோலிக்கத் திருச்சபையினர். இவர்கள் அந்தச் செவ்விந்தியர் குழந்தைகளை தங்கள் மொழிகளில் பேச அனுமதிக்கவில்லை. அவர்களின்

கலாச்சாரத்தைப் பின்பற்றவும் விடவில்லை. அவர்களில் பெரும்பாலானோர் உடல் ரீதியாகவும், உணர்வு ரீதியாகவும், பாலியல் ரீதியாகவும் கொடுமைப்படுத்தப்பட்டனர்.

ஏறத்தாழ 4,000 குழந்தைகள் ஊட்டச்சத்து பற்றாக்குறை, காசநோய் போன்ற பல்வேறு நோய்களால் மரணமடைந்ததாக 2008-ஆம் ஆண்டு நிறுவப்பட்ட ஓர் உண்மைக் கண்டறியும் குழு அறிவித்தது. இப்படி இறந்த குழந்தைகளின் எண்ணிக்கை 10,000-க்கும் அதிகமாக இருக்கும் என்று மேற்படி விசாரணைக் குழு அறிக்கை தெரிவித்தது. ஆனால் பூர்வகுடி மக்களின் நிறுவனங்களோ குழந்தைகள் இறப்பு எண்ணிக்கை அதிகமிருக்கும் என்று கூறுகின்றன.

கனடா பிரதமர் ஜான் மெக்டானல்ட் (John Macdonald) என்பவர் 1883-ஆம் ஆண்டு இந்த பண்பாட்டுப் பள்ளிகளை நியாயப்படுத்திப் பேசினார். செவ்விந்தியர் பகுதிகளில் பள்ளிகளை நிறுவினால், குழந்தைகள் 'காட்டுமிராண்டிகளான' தங்கள் பெற்றோரோடு வாழவேண்டிவரும். எனவே பெற்றோரின் தாக்கங்களிலிருந்து குழந்தைகளை முற்றிலுமாக விடுவித்து, சிறப்புத் தொழிற்பயிற்சிப் பள்ளிகளில் அவர்களைப் பயிற்றுவித்தால்தான் அவர்கள் வெள்ளையின ஆண்களின் பழக்கவழக்கங்களையும், சிந்தனை முறைகளையும் பெறுவார்கள் என்று அவர் கருத்து தெரிவித்தார்.

அதன் பின்னர் மெக்கன்ஸி பொவெல் (Mackenzie Bowell) என்பவரின் ஆட்சியின் கீழ் இந்தியர் சட்டம் 1894 எனும் ஒரு சிறப்புச் சட்டம் இயற்றப்பட்டு, செவ்விந்தியர் குழந்தைகள் பிடித்துக் கொண்டுபோகப்பட்டனர். அவர்களுள் பெரும்பாலானவர்கள் தங்கள் பெற்றோரை மீண்டும் பார்க்கவேயில்லை. உண்மை கண்டறியும் குழு 2015-ஆம் ஆண்டு வெளியிட்ட தனது அறிக்கையில் இதை ஒரு 'கலாச்சார இனப்படுகொலை' என்று சரியாகக் குறிப்பிட்டது.

இம்மாதிரியான கலாச்சார இனப்படுகொலைகள் இன்றைய உலகிலும் நடப்பதுதான் வேதனையான விடயம். சீனாவில் கடந்த 2015-ஆம் ஆண்டு முதல் பத்து லட்சத்துக்கும் அதிகமான உய்கர் (Uyghur) இசுலாமியர்கள் மறுகல்வி முகாம்களில் அடைத்துவைக்கப்பட்டு கொடுமைப்படுத்தப்படுகின்றனர். உய்கர் மக்களின் அரசியல் சிந்தனையை, அடையாளத்தை, மத

நம்பிக்கைகளை மாற்றுவது இம்முகாம்களின் நோக்கங்களாக இருக்கின்றன. இந்த 'மறுகல்விக்கு' ஒத்துழைக்க மறுக்கிறவர்கள் வன்கொடுமைக்கு உள்ளாகிறார்கள். கைவிலங்கிட்டு வைத்தல், இரும்புப் பொறியில் பிணைத்து வைத்தல், தண்ணீரில் மூச்சுத்திணற வைத்தல், மின்சாரம் பாய்ச்சுதல் போன்ற பல்வேறு வழிகளில் அவர்கள் சித்திரவதை செய்யப்படுகின்றனர். பெண்கள் இன்னும் மோசமாகக் கொடுமைப்படுத்தப்படுகின்றனர். அவர்கள் மீது பாலியல் கொடுமைகளும், கட்டாயக் கருக்கலைப்பும் நடத்தப்படுகின்றன.

இப்படியான முகாம்கள் நடக்கவே இல்லை என்று முதலில் மறுத்த சீன அரசு, பின்னர் மக்களுக்குத் தொழிற்கல்வி வழங்கவே அவை நடத்தப்படுவதாகத் தெரிவித்தது. கடந்த 2017--ஆம் ஆண்டு ஐந்து லட்சம் குழந்தைகள் பெற்றோரிடமிருந்து வலுக்கட்டாயமாகப் பிரிக்கப்பட்டு, 10,000 வோல்ட் மின்சாரம் பாயும் மின்வேலிகள் கொண்ட ஆரம்பப் பள்ளிக் குழந்தைகளுக்கான முகாம்களில் அடைக்கப்பட்டு கண்காணிக்கப்பட்டனர். பின்னர் 2019-ஆம் ஆண்டு நூற்றுக்கணக்கான எழுத்தாளர்கள், கலைஞர்கள், பேராசிரியர்கள் கைதுசெய்யப்பட்டு, எந்தவிதமான கலாச்சார வெளிப்பாடுகளும் வெளிவராவண்ணம் தடுத்தது சீன அரசு. அதேபோல, 2019-ஆம் ஆண்டு இந்த மறுகல்வி முகாம்களை எதிர்க்கும் உய்கர் மக்களின் மரபணு மாதிரிகளை சீன அரசு சேகரித்து மிரட்டியது.

இன்றைய நவீன உலகமயச் சமூகத்தில் பல்வேறு பண்பாடுகளின் பாரம்பரிய அறிவும், திறமைகளும், அவற்றின் வெளிப்பாடுகளும் வணிகமயமாக்கப்பட்டு உலகச் சந்தையின் லாபத்துக்காக விற்கப்படுகின்றன. அமெரிக்க, ஐரோப்பிய நாடுகளின் ஒரு கவிதையோ, கலைப்பொருளோ, கண்டுபிடிப்போ உரிய சட்டங்களின் துணையோடு அறிவுச் சொத்துகளாகக் கவனமாகப் பாதுகாக்கப்பட்டு, போற்றப்படுகின்றன. ஆனால் தெற்கு நாடுகளின் ஆடல்களோ, பாடல்களோ, கலைப்பொருட்களோ, கண்டுபிடிப்புகளோ யாராலும் எடுத்தாளப்படலாம் எனும் அவலநிலை இன்றளவும் நீடிக்கிறது. தெற்கு நாடுகளின் மக்களுக்கு எந்தவிதமான அங்கீகாரமும், வருமானமும் தராமல், அவர்களின் அறிவுச் சொத்துகள் திருடி விற்கப்படுகின்றன.

அமெரிக்காவிலும், ஐரோப்பிய நாடுகளிலும் கல்வித்தரம் சிறப்பானதாக இருக்கும் நிலையில், தெற்கு நாடுகளின்

நிலைமையோ கவலைக்கிடமாக உள்ளது. பணக்கார நாடுகளை உள்ளடக்கிய ஓ.இ.சி.டி. (OECD) அமைப்பு 2000-ஆம் ஆண்டு 'பன்னாட்டு மாணவர் மதிப்பீட்டுத் திட்டம்' (Programme for International Student Assessment) எனும் ஓர் ஆய்வினை நடத்தியது. அதில் தெற்கு நாடுகளின் கவலைக்கிடமான நிலை வெளிப்பட்டது. எடுத்துக்காட்டாக, பிரேசில் நாட்டுக் குழந்தைகளில் பாதி பேர்தான் ஆரம்பக்கல்வி பெற்றார்கள். வயதுவந்தோரில் நான்கில் மூன்று பேர் எழுதப் படிக்க தெரியாதவர்களாக இருந்தனர். பானமா, பெரு போன்ற நாடுகளில் 15 வயதுக் குழந்தைகளில் மூன்றில் ஒரு பகுதியினர் எழுதப் படிக்க தெரியாதவர்களாக இருந்தனர் (தி எக்கானமிஸ்ட், டிசம்பர் 11, 2010).

இன்றளவும் தெற்கு நாடுகளைச் சார்ந்த மாணவர்கள் தரமிக்க உயர்கல்வி பெற வடக்கு நாடுகளுக்கே செல்ல வேண்டியிருக்கிறது. அதேபோல, தெற்கு நாடுகளிலுள்ள ஓரளவு தரம் கொண்ட கல்வி நிறுவனங்களில் பயில்கிறவர்கள் உயர்கல்வி, வேலைவாய்ப்புகளுக்காக வடக்கு நாடுகளுக்கு புலம் பெயர்கின்றனர். இந்த 'மூளையிழப்பு' (brain drain) தெற்கு நாடுகளின் ஏழ்மைக்கும், பின்தங்கிய நிலைக்கும் மிக முக்கியமான காரணமாக அமைகிறது.

உலக அளவில் மட்டுமின்றி, தெற்கு நாடுகளுக்கு உள்ளேயும் இதே நிலைதான் நீடிக்கிறது. எடுத்துக்காட்டாக, இந்தியாவிலுள்ள உயர்கல்வி நிறுவனங்களில் பட்டியலின, பிற்படுத்தப்பட்ட மாணவ, மாணவியர் நுழைவது என்பது மிகவும் கடினமானதாகவே இருக்கிறது. ஒன்றிய அரசின் கல்வி அமைச்சகம் நாடாளுமன்றத்தில் சமர்ப்பித்த அறிக்கை ஒன்றில் நாடெங்குமுள்ள ஐ.ஐ.டி. நிறுவனங்களில் ஆய்வு முனைவர் பட்டத்துக்குப் படிக்கும் மாணவர்கள் பற்றிய தகவல் ஒன்றை வெளியிட்டது. கடந்த 2015-2019 காலக்கட்டத்தில், வெறும் 2.1 விழுக்காடு எஸ்.டி. மாணவர்களும், 9.1 விழுக்காடு எஸ்.சி. மாணவர்களும் மட்டுமே பி.எச்.டி படிக்கும் வாய்ப்பினைப் பெற்றனர். இவர்களுக்கு முறையே 7.5, 15 விழுக்காடு இடங்கள் ஒதுக்கப்பட வேண்டும் என்பது அரசின் கொள்கை.

அதேபோல, 27 விழுக்காடு இடங்களைப் பெற வேண்டிய பிற்படுத்தப்பட்டோர் 23.2 விழுக்காடு இடங்களைப் பெற்றனர். ஆனால் 65.6 விழுக்காடு 'உயர்சாதி' மாணவர்கள் மூன்றில்

இரண்டு பங்கு இடங்களை ஆக்கிரமித்தனர் (தி இந்து, பிப்ருவரி 13, 2021). ஐ.ஐ.டி. போன்ற உயர்கல்வி நிலையங்கள் சிறுபான்மையின மாணவர்களுக்கும் எட்டாக்கனிகளாகவே இன்றளவும் திகழ்கின்றன.

> எண்ணென்ப ஏனை எழுத்தென்ப இவ்விரண்டும்
> கண்ணென்ப வாழும் உயிர்க்கு

என்கிறது வள்ளுவம். உலக அக்ரகாரம் பெரும்பான்மை மக்களின் இவ்விரு கண்களையும் சிதைத்து, குருடாக்கி, தனது வல்லாதிக்கத்தை நிலைநிறுத்திக்கொண்டிருக்கிறது.

[34]
வேலைவாய்ப்புகள்

வேலைவாய்ப்பு என்பது வெறும் வருமானத்துக்கான வழி மட்டுமல்ல. ஒருவரின் சுயமரியாதைக்கானது; அவரது குடும்பத்தின் பாதுகாப்புக்கானது. வேலையின்மை மன அழுத்தத்தை உருவாக்குகிறது, மணமுறிவுக்குக் காரணமாகிறது, தற்கொலைகளை நிகழ்த்துகிறது. ஒரு சமூகத்தில் தகுதிவாய்ந்த அனைவருக்கும் வேலை இருந்தால், மக்கள் தங்களுக்குத் தேவையான பொருள்களைத் தயக்கமின்றி வாங்குவார்கள். பொருளாதாரம் வளரும், சமூக அமைதி ஓங்கும்.

ஒருவரின் சமூக-பொருளாதார-அரசியல் அந்தஸ்தும், அவர் செய்யும் வேலையின் தரம், ஊதியம், இலகுத்தன்மை, ஸ்திரத்தன்மை, பணியிடப் பாதுகாப்பு, மரியாதை போன்றவையும் ஒன்றோடொன்று நேரடித் தொடர்புடையவையாக இருக்கின்றன. கல்வி அனைவருக்கும் சமமானதாக, தரமிக்கதாக இல்லாத நிலையில், இது புரிந்துகொள்ளப்படக் கூடியதுதான்.

உலக அளவில் பெரும்பாலான அரசுகள் தொழிலாளர் ஆதரவு நடவடிக்கைகளில் ஈடுபடுவதில்லை. இன்றைய உலகமய அமைப்பில் அரசு ஊழியர்களின் எண்ணிக்கையைக் குறைப்பது, பொதுத்துறை நிறுவனங்களுக்கான நிதி ஒதுக்கீட்டைச் சுருக்குவது, கல்வி மற்றும் உடல்நலம் போன்ற துறைகளுக்குப் போதிய நிதி ஒதுக்காமலிருப்பது, தனியார்மயமாக்குவது போன்ற நடவடிக்கைகள் மேற்கொள்ளப்படுவதால், ஏராளமானோர் அரசு வேலைகள் கிடைக்காமல் திண்டாடுகின்றனர். பணிப் பாதுகாப்பின்மை, தொழிலாளர்களை எளிதாக எடுப்பது-விடுப்பது, குறைந்த அடிப்படைச் சம்பளம், நீண்டநேர வேலை போன்ற நடைமுறைகள் தனியார் வேலைகளைப் பெரிதும் பாதிக்கின்றன.

கடந்த 1980-களின் பிற்பகுதியிலிருந்து ஐரோப்பாவில் வேலைவாய்ப்புகள் ஒழுங்கமைக்கப்படவில்லை. பெரும்பாலான வேலைகள் தற்காலிகமானவையாகவே இருந்தன. குறைந்தபட்ச ஊதியத்தை வழங்காமல் தப்பித்து கொள்ள பல்வேறு

சட்டப்பூர்வமான வழிகள் இருந்தன. வேலையற்றோருக்கான காப்பீடு கணிசமாகக் குறைக்கப்பட்டது. வேலையில்லாதவர்களில் பாதி பேருக்கு எந்தவிதமான சலுகைகளும் வழங்கப்படவில்லை. அமெரிக்காவைப் போலவே ஐரோப்பாவிலும், தொழிற்சங்கங்கள் தங்கள் உறுப்பினர்களை இழந்தன. அமெரிக்கர்கள் வட்டி விகிதத்தைக் குறைத்து வளர்ச்சியைப் பெருக்க முனைந்தபோது, ஐரோப்பியர்கள் வட்டி விகிதத்தை அதிகரித்து, முதலீடுகளை இழந்து, அதனால் வேலை வாய்ப்புகளையும் பறிகொடுத்தார்கள். அமெரிக்கர்கள் பொருளாதார ஏற்றத்தாழ்வுகளை வாழ்வின் நியதி என்று ஏற்றுக்கொள்ளும்போது, ஐரோப்பியர்கள் அதற்கு எதிராகச் சிந்தித்தார்கள் (ஜான்-பால் பிட்டோசி, தி நியூ யார்க் டைம்ஸ், பிப்ருவரி 8, 1997).

கடந்த 1990-களின் மத்தியில் ஐரோப்பாவில் வேலையில்லாத் திண்டாட்டம் மிகவும் மோசமான நிலையை அடைந்தது. பின்னர் 2000–ஆம் ஆண்டுவாக்கில் பொருளாதாரம் மேம்பட்டபோது, கணினித்துறை உள்ளிட்ட உயர்தொழில்நுட்பத் துறைகளில் போதிய ஊழியர்கள் இல்லாமல், தங்கள் கதவுகளை இறுக மூடிவைத்திருந்த பிரிட்டன், ஜெர்மனி போன்ற நாடுகள்கூட விசாத் தளர்வுகளை அறிவித்தன.

பின்னர் கொரோனா பெருந்தொற்றினால் நிலைமை தலைகீழாக மாறி, உலகெங்கும் பல நூறு மில்லியன் மக்கள் தங்கள் வேலைகளை இழந்தார்கள். கடந்த 2020–ஆம் ஆண்டு மட்டும் சற்றொப்ப 200 மில்லியன் முதல் 500 மில்லியன் வரையிலான மக்கள் ஏழ்மைக்குள் தள்ளப்பட்டார்கள் என்கிறது ஒரு கணிப்பு (அமிதாப் பெஹார், தி இந்து, சனவரி 27, 2021).

இந்தியாவில் 2008-ஆம் ஆண்டு அக்டோபர் முதல் டிசம்பர் மாதம் முடிய, வெறும் மூன்று மாதங்களுக்குள் ஐந்து லட்சம் பேர் தங்கள் வேலைகளை இழந்ததாக அரசு அறிவித்தது. அதற்குப் பெருமளவிலான ஆட்குறைப்பு, பணிநீக்கம், சம்பளக் குறைப்பு, தொழிலாளர் நல உரிமைகள் பறிப்பு போன்ற நடவடிக்கைகள் காரணமாயிருந்தன. கடந்த 2017-18 காலக்கட்டத்தில் இந்திய வேலையின்மை விகிதம் 6.1 விழுக்காடாக இருந்தது. பின்னர் 2020–ஆம் ஆண்டு தொடக்கத்தில் அது மேலும் உயர்ந்து, 2021–ஆம் ஆண்டு இறுதியில் வேலையின்மை விகிதம் 7.91 விழுக்காடாக உயர்ந்தது. பின்னர் 2022–ஆம் ஆண்டு சனவரி மாதம் முதல் இந்திய வேலையின்மை விகிதம் குறைந்ததாகச்

சொல்லப்பட்டாலும், 6.57 விழுக்காடு எனும் உயர்நிலையிலேயே இருந்தது (மாயா ஜான், தி இந்து, மார்ச் 28, 2022).

கொரோனா காலக்கட்டத்தில் இந்தியாவிலுள்ள 11 பெரும் கோடீஸ்வரர்களின் செல்வம் கணக்கின்றி ஏறியது. அவர்களின் செல்வ உயர்வை மட்டும் வைத்துக்கொண்டே மகாத்மா காந்தி தேசிய ஊரக வேலை பாதுகாப்புத் திட்டத்தில் வேலை செய்யும் ஊழியர்களுக்கு அடுத்த பத்து ஆண்டுகளுக்குச் சம்பளம் வழங்கியிருக்க முடியும். கொரோனா ஊரடங்கின்போது, முகேஷ் அம்பானி ஒரு மணி நேரத்துக்கு 90 கோடி சம்பாதித்தார்; ஆனால் இந்தியாவின் 24 விழுக்காடு மக்கள் மாதம் ஒன்றுக்கு ரூ.3,000-க்கும் குறைவாகவே சம்பாதித்தனர் (அமிதாப் பெஹார், தி இந்து, சனவரி 27, 2021). பன்னாட்டுத் தொழிலாளர் நிறுவனம் (ILO) 90 விழுக்காடு இந்தியர்கள் முறைசாரா பொருளாதார நடவடிக்கைகளில் ஈடுபட்டதாகவும், 40 கோடி தொழிலாளர்கள் ஏழ்மைக்குள் தள்ளப்படும் ஆபத்து இருப்பதாகவும் சொல்லிற்று.

பார்ப்பனீய வேலைப் பகிர்வு முறை ஒருவரின் குடிப்பிறப்பையும் அவர் செய்யும் வேலையையும் இணைத்து, அவ்வமைப்பு ஒருவருடைய தலைவிதி, கருமவினை, அதை அப்படியே ஏற்றுக்கொள்ளத்தான் வேண்டுமே தவிர, மாற்றியமைக்க முயலக்கூடாது என்று பணிக்கிறது. ஒவ்வொருவரும் அவரவர் குடிக்குப் பணிக்கப்பட்ட வேலைகளைச் செவ்வனே செய்துவந்தால், சமூக அமைதி நிலவும், அனைவரும் இன்புற்றிருக்கலாம் என்கிறது. இந்த அமைப்பின்படி, கடைநிலை வேலைகள் அனைத்தும் குறிப்பிட்ட ஒடுக்கப்பட்ட சாதிகளால் மட்டுமே செய்யப்படுகின்றன.

ஊதியம் குறைந்த, கடினமான, அசுத்தமான, ஆபத்தான வேலைகள் ஒடுக்கப்பட்டோருக்கும், ஊதியம் நிறைந்த, இலகுவான, சுத்தமான, பாதுகாப்பான வேலைகள் ஒடுக்குவோருக்கும் என்று அந்தப் பார்ப்பனீய வேலைப் பகிர்வு முறை பரிந்துரைப்பதைக் கேள்வி கேட்கக்கூடாது, முடியாது. ஏனென்றால் அது இறைவனால் விதிக்கப்பட்டதாம். இந்த அமைப்பால் பயன் பெறுகிறவர்கள்தான் அந்த விதிகளை எழுதியவர்கள் என்பதுதான் நகைமுரண்.

உலக அக்ரகாரமும் இப்படித்தான் இயங்குகிறது. பார்ப்பனீய அக்ரகார அமைப்பில் ஒருவரின் சாதி அவர் செய்யும்

வேலையைத் தீர்மானிப்பது போல, உலக அக்ரகாரத்தில் ஒருவரின் இனம் அதனைத் தீர்மானிக்கிறது. உலகச் சந்தையில் கல்வியும், திறமையுமே ஒருவரின் வேலையைத் தீர்மானிக்கிறது என்பது போன்ற ஒரு தோற்றம் உருவாக்கப்பட்டாலும், நடுத்தர வயதுகொண்ட, வெள்ளையின, ஆங்கிலோ-சாக்சன், புராட்டஸ்டன்ட் இனத்தைச் சார்ந்த நகரவாசிகள்தான் நியூயார்க், லண்டன் போன்ற நகரங்களிலிருந்து இந்த அமைப்பையே இயக்குகின்றனர்.

தகுதியும், திறமையும் வாய்ந்த ஓரிரு இந்திரா நூயிகளும், சுந்தர் பிச்சைகளும் முக்கியப் பொறுப்புகளை ஏற்கும்போது, உள்ளம் பூரிப்பெய்தி புளகாங்கிதமடையும் நாம், பரந்துபட்ட உலக நிலைமையைக் கவனிக்கத் தவறுகிறோம். எண்ணிலடங்கா பதவிகளும், அளவிடமுடியா அதிகாரமும், உலகையே ஆட்டிப்படைக்கும் சக்தியும் ஒரு குறிப்பிட்ட இனத்தினரின் கைகளில் மட்டுமே குவிந்துகிடப்பதை, வேற்றினத்தவர்கள் ஒரு பொருட்டாகவே இல்லாமலிருப்பதைக் கண்டுகொள்ளாமல் விட்டுவிடுகிறோம். அதைக் கேள்விகேட்கத் தயங்குகிறோம், தவறுகிறோம்.

இதைப் போலவே, பணக்கார முதலாளிகளின், கார்ப்பரேட்டுகளின் முதலீடுகள் கண்டம்விட்டு கண்டம், நாடுவிட்டு நாடு எளிதாகக் கடக்க முடிகிறது. அந்த வெளிநாட்டு நேரடி முதலீடுகளுக்கு உரிய சட்டப் பாதுகாப்பும், இலவசமாக நிலம், தண்ணீர், மின்சாரம், சாலை வசதிகள், வரிவிலக்கு, சூழல் நல மற்றும் தொழிலாளர் நல விலக்குகள் போன்ற பல்வேறு வகையான ஊக்கங்களும் வாரி வழங்கப்படுகின்றன.

ஆனால், ஏதாவதொரு தெற்கு நாட்டிலுள்ள ஓர் ஏழைக் குடும்பம் ஒரு வடக்கு நாட்டுக்கு மூன்று மாத காலம் தற்காலிகமாக இடம்பெயர்ந்து, அங்குள்ள பண்ணைகளிலோ, தொழிற்சாலைகளிலோ, தனியார் நிறுவனங்களிலோ வேலை செய்ய அனுமதி பெற முடியாது. விசா கூடத் தரமாட்டார்கள். கடினமான உடலுழைப்பு தேவைப்படும் வேலைகளுக்கு வடக்கு நாடுகளில் அதிகத் தேவையும், வாய்ப்புகளும் இருந்தாலும், தெற்கு நாடுகளின் மக்கள் தற்காலிகமாகக்கூட அனுமதிக்கப்படுவதில்லை. ஒரு பொத்தானை அழுத்தி பணத்தை உலகெங்கும் பறக்கச்செய்யும் நம்முடைய நவீன உலகம், தொழிலாளர்களை ஓரிடத்திலேயே கட்டிப்போடுகிறது.

முதலீடுகளும், தொழில்நுட்பங்களும் வடக்கு நாடுகளில் இருந்து தெற்கு நாடுகளுக்கு வரும்போது, பன்னாட்டு நிறுவனங்கள் உற்பத்திச் செலவுகளைக் குறைத்துக்கொண்டு, லாபத்தைப் பெருக்கிக் கொள்கின்றன. பெரும்பாலான அழுக்குத் தொழிற்சாலைகள் தெற்கு நாடுகளுக்கு இடம்பெயர்கின்றன; அந்த மோசமான வேலைகளை ஏழைத் தொழிலாளர்கள் செய்கிறார்கள். மெக்சிகோ நாட்டிலுள்ள 'மக்கிலதோரா' *(Maquiladora)* இதற்கொரு சிறந்த எடுத்துக்காட்டு. வடக்கு நாடுகளில் குறைந்தபட்ச ஊதியம், பணியிடப் பாதுகாப்பு, தொழிலாளர் நலம் போன்ற விடயங்களைப் போற்றும் அவ்வரசுகள், அவர்களின் கார்ப்பரேட்டுகள் தெற்கு நாடுகளுக்குச் சென்று இயங்கும்போது, இதே தரநிலையைக் கடைப்பிடிக்க வற்புறுத்துவதில்லை.

ஆனாலும் வடக்கு நாடுகளில் தொடர்ந்து நடக்கும் உற்பத்தித் தொடர்பான முதலீடுகளை ஒப்பிடும்போது, தெற்கு நோக்கிய வெளிப்பாய்ச்சல் மிகவும் குறைவுதான். தெற்கு நாடுகளின் திறமைமிக்க தொழிலாளர்கள் ஓரளவு பயன் பெற்றாலும், வடக்கு நாட்டவரே பெரும் பணக்காரார்கள் ஆகின்றனர். வடக்கு நாடுகளின் கார்ப்பரேட் நிர்வாகிகள், முதலீட்டு வங்கிக்காரர்கள், பங்கு வர்த்தகர்கள், தொழில் வல்லுநர்கள் போன்றோர் மிக அதிகம் சம்பாதிக்கின்றனர். வடக்கு நாடுகளில் ஒரு முதன்மை செயல் அதிகாரி (CEO) மில்லியன்களில் சம்பாதிக்கிறார், ஆனால் ஒரு சராசரி தொழிலாளியோ வெறும் ஆயிரங்களில் மட்டுமே சம்பாதிக்கிறார்.

வடக்கு நாடுகளுக்கும் தெற்கு நாடுகளுக்கும் இடையேயான தொழில்நுட்ப இடைவெளி சுருங்கிக் கொண்டிருந்தாலும், தெற்கு நாடுகளில் முதலீடுகள் ஓரளவு அதிகரித்துக் கொண்டிருந்தாலும், திறமைமிக்க தொழிலாளர்களின் சம்பளம் இப்போதும் குறைவாகவே இருக்கிறது. வடக்கு நாடுகளிலிருந்து வெளிநாடுகளுக்கு வேலைகளுக்குச் செல்வோர் உயர் பதவிகளிலும், தெற்கு நாடுகளிலிருந்து புலம்பெயர்வோர் திறமையற்ற கடைநிலை வேலைகளிலும் பணியாற்றுகின்றனர். இதற்கோர் சிறந்த எடுத்துக்காட்டு வளைகுடா நாடுகள்.

ஒருபுறம் பொருட்களின் உற்பத்தியை அதிகரித்து, நுகர்வினை ஊக்குவிக்கும் நாம், இன்னொரு புறம் வேலைகளை அழிக்கவும், சம்பளத்தைக் குறைக்கவும் செய்கிறோம். இந்த நிலை

எப்படி மக்களைக் கடைகளுக்கு இட்டுச்செல்லும்? எப்படி அவர்களின் வாங்கும் திறனை அதிகரிக்கும்? கொஞ்சம் பேரை நீண்ட நேரம் வேலை வாங்கி, நிறைய பேரை வேலையற்றவர்களாக வைத்திருக்கும் பொருளாதார அமைப்பு குறைவான வேலைகளையே உருவாக்கும். தெற்கு நாடுகளில் அடிப்படை ஊதியமும், பணியிடத் தரமும் உயராதபட்சத்தில், பன்னாட்டு கார்ப்பரேட்டுகள் தாங்கள் இடம்பெயர்வதாக மிரட்டி, வடக்கு நாடுகளின் ஊதியங்களையும், பணியிடத் தரத்தையும் குறைக்கவே முயல்வார்கள்.

ஒருவரின் வேலைதான் அவரின் வாழ்க்கை எனும் அமைப்பை மாற்றுவது, வாரத்தில் வேலைநாள்களின் எண்ணிக்கையைக் குறைப்பது, 'மனிதர்களை நீக்கும் தானியங்கிகளை' (human-displacing automation) பயன்படுத்தாமலிருப்பது, வேலைகளைப் பகிர்வது போன்ற நடவடிக்கைகள் உதவலாம். ஆனால் இவை எல்லாவற்றுக்கும் மேலாக, சில அடிப்படை சமூக-பொருளாதார-அரசியல் மாற்றங்கள் கொண்டுவரப்பட்டாக வேண்டும்.

பார்ப்பனீயம் 'உன் வாழிடத்தில் உன் குலத்தொழிலைச் செய்துகொண்டு பேசாமலிரு' என்கிறது; உலகமயமோ 'நீ எங்கே இருக்கிறாயோ அங்கே உனக்குக் கிடைக்கும் வேலையைச் செய்துகொண்டு வாளாவிரு' என்கிறது. உலக அக்ரகாரத்தில் நிலவும் இன்னோரன்ன ஏற்றத்தாழ்வுகளை, தேக்கநிலையை மாற்றாமல் இங்கே எதுவும் மாறாது.

[35]

வருமானம் மற்றும் சொத்துச் சேர்ப்பு

வருமானம் ஈட்டலும், சொத்துச் சேர்த்தலும் இவ்வுலக வாழ்வின் அடிப்படைகளாக மாற்றப்பட்டிருக்கின்றன. வள்ளுவமே இதனை அழுத்தந்திருத்தமாகச் சொல்கிறது:

அருள்இல்லார்க்கு அவ்வுலகம் இல்லை பொருள்இலார்க்கு
இவ்வுலகம் இல்லாகி யாங்கு.

பொருள் இல்லாதவர்க்கு இவ்வுலக வாழ்க்கை இல்லாமலிருப்பதுபோல, உயிர்களிடத்தில் அருள் இல்லாதவர்க்கு அவ்வுலக வாழ்க்கை இல்லையாம். இவ்வுலகில் சீரிய வாய்ப்புகள், சிறப்பான தொடர்புகள், சிறந்த அதிகார அனுசரணைகள் என அனைத்தையும் பெற்று விளங்குவோர்தான் அதிக வருமானமும், சொத்துகளும் பெற்றிருக்கிறார்கள்.

அக்ரகாரத்தவர் மக்கள் வளங்களைத் தம்வயப்படுத்திக் கொள்வதோடு, சாதீயக் கொடுமையை 'வேலைப்பகிர்வு முறை' எனச் சொல்லி பிறரைச் சுரண்டிக் கொழுக்கின்றனர். பிறப்பால் உயர்ந்தவர், நடமாடும் தெய்வம், வல்லவர், நல்லவர் என்றெல்லாம் பசப்பி பல்லாற்றானும் பயன்பெறுகின்றனர். அதேபோல, அமெரிக்கர்களும், ஐரோப்பியர்களும் செவ்விந்திய மக்களின், தெற்குலக மக்களின் நிலங்களை, உடமைகளைப் பறித்தனர். ஆப்பிரிக்க அடிமைகளின், காலனிநாட்டு மக்களின் உழைப்பைச் சுரண்டினர். நுகர்வுப்பொருட்கள், தொழில்நுட்பங்கள், ஆயுதங்களை விற்று இன்றளவும் அதிக லாபம் சம்பாதித்துக் கொண்டிருக்கின்றனர்.

இவர்கள் அனைவருமே சில எழுதப்படாத விதிகளைப் பின்பற்றுகின்றனர். அதாவது, வருமானமும், சொத்துகளும் பெரும் பிரயத்தனங்கள் ஏதுமின்றி, கடின உழைப்பின்றி, எளிதாக வரவேண்டும். அதற்காக அடுத்தவருடைய உடமைகளை, உழைப்பை, தேவைகளைப் பயன்படுத்திக்கொள்வதில் தவறேதுமில்லை. தம்முடைய தன்னலத்துக்காக சூழ்ச்சிமிக்க கட்டமைப்புகளை, நடைமுறைகளை, பரிவர்த்தனைகளை

ஏற்படுத்தி வைத்துகொண்டு, அவற்றுக்கு மாற்று வேறேதும் இல்லை என்பதை நிறுவிக்கொண்டிருக்க வேண்டும். அவ்வமைப்பு இயற்கையானது, நியாயமானது, எந்தவிதமான தவறுமற்றது எனும் மாயத்தோற்றத்தை உருவாக்கி அப்படியே அதனைப் பாதுகாக்க வேண்டும். எல்லாவற்றுக்கும் மேலாக, தாங்கள் பெற்றிருக்கும் சிறப்புரிமைகளின் மற்றும் செம்மையான தகுதிகளின் அடிப்படையில்தான் இந்த அமைப்பு இயங்குகிறது எனக்கொண்டு, அனைவரும் அதனை எதிர்ப்பின்றி பின்பற்றச் செய்யவேண்டும்.

தொழில்மயமாக்கப்பட்ட முதலாளித்துவ நாடுகளை 'வளர்ந்த' நாடுகள் அல்லது 'முதல் உலக நாடுகள்' என்றும், விவசாயத்தை ஆதாரமாகக் கொண்ட ஏழை நாடுகளை 'வளரும்' நாடுகள் அல்லது 'மூன்றாம் உலக நாடுகள்' என்றும் ஆதிக்கச்சக்திகள் பெயர்கள் சூட்டி அழைத்தார்கள். வளர்ந்தவர்கள், உயர்ந்தவர்கள், வளர்கிறவர்கள் இன்னும் உயராதவர்கள், குறைபாடுகள் கொண்டவர்கள் என்று பார்க்கப்படுகின்றனர். காலனியாதிக்க நடைமுறைகள், அநியாய வணிகம், கந்துவட்டிக் கடன், ஆயுத வியாபாரம் எனும் ஒரு பெரும் சதிவலைக்குள் வளரும் நாடுகள் சிக்கியிருக்கின்றன.

இந்நிலையில் 189 ஐ.நா. உறுப்புநாடுகள் ஒன்றுசேர்ந்து 2000-ஆம் ஆண்டு செப்டம்பர் மாதம் 'ஆயிரமாண்டுக் கால வளர்ச்சி இலக்குகள்' (Millennium Development Goals) ஒன்றை உருவாக்கினர். உலகில் நிலவும் தீவிர ஏழ்மையை 2015-ஆம் ஆண்டுக்குள் பாதியாகக் குறைப்பதென்றும், 2025-ஆம் ஆண்டுக்குள் முற்றிலுமாக நீக்குவதென்றும் முடிவு செய்யப்பட்டது. ஆனால் அண்மைக் கால கொரோனா பெருந்தொற்றைத் தொடர்ந்து, கடந்த இருபதாண்டு காலத்தில் சற்றே குறைந்த ஏழ்மையும், வறுமையும் மீண்டும் உயர்ந்துகொண்டிருக்கின்றன. கடந்த 2020-ஆம் ஆண்டு உலகெங்கும் ஏழ்மையில் வாடுவோர் எண்ணிக்கை 200 முதல் 500 மில்லியன் வரை உயர்ந்திருக்கலாம் என்று கணக்கிடுகிறார்கள் (*தி இந்து*, சனவரி 27, 2021).

'பொருளாதாரக் கூட்டுறவு மற்றும் வளர்ச்சி நிறுவனம்' (*Organization for Economic Cooperation and Development*) உலக வர்த்தகமும், இணைய வெளியும் வளர்ந்துகொண்டிருந்த 1985-2005 காலக் கட்டத்தில், தன்னுடைய 30 உறுப்பு நாடுகளில் ஓர் 20 ஆண்டு கால ஆய்வினை நடத்தியது. ஆய்வின் இறுதியில் 27

நாடுகளில் ஏற்கனவே அதிகம் சம்பாதிப்பவர்களின் வருமானம் இன்னும் உயர்ந்திருந்ததாகவும், மற்றவர்கள் தேக்கநிலையில் தத்தளித்ததாகவும் கண்டுபிடித்தது. அமெரிக்காவில் மட்டும் 10 விழுக்காடு பணக்காரர்கள் ஆண்டொன்றுக்குச் சராசரியாக 93,000 டாலர் சம்பாதித்ததாகவும், 10 விழுக்காடு ஏழைகள் வெறும் 5,800 டாலர் மட்டுமே ஈட்டியதாகவும் ஆய்வு தெரிவித்தது. அம்மாதிரியான அசமத்துவம் சமூக உயர்வைத் தடுத்தழித்ததாகவும் அந்த ஆய்வு நிறுவியது (தி இந்து, அக்டோபர் 24, 2008).

உலகின் பெரும் பணக்கார வங்கிகளை மீட்டெடுக்க ஒரே இரவில் 700 பில்லியன் டாலர் நிதியைத் திரட்ட முடிந்தபோது, ஒரேயொரு போரில் 1,000 பில்லியன் டாலர் பணத்தைச் செலவிட முடிந்தபோது, சில பணக்கார நாடுகளின் செல்வநிதி மட்டுமே 2,500 பில்லியன் டாலராக இருந்தபோது, லட்சக் கணக்கான குழந்தைகள் மற்றும் பெண்களின் உயிர்களைப் பாதுகாக்கவும், உலகின் பெரும்பாலானோரின் அடிப்படைத் தேவைகளை வழங்கவும் வெறும் 18 பில்லியன் டாலர் பணத்தை உலகச் சமூகத்தால் திரட்ட முடியவில்லை என்று நமக்குச் சொல்லப்பட்டது (தி இந்து, அக்டோபர் 8, 2008).

ஐ.நா.வின் ‘வளர்ச்சிப் பொருளாதார ஆய்வுக்கான உலக நிறுவனம்’ (World Institute for Development Economics Research) கடந்த 2000-ஆம் ஆண்டு ஓர் ஆய்வு நடத்தி, உலக நிதிக் குவியல்கள், கடன்கள், நிலங்கள், கட்டடங்கள் மற்றும் பிற சொத்துக்களைக் கணக்கிட்டது. அதன்படி அந்த 125 டிரில்லியன் டாலர் சொத்துக்களில் 40 விழுக்காடு சொத்துக்களை உலகின் ஒரு விழுக்காடு பெரும்பணக்கார வயதுவந்தோர் மட்டுமே வைத்திருந்ததைக் கண்டறிந்தது. அவர்களுள் மூன்றில் ஒரு பங்குக்கும் அதிகமானோர் அமெரிக்கர்கள்; 27 விழுக்காடு பேர் ஜப்பானியர்கள்; 6 விழுக்காடு பேர் பிரிட்டிஷ்காரர்கள்; 5 விழுக்காடு பேர் பிரான்சு நாட்டவராக இருந்தனர் (தி இந்து, டிசம்பர் 7, 2006).

உலக அளவில் வருமானமும், சொத்துச்சேர்ப்பும் சீரற்ற முறையில் பங்கீடு செய்யப்பட்டுள்ளன. உலக அசமத்துவ அறிக்கையின்படி (World Inequality Report), உலக மக்கள்தொகையின் 10 விழுக்காடு பெரும்பணக்காரர்கள் 52 விழுக்காடு உலக வருமானத்தை ஈட்டுகிறார்கள். அதேநேரம் உலக மக்கள்தொகையில்

பாதியான ஏழைகள் வெறும் 8.5 விழுக்காடு வருமானத்தையே பெறுகின்றனர். உயர் 10 விழுக்காட்டில் இடம்பெற்றிருக்கும் ஒருவர் சராசரியாக ஆண்டொன்றுக்கு 1,22,100 டாலர் சம்பாதிக்கிறார். ஆனால் ஏழை ஒருவர் வருடத்துக்கு வெறும் 3,920 டாலர் மட்டுமே ஈட்டுகிறார் (தி இந்து, டிசம்பர் 16, 2021).

உலக சொத்துச்சேர்ப்பு நிலவரத்தைப் பார்த்தால், அது வருமான அசமத்துவத்தை விட மிக மோசமானதாக இருக்கிறது. உலக மக்களில் பாதியான ஏழைகள் மொத்தச் சொத்துக்களில் வெறும் 2 விழுக்காடு மட்டுமே பெற்றிருக்கின்றனர். ஆனால் 10 விழுக்காடு பெரும் பணக்காரர்கள் 76 விழுக்காடு சொத்துக்களை வைத்திருக்கிறார்கள் (தி இந்து, டிசம்பர் 16, 2021). கடந்த 2020-ஆம் ஆண்டு மார்ச் 18 முதல் டிசம்பர் 31 வரையிலான ஒன்பது மாதங்களில் உலக கோடீஸ்வரர்களின் சொத்து மதிப்பு 3.9 டிரில்லியன் டாலர் அளவுக்கு உயர்ந்தது. அப்போது உயர்மட்டத்திலிருந்த 1,000 வெள்ளையின ஆண் கோடீஸ்வரர்கள் தாங்கள் இழந்த சொத்துக்கள் அனைத்தையும் மீட்டுக்கொண்டனர் (தி இந்து, சனவரி 27, 2021).

வடக்கு நாடுகளில் பொதுவாகவே வருமானமும் அதிகம், சொத்துச்சேர்ப்பும் அதிகம். அவை வெள்ளையர்களுக்கு அதிகமாகவும், வேற்றினத்தவருக்குக் குறைவாகவும் இருக்கின்றன. இந்தக் கூடுதல் வருமானமும், அபரிமிதச் சொத்துக்களும் ஏற்றத்தாழ்வு கொண்ட உலகக் கட்டமைப்புகளின் மீது கட்டியெழுப்பப்பட்டவை. அமெரிக்காவில் ஒரு விழுக்காடு பணக்காரர்கள் மொத்த நடுத்தர வர்க்கத்தின் சொத்துக்களை விட அதிக சொத்துக்கள் குவித்து வைத்திருக்கிறார்கள். அதேநேரம், அந்நாட்டின் அடிமட்டத்திலுள்ள 50 விழுக்காடு அமெரிக்கர்கள் 35.7 விழுக்காடு கடன்களையும், 6.1 விழுக்காடு சொத்துக்களையும் பெற்றிருக்கின்றனர் (நியூ சண்டே எக்ஸ்பிரஸ், நவம்பர் 10, 2019).

தெற்கு நாடுகளில் வருமானமும் குறைவு, சொத்துச் சேர்ப்பும் குறைவு. ஆனால் தெற்கிலுள்ள வடக்கனைய அக்ரகாரங்கள் பெரும் வருமானத்தையும், சொத்துக்களையும் ஈட்டுகின்றன என்பதும் உண்மை. எடுத்துக்காட்டாக, கொரோனா ஊரடங்கின்போது, இந்திய கோடீஸ்வரர்கள் தங்கள் செல்வத்தை 35 விழுக்காடு, அதாவது 3 டிரில்லியன் ரூபாய் அளவுக்கு, உயர்த்திக்கொண்டனர். இந்திய மேலடுக்கிலுள்ள 100

கோடீஸ்வரர்களின் வருமான உயர்வைக்கொண்டு, நாட்டிலுள்ள 13.8 கோடி ஏழைகளுக்குத் தலா ரூ.94,045 வழங்கியிருக்க முடியும். ஏற்கனவே குறிப்பிட்டது போல, கொரோனாப் பெருந்தொற்று காலக்கட்டத்தில் முகேஷ் அம்பானி ஒரு மணி நேரத்துக்கு ரூ.90 கோடி சம்பாதித்தார், ஆனால் 24 விழுக்காடு இந்தியர்கள் மாதம் ஒன்றுக்கு ரூ.3,000க்கும் குறைவாகவே சம்பாதித்தனர் (தி இந்து, சனவரி 26, 2021).

மேற்படி உலகளாவிய வருமான, சொத்துச்சேர்ப்பு அசமத்துவத்துக்குப் பல்வேறு காரணங்கள் உள்ளன. உலக வர்த்தகம், தொழில்நுட்பப் பகிர்வு, பொருள் விநியோகம் என எதுவுமே இவ்வுலகில் நியாயமாக நடைபெறவில்லை. இவற்றைச் சரிசெய்ய முயலும் உலகளாவிய அமைப்புகளை, முயற்சிகளை வடக்கு நாடுகளும், பணக்கார தனிநபர்களும், கார்ப்பரேட்டுகளும் தடுத்து நிறுத்திவிடுகிறார்கள். மேலும் பணக்கார நாடுகள் சக்தியற்ற ஏழை அரசுகளைப் பெற்றிருக்கின்றன. அந்நாடுகளின் வளங்கள் அனைத்தும் படிப்படியாகத் தனியார் கைகளில் குவிந்து கொண்டிருப்பதால், பல அரசுகள் குறைந்த அளவு பணபலத்தையே கொண்டிருக்கின்றன. எனவே அசமத்துவத் தடுப்பு நடவடிக்கைகளை அவ்வரசுகளால் மேற்கொள்ள இயலவில்லை.

உலகளாவிய சக்திமிக்க தனிநபர் மற்றும் கார்ப்பரேட் ஈடுபாடுகள் உலகின் வருமானத்தையும், செல்வத்தையும் சீராக விநியோகம் செய்வதைத் தடுத்து முறியடிக்கின்றன. இந்த ஏற்றத்தாழ்வின் இரண்டு மிக முக்கியமான அம்சங்களாகப் பெண்களின் வருமான/செல்வக் குறைவும், வடக்கு-தெற்கு சூழலியல் அசமத்துவமும் அமைகின்றன. உலக அக்ரகாரத்தின் சுற்றுச்சுவர்கள் மென்மேலும் உறுதியாகிக்கொண்டிருப்பது ஏற்புடையதல்ல.

[36]

வாழ்க்கை மற்றும் வாழும் தரம்

தங்களுக்கான கல்வி, வேலை, வருமானம், சொத்துச்சேர்ப்பு எனும் வாழ்வின் பல்வேறு அடிப்படைத் தேவைகளையும், பாதுகாப்பு அம்சங்களையும் அக்ரகாரங்கள் எப்படி கண்ணும் கருத்துமாகப் பூர்த்திசெய்துகொள்கின்றன என்பதைப் பார்த்தோம்.

உண்மையில் வாழ்க்கைத் தரம் (Standard of Life) மற்றும் வாழும் தரம் (Standard of Living) இரண்டிலுமே அக்ரகாரங்கள் சிறந்து விளங்குகின்றன. வாழ்க்கைத் தரம் என்பது கல்வி, வேலை, வீட்டு வசதி, சொத்துக்கள், உடல் மற்றும் மனநலம், பாதுகாப்பு, பொழுதுபோக்கு போன்றவற்றை உள்ளடக்கியது. வாழும் தரம் என்பது ஒரு குறிப்பிட்ட குமுகத்தில் அல்லது இடத்தில் நிலவும் வருமான அளவு, பொருளாதார வாய்ப்புகள், வாழ்க்கை வசதிகள், சொகுசுப் பொருட்கள் போன்றவற்றைக் குறிக்கிறது. வாழ்க்கைத் தரம் உயர்வானதாக இருக்கும்போது, வாழும் தரமும் சிறப்பு மிக்கதாக அமைகிறது.

பெருந்தொற்று, வேலையின்மை, வருமானமின்மை போன்ற உலகளாவிய பிரச்சினைகளுக்குப் பிறகும், பணக்கார வடக்கு நாடுகளில் வாழ்க்கை மற்றும் வாழும் தரம் மிகவும் உயர்வானவையாகவே இருக்கின்றன. அங்கே பொதுவான பொருளாதாரச் சூழல் மேம்பட்டதாகவும், பெரும்பான்மை மக்களின் வருமானமும், செலவு விகிதமும் உயர்வானவையாகவும் அமைந்திருக்கின்றன. ஆனால் ஏழை தெற்கு நாடுகளில் பணவீக்கமும், விலைவாசி உயர்வும், வேலையின்மையும்தான் அதிகரித்திருக்கின்றன.

ஆயுள் எதிர்பார்ப்பிலும் பணக்கார-ஏழை நாடுகளிடையே பெருத்த வேறுபாடுகள் உள்ளன. பெரும்பாலான பணக்கார நாடுகளில் தனி நபர்களின் வாழ்நாள் எதிர்பார்ப்பு 80 ஆண்டுகளுக்கும் அதிகமானதாக இருக்கிறது. கடந்த 2019-ஆம் ஆண்டில் ஸ்பெயின், சுவிட்சர்லாந்து இத்தாலி, ஆஸ்திரேலியா போன்ற நாடுகளில் வாழ்நாள் எதிர்பார்ப்பு 83 ஆண்டுகளாகவும்,

ஜப்பானில் 85 ஆண்டுகளாகவும் இருந்தது. ஆனால் ஏழை நாடுகளில் ஆயுள் எதிர்பார்ப்பு 50 முதல் 60 ஆண்டுகளாகவே இருக்கிறது. கடந்த 2019-ஆம் ஆண்டு ஆப்பிரிக்க நாடான மத்திய ஆப்பிரிக்கக் குடியரசில் ஒருவரின் வாழ்நாள் எதிர்பார்ப்பு வெறும் 53 ஆண்டுகளாகவே இருந்தது.

இந்தியாவில் 1997-2000 மற்றும் 2013-2016 எனும் இரண்டு காலக்கட்டங்களில் 'உயர்சாதியினர்' மற்றும் ஒடுக்கப்பட்ட, சிறுபான்மைச் சமூகங்களுக்கிடையேயான ஆயுள் எதிர்பார்ப்பு ஒப்பிட்டுப் பார்க்கப்பட்டபோது, இவர்களுக்கிடையேயான இடைவெளி அப்படியே தொடர்வது கண்டறியப்பட்டது (தி இந்து, மே 4, 2022).

கடந்த 2008-ஆம் ஆண்டு பிரிட்டிஷ் பேராசிரியர் மைக்கிள் மர்மோட் (Michael Marmot) என்பவர் உலகச் சுகாதார நிறுவனத்துக்காக நடத்திய ஓர் ஆய்வில் அரசுகளின் மோசமான கொள்கைகளும், பொருளாதாரமும், அரசியலும்தான் உலகின் பெரும்பாலான மக்கள் நல்ல உடல்நலம் பெற்று வாழ முடியாமலிருப்பதற்கான காரணங்கள் என்று கூறினார். சமூக அநீதிகளின் தாக்கம் ஏழை நாடுகளில் அதிகமாக இருப்பதாகக் குறிப்பிட்ட அவர், அங்கே மக்கள் உயிர்வாழ்வதற்கே பெரும் போராட்டம் நடத்த வேண்டியிருக்கிறது என்றார். நாற்பது ஆண்டுகளுக்கு முன்னால் கிரீஸ், போர்ச்சுகல் போன்ற நாடுகளில் குழந்தைகள் இறப்பு விகிதம் ஆயிரத்துக்கு ஐம்பதாக இருந்தது. ஆனால் இப்போது மிக நீண்ட மனித வாழ்வு அமையப்பெற்ற ஐஸ்லாந்து, ஜப்பான், ஸ்வீடன் போன்ற நாடுகள் அளவுக்கு அவை முன்னேறிவிட்டன. இதே காலக்கட்டத்தில் ஆயிரத்துக்கு 235 குழந்தைகள் இறந்த எகிப்து நாட்டில் இன்னும் 35 குழந்தைகள் இறந்துகொண்டிருக்கின்றனர் (தி இந்து, ஆகஸ்ட் 30, 2008).

கடந்த 2018-ஆம் ஆண்டு சுகாதாரம் மற்றும் நல்வாழ்வுக்காக அமெரிக்கா 1.5 டிரில்லியன் டாலர் பணத்தைச் செலவு செய்தது. பிரான்ஸ், பிரிட்டன், இத்தாலி ஆகிய நாடுகள் முறையே 231, 161, 125 பில்லியன் டாலர் பணத்தைச் செலவிட்டன. ஆனால் இந்தியா வெறும் 7 பில்லியன் டாலரை மட்டுமே செலவு செய்தது. அமெரிக்காவில் பத்தாயிரம் பேருக்கு 26 மருத்துவர்கள் உள்ளனர். பிரான்ஸ், பிரிட்டன், இத்தாலி நாடுகளில் முறையே 32.7, 28, 39.8 மருத்துவர்கள் உள்ளனர். ஆனால், இந்தியாவில்

வெறும் 8.6 மருத்துவர்கள் மட்டுமே உள்ளனர். இந்த அவலத்தில் இந்தியா போன்ற ஏழை நாடுகளின் தவறான கொள்கைகளும், நடவடிக்கைகளும் பெரும் பொறுப்பு வகித்தாலும், இன்றைய நவீன உலகம் இப்படிப்பட்ட ஏற்றத்தாழ்வுகள் கொண்டதாகவே கட்டமைக்கப்பட்டிருக்கிறது (தி நியூ இந்தியன் எக்ஸ்பிரஸ், ஏப்ரல் 15, 2020).

அமெரிக்க நாடாளுமன்றம் 2022 நிதியாண்டில் தேசப் பாதுகாப்புக்காக 768 பில்லியன் டாலர் பெரும்பணத்தை ஒதுக்கியது (தி இந்து, டிசம்பர் 9, 2021). அமெரிக்காவைப் போலவே, இரஷ்யா, பிரான்ஸ், ஜப்பான், பிரிட்டன், ஜெர்மனி போன்ற பணக்கார நாடுகளும் பெருமளவு பணத்தை இராணுவத்துக்காகச் செலவிடுகின்றன. ஏழை நாடுகளும் தங்கள் வருமானத்தில் கணிசமான அளவை இராணுவத்துக்காகவும், ஆயுதங்களுக்காகவும் செலவிடுகின்றன. அந்தத் தொகை பெரும்பாலும் பணக்கார நாடுகளின் கஜானாவுக்கே சென்று சேருகின்றன.

அதேபோல, அக்டோபர் 2020 காலக்கட்டத்தில் இந்தியாவும், தென்னாப்பிரிக்காவும் உலக வர்த்தக நிறுவனத்திடம் ஒரு முன்மொழிதலை வைத்தார்கள். அதாவது காப்புரிமை, பதிப்புரிமை, தொழில்நுட்ப வடிவமைப்பு, வர்த்தக ரகசியங்கள் போன்ற அனைத்துவித அறிவுசார் சொத்துரிமைகளையும் தற்காலிகமாக ரத்து செய்துவிட்டு, கொரோனா பெருந்தொற்றுக்கான பரிசோதனைகள், தடுப்பு மருந்துகள், சிகிச்சைகள் அனைத்தையும் அதிகரிக்கலாம் என்று அந்நாடுகள் வலியுறுத்தின. ஆனால் ஜெர்மனி, பிரிட்டன், ஜப்பான், சுவிட்சர்லாந்து, அமெரிக்கா போன்ற வடக்கு நாடுகள் அதனைக் கடுமையாக எதிர்த்தன. அமெரிக்கா மட்டும் 2021 யூன் மாதத்தில் தடுப்பு மருந்துகளுக்கு மட்டும் விலக்களிக்கலாம் என்று பாசாங்கு செய்துவிட்டு ஒதுங்கிக் கொண்டது. ஐரோப்பிய யூனியன் அமைப்பு காப்புரிமை விதிகளில் கட்டாய உரிமம் என்பது போன்ற சிலவற்றை மட்டும் கொஞ்சம் தளர்த்திவிட்டு, இந்தியா-தென்னாப்பிரிக்கா முன்மொழிந்த திட்டத்தை முறியடித்தது. எந்தவிதமான திறந்தவெளித் தன்மையும் இல்லாத புரட்டு நடவடிக்கைகளின் மூலம் 2022 மார்ச் மாதம் ஐரோப்பிய யூனியன் இவ்விரண்டு நாடுகளையும் தன்வயப்படுத்திக் கொண்டது (தி இந்து, யூலை 26, 2022).

தங்களுக்குச் சாதகமான எந்த அமைப்பையும் மாற்ற விரும்பாத வடக்கு நாடுகள், அவற்றால் எழும் தாக்கங்களிலிருந்தும் தங்களைக் கவனமாகக் காத்துக்கொள்கின்றன. எடுத்துக்காட்டாக, அதிக மாசுபாடு சுவாசக் குழாய்த் தொற்றுக்கள், நுரையீரல் புற்றுநோய், இதய நோய்கள் போன்றவற்றை எழச் செய்கின்றன. காற்றில் கலந்திருக்கும் இரண்டரை மைக்ரான் அகலம் கொண்ட (PM 2.5) துகள்களின் வருடாந்திர சராசரி அளவு 5 μg/m3 (micrograms per cubic meter) இருக்கலாம் என்று உலக சுகாதார நிறுவனம் பரிந்துரைக்கிறது. ஸ்வீடன், பின்லாந்து, ஐஸ்லாந்து போன்ற வடக்கு நாடுகளில் இந்த அளவு பேணப்படுகிறது. ஆனால் இந்தியாவில் இது பதினான்கு மடங்கு அதிகமாகவும், பஹ்ரைன், குவைத், கத்தார் போன்ற நாடுகளில் பன்னிரண்டு மடங்கு அதிகமாகவும், பாகிஸ்தான், வங்காளதேசம், நேபாளம் போன்ற நாடுகளில் பதினோரு மடங்கு அதிகமாகவும் உள்ளது. கடந்த 2019-ஆம் ஆண்டு மட்டும் இந்தியாவில் காற்று மாசு தொடர்புடைய பிரச்சினைகளினால் ஒரு லட்சத்துக்கும் மேற்பட்ட குழந்தைகள் பிறந்து ஒரே மாதத்துக்குள் இறந்தனர். கடந்த 2016-ஆம் ஆண்டு இந்தியாவில் பத்து லட்சத்துக்கும் அதிகமானோர் காற்று மாசுபாட்டால் இறந்தனர் (தி இந்து, மே 23, 2022).

சர்வதேசத் தொழிலாளர் நிறுவனம் 2020-2022 காலக்கட்டத்தில் உலகம் 11.2 கோடி வேலைகளை இழந்தது என்று குறிப்பிடுகிறது. சீனாவில் அமல்படுத்தப்பட்ட ஊரடங்கு, இரஷ்ய-உக்ரெய்ன் போர், பாலஸ்தீனர்கள் மீது இஸ்ரேல் நடத்தும் இனப்படுகொலை, உலகளாவிய உணவு மற்றும் எரிபொருள் விலையேற்றம் போன்ற காரணங்களால் வேலையிழப்பு அதிகரித்திருக்கிறது. ஏழை நாடுகளில் எழும் நிதிநிலைக் கொந்தளிப்புகள், கடன் பிரச்சினைகள், உற்பத்தி முடக்கம் போன்றவை வேலையிழப்பை இன்னும் மோசமாக்கும் அபாயம் தொக்கி நிற்கிறது. இந்தப் பிரச்சினையிலிருந்து மீள்வதிலும் பணக்கார நாடுகளுக்கும், ஏழை நாடுகளுக்கும் இடையே பெருத்த இடைவெளி இருக்கிறது என்று மேற்படி நிறுவனம் குறிப்பிடுகிறது. பாங்கான வேலைகளும், போதிய ஊதியமும்தான் தீர்வுகள் என்று சர்வதேசத் தொழிலாளர் நிறுவனம் சொன்னாலும், ஏழை நாடுகளில் இவை இரண்டுமே இல்லை என்பதையும் சுட்டிக்காட்டுகிறது (தி இந்து, மே 24, 2022).

உலக அளவில் நிலவும் பணக்காரர்-ஏழை பாகுபாடு தனிப்பட்ட நாடுகளிலும் தாண்டவமாடுகிறது. எடுத்துக்காட்டாக, இந்தியாவில் நாட்டின் 77 விழுக்காடு செல்வம் வெறும் ஒரு விழுக்காடு மக்கள் கைகளில் உள்ளது. இந்தியாவில் உள்ள 92 பணக்காரர்களின் சொத்து 55 கோடி இந்தியர்களின் சொத்துக்குச் சமமாக உள்ளது (தினகரன், ஆகஸ்ட் 7, 2022).

அமெரிக்காவில் நடத்தப்பட்ட ஒரு தேசிய ஆய்வில் வீடற்றோர் பெரும்பாலும் ஏழைகளாகவும், நோயாளிகளாகவும் இருப்பதைக் கண்டறிந்தார்கள். மூன்றில் இரண்டு பேர் தொற்று நோய்களுக்கு ஆளாகியிருந்தனர். அவர்களுள் 55 விழுக்காடு பேர் மருத்துவக் காப்பீடுகள் ஏதுமில்லாமலும், 39 விழுக்காடு பேர் மனநோயாளிகளாக இருப்பதும் தெரியவந்தது. வீடற்றோரில் 25 விழுக்காடு பேர் குழந்தைப் பருவத்தில் கொடுமைப்படுத்தப்பட்டவர்களாக இருந்தனர்; 33 விழுக்காடு பேர் இளம் வயதில் வீட்டைவிட்டு ஓடியவர்களாக இருந்தனர்; 21 விழுக்காடு பேர் குழந்தைப் பருவத்திலேயே வீடற்ற நிலையில் துன்புற்றிருந்தனர். (தி நியூ யார்க் டைம்ஸ், டிசம்பர் 8, 1999).

உலகெங்கும் சுமார் நூறு கோடி மக்கள் சேரிகளில் வசிக்கின்றனர். ஆசியாவும், ஆப்பிரிக்காவும் மிக அதிகமான சேரிகளைக் கொண்டிருக்கின்றன. இந்தியாவில் 2001–ஆம் ஆண்டு கணக்கெடுப்பின்படி, 607 நகரங்களில் சற்றொப்ப நான்கு கோடி மக்கள் சேரிகளில் வசிக்கின்றனர். இது இப்போது இன்னும் அதிகரித்திருக்கும். இந்த ஏழை மக்கள் சுத்தமான குடிநீரின்மை, வீடின்மை, ஏழ்மை, அசமத்துவம் என்றெல்லாம் அல்லலுறுகின்றனர். இப்படியாக வாழ்க்கை மற்றும் வாழும் தரம் உலக அக்ரகாரத்திலும், உள்ளூர் அக்ரகாரங்களிலும் உயர்ந்திருந்தாலும், பெரும்பாலான மக்கள் தரமற்ற வாழ்க்கையையே வாழ்ந்துகொண்டிருக்கின்றனர்.

[37]
வேற்றுப்படுத்தல் மும்மை

பார்ப்பன அக்ரகாரங்கள் 'அவாளுக்கு' மட்டுமாகவே இருந்ததையும், அவற்றுக்குள் அடுத்தவர் உள்ளே நுழையவே முடியாமல் இருந்ததையும் நாமெல்லாம் நன்கறிவோம். தாங்கள் கடவுளால் தேர்ந்தெடுக்கப்பட்டவர்கள், அதனால் பிறப்பிலேயே தூய்மையானவர்கள், அறிவாளிகள், உயர்ந்தவர்கள், சிறந்தவர்கள் என்கிற நிலைப்பாடு மிக முக்கியமானதாக இருந்தது. அக்ரகாரங்களின் பௌதிகத் தோற்றம் மாறிவிட்ட இந்தக் காலத்திலும் எண்ணவோட்டம் இதுவாகவேதான் இருக்கிறது.

இந்த 'நம்மவா-அடுத்தவா' உயர்ச்சி-தாழ்ச்சியை நிலைநாட்டுவதற்கும், உயர்த்திப்பிடிப்பதற்கும், பிறரை ஏற்றுக்கொள்ள வைப்பதற்கும் ஏராளமான கட்டுக்கதைகளை அவர்கள் உருவாக்கி வைத்திருக்கிறார்கள். நான்கடுக்குப் பிறப்பின் கதை, தாங்களே எழுதிக்கொண்ட புராணங்கள், இதிகாசங்கள் போன்ற ஏராளமான படைப்புகள் கைவசம் இருக்கின்றன. இந்நூல்கள் எல்லாம் அவாளின் அற்புதமான அந்தக் காலத்தை விரிவாகச் சித்திரிக்கின்றன. இடையில் நவீனம், சனநாயகம், சமத்துவம், சமூகநீதி, மதச்சார்பின்மை போன்ற அந்நியக் கோட்பாடுகள் உள்ளே புகுந்து அந்தப் பொற்காலத்தைத் தகர்த்துவிட்டன. எனவே மீண்டும் கடினமாக உழைத்து, இழந்துவிட்ட இன்பயுகத்தை எதிர்காலத்திலாவது கட்டியெழுப்ப உறுதி பூணுகிறார்கள் அவர்கள்.

ஆனால் ஒரு சிக்கல் எழுகிறது இப்போது. தங்கள் மகத்துவத்தை, மகோன்னதத்தை, முக்கியத்துவத்தை, அருமை பெருமைகளை தாங்கள் முழுமையாக நம்பினாலும், பிறரை ஏற்றுக்கொள்ளச் செய்வதில் முரண்களும், மோதல்களும் எழுகின்றன. இவை தங்களுடைய பழம்பெருமை மீட்பு எனும் புனிதமான முயற்சியில் பிரச்சினைகளை, வடுக்களை ஏற்படுத்துகின்றன.

உலக அக்ரகாரத்திலும் வடக்கு நாடுகளில் இதே மாதிரியான மனோபாவமே இழையோடுகிறது. அவர்கள் கடவுள் அல்லது வரலாறு போன்ற உயர்சக்திகளால் தேர்ந்தெடுக்கப்பட்டவர்கள்.

அவர்களுக்கு இவ்வுலகில் சில முக்கிய வரலாற்றுப் பணிகள் வகுக்கப்பட்டிருக்கின்றன: காட்டுமிராண்டிகளை நாகரீகமானவர்களாக மாற்றுவது, பாரம்பரியம் எனும் இருளுக்குள் புதைந்து கிடப்பவர்களை நவீனம் எனும் பேரொளிக்குள் இட்டுச்செல்வது, தங்கள் மொழியை, மதத்தை, மனப்பாங்கை மற்றவர்கள் மீது வலிந்தேற்றி, பின்தங்கிக் கிடப்பவர்களையெல்லாம் வளர்ச்சி அடைந்தவர்களாக மாற்றுவது என்பன.

பேராசிரியர் யொஹான் கால்டுங் (*Johan Galtung*) குறிப்பிடும் 'தேர்ந்தெடுக்கப்பட்டமை-மகிமை-வடுக்கள்' எனும் மும்மையே உள்ளூர் அக்ரகார அரசியலையும், உலக அக்ரகார அரசியலையும் ஆட்டுவிக்கிறது. 'தேர்ந்தெடுக்கப்பட்டமை' வெவ்வேறு வழிகளில் வடிவங்களில் வெளிப்படுகிறது. இறந்துபட்டாலும் அவர்களின் எலும்புக்குக் கூட அந்த உயர்ச்சித் தன்மை உருக்குலையாமல் நீடிக்கிறது.

உலகின் பெரும் செல்வந்த நாடான, தொழில்நுட்பத்தில் சிறந்த, அதிகாரம் மிக்க அமெரிக்கா தன்னுடைய பல லட்சம் படையாட்களைத் தென்கிழக்கு ஆசியாவிலுள்ள ஓர் ஏழை நாடான வியட்நாம் மீது படையெடுக்கச் செய்தது. அந்தத் தேவையற்ற போரில் இருபது லட்சம் ஆண்கள், பெண்கள், குழந்தைகளை அமெரிக்கா கொன்று குவித்தது. 'நேபாம்' (*Napalm*) போன்ற கொடூரமான ஆயதங்களை எல்லாம் பயன்படுத்திப் பல லட்சம் பேரை ஊனமுற்றவர்களாக, கண்பார்வையற்றவர்களாக பரிதவிக்கச் செய்தது. விவசாய நாடான வியட்நாமின் விளைநிலங்கள் அனைத்தையும் பாழாக்கியது.

வியட்நாம், கம்போடியா, லாவோஸ் போன்ற நாடுகளிலுள்ள அமெரிக்க போர்க் கைதிகளை மீட்பதற்கும், போரில் காணாமற்போன அமெரிக்கர்களைத் தேடிக் கண்டுபிடிப்பதற்கும், மரணமடைந்த அமெரிக்கர்களின் எலும்புகளைத் தோண்டியெடுத்துத் தங்கள் நாட்டுக்குக் கொண்டு செல்வதற்கும் அமெரிக்க அரசு பெரும் பிரயத்தனங்களை மேற்கொண்டது.

கடந்த 1955 முதல் 1975 வரை நடந்த வியட்நாம் போரில் சற்றொப்ப 58,000 அமெரிக்கர்களும், 30 லட்சத்துக்கும் மேற்பட்ட வியட்நாமியர்களும் கொல்லப்பட்டனர். போரில் காணாமற்போன 2,207 அமெரிக்கர்களை வாஷிங்டன் டி.சி.

அரசால் கண்டுபிடிக்க இயலாத நிலையில், தனிநபர்களும், தனியார் நிறுவனங்களும் களத்தில் இறக்கப்பட்டனர். அமெரிக்க அரசின் மீது எழுந்த அதிருப்தியால் அமெரிக்கர்கள் தனியார் நிறுவனங்களுக்குத் தாராளமாக நன்கொடை வழங்கினர். வியட்நாம் நாட்டுக்குச் சென்று ஆய்வு செய்தவர்கள் உள்ளூர் மக்களைப் பணிக்கமர்த்தி, ஐந்தடி ஆழத்துக்குக் குழிகள் தோண்டி அமெரிக்க எலும்புகளைத் தேடினர் (ஹானலூலூ ஸ்டார் புல்லட்டின், மார்ச் 12, 1994).

கடந்த 1988-ஆம் ஆண்டு பில்லி ஹென்டன் (Billy Hendon) என்கிற ஓர் அமெரிக்கர் தாய்லாந்து மற்றும் லாவோஸ் நாட்டு எல்லையில் ஓடும் மெகாங் ஆற்றில் ஏராளமான நெகிழிப் பைகளை மிதக்க விட்டார். அவற்றுள் அமெரிக்க டாலர் நோட்டுக்களையும், அமெரிக்கப் போர்க் கைதி ஒருவரை உயிருடன் மீட்டு ஒப்படைத்தால் 2.4 மில்லியன் டாலர் பரிசுத்தொகை வழங்கப்படும் என்கிற ஒரு குறிப்பையும் வைத்து அவற்றை ஆற்றில் விட்டார். அதேபோல, ஜேக் பெய்லி (Jack Bailey) எனும் அமெரிக்க போர் விமானி ஒருவர் தெற்கு சீனக் கடலில் தேடுதல் வேட்டை நடத்தி, வியட்நாமிலிருந்து தப்பித்துச் செல்லும் படகு மக்களைக் கண்டுபிடித்து, அவர்களிடம் காணாமற்போன அமெரிக்கர்கள் பற்றி விசாரித்தார் (ஹானலூலூ ஸ்டார் புல்லட்டின், மே 15, 1995). இப்படியாக என்னென்னவோ செய்தார்கள் அமெரிக்கர்கள்.

வியட்நாம் நாட்டில் எலும்புகள் தோண்டியெடுக்கப்பட்டு கொத்துக் கொத்தாக அமெரிக்காவுக்கு அனுப்பப்பட்டன. அங்கே அமெரிக்கப் பாதுகாப்புத் துறையின் 'மத்திய அடையாளம்காணும் ஆய்வகம்' (Central Identification Laboratory) மனித எலும்புகளையும், மிருக எலும்புகளையும் பிரித்தறிந்து, மனித எலும்புகளுள் அமெரிக்கர்களின் எலும்புகளையும், வியட்நாமியர்களின் எலும்புகளையும் பிரித்தெடுத்தது. அமெரிக்க எலும்புகளில் டி.என்.ஏ. பகுப்பாய்வுகள் நடத்தி, அமெரிக்கப் படையாட்கள் கடைசியாகக் கண்ணில்பட்ட விபரங்கள், விமான விபத்துகளில் விழுந்த செய்திகள் போன்ற தகவல்களை, ஆவணங்களை எல்லாம் கவனமாகச் சரிபார்த்து, நான்கு ஆண்டுகள் ஆய்வுகள் நடத்தி, எலும்புகளின் அடையாளத்தை உறுதிசெய்து, உறவினர்களிடம் ஒப்படைத்தனர் (தி நியூ யார்க் டைம்ஸ், சனவரி 31, 1994).

ஆனால் அதே போரில் காணாமற்போன மூன்று லட்சத்துக்கும் அதிகமான வியட்நாம் நாட்டு படையாட்களைத் தேடுவார் யாரும் இருக்கவில்லை. காரணம் அவர்கள் யாராலும் 'தேர்ந்தெடுக்கப்பட்டவர்கள்' அல்லவே? சாதாரணமானவர்களை ஏன் தேட வேண்டும்? உயர்ந்தவர்-தாழ்ந்தவர் எனும் வேற்றுப்படுத்தல்தான் இந்த ஒட்டுமொத்தக் கட்டமைப்பின் அடிப்படையாக அமைகிறது.

உயர்ந்தவர்களின் மகிமை உலகறிந்தது. அவர்கள் நல்லவர்கள், ஆனால் பிறரோ மோசமானவர்கள். மோசமானவர்களை மோசமாகத்தானே நடத்த முடியும்? கடந்த 2001-ஆம் ஆண்டு நாஸ் கோக்கர் (Naaz Coker) என்பவர் 'மருத்துவத்தில் இனவெறி' (Racism in Medicine) எனும் ஓர் ஆங்கில நூலை வெளியிட்டார். பிரிட்டனில் வேலை செய்யும் ஏறத்தாழ பத்தாயிரம் ஆசிய மருத்துவர்கள் தங்களின் இன அடையாளத்தின் அடிப்படையில் வேற்றுப்படுத்தப்படுவதாகவும், அந்த நாட்டில் 'கூலி ராஜ்' ஒன்றை நடத்துவதாகவும் குறிப்பிட்டார்.

இந்திய மருத்துவர்கள் வளர்ச்சி வாய்ப்புகள் இல்லாத தாழ்ந்த வேலைகளையே பெறுகின்றனர் என்றார் கோக்கர். பிரிட்டன் நாட்டில் யாரும் யாரையும் நேரடியாகத் துன்புறுத்த மாட்டார்கள். ஆனால் ஒரு நுண்ணிய வேற்றுப்படுத்தல் இழையோடிக்கொண்டிருக்கும். எடுத்துக்காட்டாக, ஓர் இந்திய அறுவை சிகிச்சை நிபுணர் உயர்பதவி ஒன்றுக்கு தேர்வு செய்யப்படாமல், ஆங்கிலம் நன்கறியாத ஒரு ஸ்பெயின் நாட்டவர் அந்தப் பொறுப்புக்குத் தேர்வு செய்யப்பட்டார். அங்கே மொழிப்புலமையை விடத் தோலின் நிறம் முக்கியமானது (தி டைம்ஸ் ஆப் இந்தியா, யூன் 21, 2001).

மண்டிக்கிடக்கும் வாய்ப்புகள் அனைத்தும் 'மகிமை பெற்ற' அவர்களுக்குள் மட்டுமே தக்கவைத்துக் கொள்ளப்படுகின்றன. தாங்கள் பெறும் வாய்ப்புகளும், சிறப்புகளும் காலனியாதிக்கம், வல்லாதிக்கம், உலகமயமாக்கம் போன்றவற்றின் மூலம் பிறரிடமிருந்து தட்டிப்பறிப்பவை என்பதை உணராமல், அவை தங்களின் பாத்தியதைகள் என்று அவர்கள் உறுதியாக நம்புகின்றனர். கடவுளின் தேர்ந்தெடுக்கப்பட்ட குழந்தைகளுக்குத்தானே அனைத்து மகிமைகளும் அப்படியே வாய்க்க முடியும்? பெருஞ்சிறப்பு கொண்டவர்களுக்குப்

பெரும்பேறுகள் வாய்ப்பது இயற்கைதானே? அது நியாயமானதும்தானே?

இந்த 'இயற்கை நீதி'யைக் கேள்விக்குள்ளாக்குகிறவர்கள், எதிர்க்கிறவர்கள் மிகவும் மோசமானவர்கள், தீவிரவாதிகள், பயங்கரவாதிகள். வளரும் வாய்ப்புகளைப் பெற முடியாத இவர்கள் தகுதியற்றவர்கள், திறமையற்றவர்கள். இந்த இழிநிலை இவர்களின் கருமம், தலையெழுத்து, விதிப்பயன், கடவுள் சித்தம்! இந்த உருப்படாதவர்கள், உன்னதமானவர்கள் மீது ஏராளமான வடுக்களை இழைக்கின்றனர். இவ்வடுக்கள் ஏற்றுக்கொள்ளப்பட முடியாதவை.

கடவுளால், வரலாற்றால் தேர்ந்தெடுக்கப்பட்ட, மகிமை பெற்ற, உன்னதமானவர்கள் உருப்படாதவர்களுடன் கொண்டிருக்கும் தகராறு தவிர்க்கப்பட முடியாதது. மேற்படி யுத்தத்தில் தருமத்தைச் சூது கவ்வாதிருக்க, தருமத்தைத் திடப்படுத்தி ஆகவேண்டும். அதனைச் சுற்றி உறுதியான வேலி போட்டாக வேண்டும்! இந்தத் 'தேர்ந்தெடுக்கப்பட்டமை-மகிமை-வடுக்கள்' எனும் வேற்றுப்படுத்தல் மும்மை வீரியமாக வேலை செய்கிறது. உள்நாட்டிலும், உலக அளவிலும்!

[38]
உலக அக்ரகாரம்

சமூக-பொருளாதார-அரசியல் வளங்களை, நலன்களை ஒரு சாரார் சாமர்த்தியமாகத் தமக்கெனப் பதுக்கிவைத்துக்கொள்ளும் சூழ்ச்சிக்குப் பின்னால் சில சூத்திரங்கள் இருக்கின்றன.

முதலாவதாக, அவர்கள் மனித மனங்களில் தந்திரமாக குறுக்குச்சுவர்களைக் கட்டியெழுப்புகிறார்கள். மனிதர்களை நம்மவர்-அடுத்தவர் என்று பிளவுபடுத்தும் உடைந்த கண்ணாடியோடு உலகைப் பார்க்கும்போது, அது எப்போதுமே இரண்டு தரப்பாகவே தோற்றமளிக்கிறது:

தாம் - பிறர்,
வடக்கர் - தெற்கர்,
வெள்ளையர் - வேற்றுநிறத்தவர்,
பார்ப்பனர் - சூத்திரர்,
உயர்சாதி - கீழ்சாதி,
ஊர் - சேரி,

போன்ற பிளவுபடுத்தல்கள்.

இரண்டாவதாக, எதிரே நிற்பவரை/நிற்பவர்களை வைத்தே தன்னை/தம்மை உணரும் மனநோய் மனிதகுலம் முழுவதையுமே பிடித்தாட்டுகிறது என்றாலும், ஆதிக்கச் சக்திகள் தங்கள் அதிகாரத்தைத் தக்கவைத்துக் கொள்வதற்காக, அசகோதரத்துவத்தை நியாயப்படுத்துவதற்காக, அசமத்துவத்தை நிலைநிறுத்துவதற்காக, சமூகநீதியின்மையை நீடிக்கச் செய்வதற்காக ஏதாவதொரு சாக்குப்போக்கு சித்தாந்தத்தைக் கைக்கொள்கிறார்கள்:

நிறவாதம்,
இனவாதம்,
மதவாதம்,
சாதியவாதம்,
தேசியவாதம் போன்றவை.

மூன்றாவதாக, மேற்குறிப்பிட்ட ஏதாவதொரு வாதக்கோளாறால் பாதிக்கப்பட்ட மனங்களுக்குச் சக மனிதர்களை அந்நியப்படுத்தி (Othering), வேற்றுப்படுத்தி (discrimination), தள்ளிவைப்பது (exclusion) போன்ற செயல்களைச் செய்வது எளிதாக இருக்கிறது. இப்படியானதொரு வெளிசார்ந்த ஏற்பாடு (spatial arrangement) தங்களுக்குச் சாதகமான அனைத்துச் சமூக-பொருளாதார-அரசியல் சுரண்டல் கட்டமைப்புகளை நிறுவ, நடைமுறைகளைத் தொடர மிகவும் உதவுகிறது. கதவுகளிடப்பட்ட குடியிருப்புகள், பணக்காரர்களுக்கான கிளப்புகள், சர்வதேச அமைப்புகள் என்றெல்லாம் அது பரிணமிக்கிறது.

நான்காவதாக, தாங்கள் உயர்ந்தவர்கள், சிறந்தவர்கள், புனிதர்கள் என்றும், ஆண்டவனால்/இயற்கையால் தேர்ந்தெடுக்கப்பட்டவர்கள் என்றும் கதையளந்து, இவ்வுலகின் இயற்கை வளங்களும், வசதி வாய்ப்புகளும் தங்களுக்கு மட்டுமேயான பாத்தியதைகள், கொடுப்பினைகள் என்று அனைவரையும் ஏற்றுக்கொள்ளச் செய்து தாழ்ந்தவர், இழிந்தவர், அசுத்தமானவர் அனைவரும் இந்த இயற்கை நீதியை ஏற்றுக்கொள்வதைத் தவிர அவர்களுக்கு வேறு வழியே இல்லை என்று நிறுவுகிறார்கள்.

ஒவ்வொரு நாட்டிலும், உலக அளவிலும் இப்படியானதோர் ஏற்பாடுதான் இன்றைய நிலையில் கோலோச்சிக் கொண்டிருக்கிறது. இந்தியாவைப் பொறுத்தவரை, பெரியாரின் வார்த்தைகளில் சொல்வதென்றால், இங்கு நிலவும் ஏற்பாடு என்பது,

பார்ப்பனர் சக்திக்கு ஏற்ப - பார்ப்பனரல்லாதவர்களின் முட்டாள் தன்மைக்கும், மானமற்ற தன்மைக்கும் ஏற்ப அவ்வப்போது உண்டாகும் - உண்டாக்கிக்கொள்ளும் திட்டங்களும், கருத்துக்களுமேயாகும். அதுவும் தேசத்திற்கு ஒருவிதம், நாட்டுக்கு ஒருவிதம், ஊருக்கு ஒருவிதம், சமயத்திற்கு ஒருவிதம், சந்தர்ப்பத்திற்கு ஒருவிதம், ஆளுக்கொருவிதம் என்றெல்லாம் சொல்லலாம். ...'பலித்தவரை' என்பதுதான் பார்ப்பனீய(மு)ம்.

இந்தப் பார்ப்பனீயம் அன்றாட வாழ்வில் எப்படிப் பிரதிபலிக்கிறது என்று அறிஞர் தொ. பரமசிவம் (Tho Paramasivan) விவரிக்கிறார்:

பழைய கோயில் சார்ந்த அதிகார மையங்கள், காலனி ஆட்சிக்குப் பின், மாவட்ட ஆட்சியருக்கு மாறுகிறது.

எனவே பார்ப்பனர்கள் கல்கத்தா ராமகிருஷ்ணாபுரம், டெல்லி-சவுத் ப்ளாக், சென்னை-மாம்பலம் போன்றவற்றை உருவாக்குகிறார்கள். ஆன்மீக அதிகாரமில்லாமல் பார்ப்பனர்களால் உயிர்வாழ முடியாது. பார்ப்பனர்களுக்கு அதிகாரமே உணவு. குறிப்பாக, பிற சாதியினரை உட்காரு, எழுந்திரு என்று சொல்லும் அதிகாரம்.

இப்படியாக அந்தநாள் அக்ரகாரங்கள் இந்த நாளில் வெவ்வேறு பெயர்களில், வடிவங்களில், தன்மைகளில் தோன்றி, வளர்ந்து, தலைதூக்கி நிற்கின்றன.

மேற்காணும் வேற்றுப்படுத்தும் ஏற்பாடு உலக அளவில் பெரும்பாலும் அபார்தைட் எனும் பெயரிலேயே விவரிக்கப்படுகிறது. காலநிலை மாற்றம் உருவாக்கும் கடுமையான வானிலை நிகழ்வுகளால் பணக்காரர்கள் பாதுகாப்பாகத் தப்பித்துக்கொள்வதும், ஏழைகள் எதுவுமின்றித் துன்புறுவதுமான அமைப்பை ஐ.நா. அறிக்கை ஒன்று 'காலநிலை அபார்தைட்' என்றழைக்கிறது. ஆப்கானிஸ்தான் நாட்டில் நடக்கும் தாலிபன் ஆட்சியாளர்களின் பெண்களுக்கு எதிரான நடவடிக்கைகளை ஐ.நா. மன்றம் 'பாலியல் அபார்தைட்' என்று பெயரிட்டு, அதனைச் சர்வதேசக் குற்றம் என்றறிவிக்கிறது. பாலஸ்தீன மக்களைத் தனிமைப்படுத்தி, அவர்களின் பாத்தியதைகளைப் பிடுங்கி, விலக்கிவைத்து, அவர்களைத் தரம் தாழ்ந்தவர்களாக நடத்துவதால், அம்னஸ்டி இண்டர்நேஷனல் அமைப்பு இஸ்ரேலை ஓர் 'அபார்தைட் நாடு' என்று அறிவித்திருக்கிறது.

கனடா நாட்டின் பொருளாதாரத்தை நவதாராளவாதச் சீர்திருத்தங்களுக்கு உள்ளாக்கிய பிறகு, தொழிலாளர் உரிமைகளையெல்லாம் ஒவ்வொன்றாகப் பறித்த பிறகு, நலத்திட்ட உதவிகளையெல்லாம் நிறுத்திய பிறகு, கனடாவுக்குக் குடியேறிச்சென்ற தெற்கு நாடுகளின் மக்கள் பெரும் பாதிப்புக்குள்ளாகி இருக்கிறார்கள். மேற்படி நடவடிக்கைகளின் தாக்கங்கள் இனக் குழுமங்களுக்கிடையேயும், இரு பாலருக்கிடையேயுமான அசமத்துவத்தை அதிகப்படுத்தியிருக்கிறது. கனடா நாட்டுச் சமூகத்தை ஒரு வெள்ளையின முதலாளித்துவ நாடாகவே வைத்திருக்கும் பொருட்டு, குடியேறி வருபவர்கள் 'விரும்பத்தக்கவர்கள்' மற்றும் 'விரும்பத்தகாதவர்கள்' என்றும் வகைப்படுத்தப்படுகின்றனர். மக்கள்தொகை-பொருளாதாரம் எனும் கலவையின் ஒரு

முக்கியமான கூறாக இருந்துவரும் இன அடையாளம், சமூக-பொருளாதார-அரசியல் வளங்களை, வாய்ப்புகளைத் தீர்மானிப்பதில் பெரும் பங்கினை வகிக்கிறது. இதனை கனடாவின் 'பொருளாதார அபார்தைட்' என்று விவரிக்கிறார் ஓர் அறிஞர்.

அக்ரகாரம் மற்றும் அபார்தைட் போன்றவற்றை ஆய்வுசெய்யும்போது, பார்ப்பனத்தனமும், வெள்ளைத்தனமும், எப்படி உருவாகின்றன என்று நாம் சிந்தித்தாக வேண்டும். பெரும்பாலான பார்ப்பனர்கள் மதவாதிகளாக/சாதியவாதிகளாக, பெரும்பாலான வெள்ளையர்கள் இனவாதிகளாக/நிறவாதிகளாகச் சிந்திக்கவும் இயங்கவும் பிறப்பு முதலே பயிற்றுவிக்கப்படுகிறார்கள் என்பதுதான் உண்மை.

எடுத்துக்காட்டாக, பதினேழாம் நூற்றாண்டில் அமெரிக்காவின் விர்ஜீனியா மாநிலத்தில், அடிமைகள் வைத்திருந்த வெள்ளையர்கள் கருப்பர்களை வன்புணர்வு செய்தால் தண்டிக்கப்படக் கூடாது, கருப்பர்கள் வெள்ளையர்களுக்கு எதிராக நீதிமன்றங்களில் சாட்சி சொல்ல முடியாது என்று ஒரு சட்டம் இயற்றப்பட்டது. அது மட்டுமல்லாமல், அம்மாதிரியான சட்டங்கள் விர்ஜீனியா மற்றும் பிற மாநிலங்களில் தேவாலயப் பிரார்த்தனைகளிலும், கூடுகைகளிலும் உரக்க வாசிக்கப்பட்டன. கடவுளின் சட்டங்கள் கற்பிக்கப்பட்ட தேவாலயங்களில் இனவெறிச் சட்டங்களும் எடுத்துரைக்கப்பட்டு, அனைவர் மனங்களிலும் வெள்ளையினப் பேரினவாதம் ஆழமாக விதைக்கப்பட்டது. கருப்பின மக்களுக்கும், வெள்ளையின மக்களுக்கும் இடையே ஒரு சக்திமிக்க பிளவை உண்டுபண்ணவில்லை என்றால், தங்களின் வாழ்வாதாரம் பாதிக்கப்பட்டுவிடும், தங்களின் உயிருக்குக் கூட ஆபத்து நேரலாம் என்று வெள்ளையின நிலச்சுவான்தார்கள் அஞ்சியதே இம்மாதிரியான வக்கிரங்களுக்கும், வன்கொடுமைகளுக்கும் அடிப்படையாக அமைந்தது.

அதேநேரம், பார்ப்பனீயத்தை, வெள்ளையினவாதத்தைப் புரிந்துகொள்ள தனிநபர்களின் செயல்பாடுகளில் மட்டுமே நாம் ஊன்றி கவனம் செலுத்தினால், சாதி/மதவெறியும், இன/நிறவெறியும் சமூகங்களில் ஆழமாகப் பரந்து வேர்விட்டிருப்பதை நம்மால் பார்க்க முடியாமற் போகும். அதேபோல, தனிநபர்களைத் தண்டிப்பதன் மூலம், சீரமைப்பதன் மூலம், சமூகத்தைச்

சரிசெய்துவிடலாம் என்கிற தவறான கருத்துருவையும் அது ஏற்படுத்திவிடும்.

பார்ப்பனவாதமோ, வெள்ளையினவாதமோ இவையிரண்டுமே பார்ப்பனர்களும், வெள்ளையர்களும் பயன்பெறவும், அவர்களைப் பாதுகாத்துக்கொள்ளவும், முன்னிலைப்படுத்தவும் செயற்கையாகக் கட்டமைக்கப்பட்ட சமூகக் கட்டுமானங்கள். பொருளாதாரத் தனிமைப்படுத்தல் முதல், நீதித்துறையில் நடக்கும் வன்முறைகள் வரை, பல்வேறு துறைகளில், பல்வேறு வழிகளில் மக்களைப் பிரித்தாளும், வேற்றுப்படுத்தும் அமைப்புகள் இவை.

இன்றைய நிலையில் வெள்ளைத்தனத்தின் முக்கியமான அம்சம் என்னவென்றால், அது உலகெங்கும் நிறைந்திருந்தும் கண்ணுக்குப் புலப்படாமல் இருப்பதுதான். வெள்ளையின நாடுகளின் செல்வச் செழிப்பு என்பது அநீதி, சுரண்டல், ஒடுக்குமுறை போன்றவற்றின் அடிப்படையில் அமைந்திருக்கிறது. அவர்கள் தங்கள் வாழ்க்கைத் தரத்தை எந்தவிதத்திலும் மாற்றியமைக்க முன்வராமல், உலகின் பிற பகுதிகளில் சமூக அநீதிகளைத் தொடரவும், அதிகரிக்கவும் செய்கிறார்கள். படையெடுப்புகள், ஆக்கிரமிப்புகள், அபகரிப்புகள், இனப்படுகொலைகள், சூழல் அழிவுகள், இனவெறி, அடிமைத்தனம், வறுமை போன்றவை வடக்கத்திய வளர்ச்சி சித்தாந்தத்தின் இணைச் சேதங்கள்தான்.

வடக்கு நாடுகள் உலகின் மூன்றில் இரண்டு பகுதி பேரை அடிமைப்படுத்தி, தங்கள் கட்டுக்குள்ளிருக்கும் உலகச் சந்தையைச் சார்ந்திருக்கச் செய்திருக்கின்றன. இதனால் வடக்கு நாடுகள் வழங்கும் பொருளாதார மருந்துச் சீட்டின் அடிப்படையிலேயே தெற்கு நாடுகளின் ஆட்சியாளர்கள் தங்கள் மக்களுக்குக் கசப்பு மருந்துகளைக் கையளிக்கின்றனர். இதனால் தெற்கு நாடுகளின் மக்கள் தத்தம் ஆளும்தரப்புகளின் உட்காலனியத்தால் பாதிக்கப்படுகின்றனர். இப்படியாகப் பெரும்பான்மை உலக மக்களின் ஏழ்மையிலிருந்து செல்வத் தீவுகள் உருவாக்கப்படுகின்றன.

இந்த வடக்கத்தி வளர்ச்சி முறை பூர்வகுடி மக்களைக் காடுகளிலிருந்தும், மலைகளிலிருந்தும், மேய்ச்சல் நிலங்களிலிருந்தும், கடலோரத்திலிருந்தும் அப்புறப்படுத்துகிறது, இடம்பெயரச் செய்கிறது, வெளியேற்றுகிறது, வன்முறைக்குள்ளாக்குகிறது. மாபெரும் அணைகளும், அணுமின் நிலையங்களும்,

நதிகளின் இணைப்புகளும் வளர்ச்சியின் வடிவங்களாக முன்வைக்கப்பட்டாலும், பெரும்பாலான மக்கள் தங்களின் பாரம்பரியங்கள், பாதுகாப்பு, உரிமைகள் போன்றவற்றை இழந்து ஏழ்மையில் உழலும் அவலம் முற்றிலும் மறைக்கப்படுகிறது. இந்த அநியாய வளர்ச்சியை அம்மக்கள் கேள்வி கேட்கும்போது, எதிர்க்கும்போது அவர்களின் மனித உரிமைகள் மீறப்படுகின்றன, அவர்கள் வாழ்வின் மாண்புகளும், கண்ணியமும் சிதைக்கப்படுகின்றன.

சட்டம்-ஒழுங்கு பிரச்சினைகளும், கலவரங்களும் நிகழ்ந்து, பொது அமைதிக்குக் குந்தகம் ஏற்படும்போது, அவற்றையெல்லாம் தடுக்க இராணுவங்கள் வலுப்படுத்தப்படுகின்றன, ஏராளமான ஆயுதங்கள் உற்பத்தி செய்யப்படுகின்றன. ஆயுதவியாபாரம் செழித்தோங்கி வளர்கிறது. இவையெல்லாம் சந்தைப் பொருளாதாரத்தையும், சனநாயகத்தையும் காத்துக்கொள்ள அவசியமானவை என்று நியாயம் கற்பிக்கப்படுகிறது.

வடக்கு நாடுகளின் கட்டற்ற நுகர்வுதான் உலகச் சமூகத்தின் பொதுநலனுக்கு எதிரானதாக இருக்கிறது. ஐரோப்பிய-அமெரிக்கத் தலைமை (ஏகாதிபத்தியம்!) ஒன்றே இவ்வுலகை வழிநடத்த முடியும் என்று வடக்குலகச் சக்திகள் சில வாதிடுகின்றன. ஆனால் கவனமாகத் தங்கள் நாடுகளைச் சுற்றி கோட்டைச் சுவர்களை எழுப்பிக்கொள்கிறார்கள். எடுத்துக்காட்டாக, 2023-ஆம் ஆண்டு பிரிட்டன் அன்னியர் குடியேற்றம் குறித்து ஒரு சட்டம் இயற்றியது. இந்தியாவிலிருந்து குடியேறிச் சென்ற பெற்றோருக்குப் பிறந்தவர்களான பிரிட்டிஷ் பிரதமர் ரிஷி சுனக் (Rishi Sunak) மற்றும் உள்துறை அமைச்சர் சுவெல்லா பிரேவர்மேன் (Suella Braverman) ஆகியோர் தங்களுடைய அரசின் முக்கியமான கொள்கையாகப் 'படகுகளை நிறுத்துக' என்று அறிவித்தார்கள். சிறு படகுகளில் ஆங்கிலக் கால்வாயைக் கடந்து பிரிட்டன் நாட்டில் அரசியல் தஞ்சமடைய முயற்சிக்கும் பன்னாட்டு அகதிகளைப் பிடித்து, கிழக்கு ஆப்பிரிக்க நாடான ருவாண்டாவுக்கு அனுப்பினார்கள். பிரிட்டானிய அக்ரகாரத்துக்குள் ஏனையோருக்கு இடமில்லை என்பதையே அந்த அறிவிப்பும், செயல்பாடும் அறிவுறுத்தின.

தெற்கு நாடுகளும் இதே மாதிரியைத்தான் பின்பற்றுகின்றன. பாகிஸ்தான் அரசு தங்கள் நாட்டில் வாழும் சற்றொப்ப 1.73 மில்லியன் ஆவணங்களற்ற ஆப்கன் மக்களை உடனடியாக நாட்டைவிட்டு வெளியேறும்படி 2023-

ஆம் ஆண்டு கட்டளையிட்டது. தவறினால் அனைவரும் கைதுசெய்யப்பட்டு நாடு கடத்தப்படுவார்கள் என்று மிரட்டியது பாகிஸ்தான். ஆப்கன் அகதிகளால் குற்றங்கள் பெருகுவதாகவும், பயங்கரவாத நடவடிக்கைகள் அதிகரிப்பதாகவும், ஏற்கனவே தள்ளாடிக்கொண்டிருக்கும் தங்களின் பொருளாதாரம் மேலும் நிலைகுலைவதாகவும் பாகிஸ்தான் தெரிவித்தது.

பார்ப்பனர்களும், வெள்ளையர்களும் அதிகாரம் மிக்கவர்களாக இருப்பதால்தான் கல்வி, வேலைவாய்ப்பு, வருமானம், செல்வம் உள்ளிட்ட அனைத்திலும் சிறந்து விளங்க முடிகிறது. பார்ப்பனத்தனத்தை, வெள்ளைத்தனத்தை ஆய்வுசெய்வது அவர்களின் சிறப்புரிமைகளையும், அவர்கள் ஏற்படுத்தி வைத்திருக்கும் அநியாயமான அமைப்புகளையும் புரிந்துகொள்ள உதவும். அவற்றை உளமாரப் புரிந்துகொண்டால், தங்களைப் பார்ப்பனர்கள், வெள்ளையர்கள் என்றெல்லாம் உயர்வாகக் கருதுகிறவர்கள்கூட, பிரிவினைகளையும், அடக்குமுறைகளையும் அழித்தொழிக்கும் விதத்தில், சாதி, மதம், நிறம், இனம் போன்ற போலி அடையாளங்களைப் பொசுக்கி அழிப்பார்கள். உண்மையில், உயிரியல் அடிப்படையில் மனிதர்களுக்கிடையேயான வேறுபாடுகள் மிகக் குறைவானவையும், மேலோட்டமானவையும்தானே?

பயன்படுத்திய தரவுகள்:

1. *பெரியார் இன்றும் என்றும்: பெரியாரின் தேர்ந்தெடுக்கப்பட்ட கட்டுரைகள்.* கோவை: விடியல் பதிப்பகம், 2016.
2. தொ. பரமசிவன், *செவ்வி: பேராசிரியர் தொ. பரமசிவன் நேர்காணல்கள்.* சென்னை: கலப்பை, 2016.
3. 'Global warming could cause 'climate apartheid': UN expert,' *The New Indian Express,* June 27, 2019.
4. 'UN slams 'gender apartheid' in Kabul,' *The Hindu,* June 20, 2023.
5. 'Amnesty labels Israel an 'apartheid state',' *The Hindu,* February 2, 2022.
6. Grace-Edward Galabuzi, *Canada's Economic Apartheid: The Social Exclusion of Raialized Groups in the New Century.* Toronto: Canadian Scholars' Press, 2006.
7. Syl Jones, 'Bound by the chains of whiteness,' *Star Tribune,* July 5, 1998.
8. Winin Pereira and Jeremy Seabrook, *Global Parasites: Five Hundred Years of Western Culture.* Kolkata: Earthcare Books, 2006.

[39]
வாய்மையும் மனிதமும்

பிரித்தாளும் திட்டங்களுக்குப் பின்னால் பேரவலச் சித்தாந்தங்கள் இருக்கின்றன. அக்ரகாரங்களுக்குப் பின்னால் சனாதனம் இருக்கிறது. அபார்தைட்டுக்குப் பின்னால் காலனியாதிக்கம் இருக்கிறது. இரண்டுமே வாய்மையும், மனிதமும் கிஞ்சிற்றும் இல்லாதவை.

இந்து மதத்தைச் சுட்டும் சமற்கிருதச் சொற்றொடரான 'சனாதன தர்மம்' என்பதற்கு 'நித்தியமான அமைப்பு' என்று அர்த்தம். அதாவது, அனைத்து இந்துக்களுக்குமாக இயற்கை விதித்திருக்கும் கடமைகள் அல்லது மதரீதியாக நிறுவப்பட்டிருக்கும் நடைமுறைகளை இது குறிக்கிறது.

சனாதன தர்மம் என்பது ஓர் ஆத்மா ஆன்மீக அடையாளத்தின் அடிப்படையில் செயற்படுத்தும் கடமைகளைச் சுட்டுகிறது. அவை எல்லோருக்கும் பொதுவானவை. ஆனால் வருணாசிரம தர்மம் என்பது ஒருவர் லௌகீக அடிப்படையில் நிகழ்த்தும் கடமைகளைக் குறிக்கிறது. அவை ஒருவரின் வர்ணம் மற்றும் வாழ்க்கையின் நிலை போன்றவற்றின் அடிப்படையில் அமைகின்றன. மனுஸ்மிருதியைப் பொறுத்தவரை, பார்ப்பனரின் கடமை என்பது கற்பது, கற்பிப்பது, பரிசுகள் பெறுவது போன்றவை. சூத்திரர்களின் கடமையோ பார்ப்பனர்களுக்குச் சேவை செய்வது மட்டுமே. அவர்கள் கல்வி கற்றலில் ஈடுபடக்கூடாது, பொருள் சேர்க்கக்கூடாது, அவரவர் வர்ணத்துக்கு விதிக்கப்பட்ட கடமைகளை மட்டுமே செய்ய வேண்டும், பிற வர்ணத்தினரின் வேலைகளைச் செய்யக் கூடாது என்றெல்லாம் மனுஸ்மிருதி விதிக்கிறது.

இந்த அமைப்பு முறை மீறப்பட்டால், உலகில் மோசமான, சுத்தமற்ற, கலப்பினங்கள் உருவாகும் என்று எச்சரிக்கிறது அர்த்தசாஸ்திரம். தடை செய்யப்பட்ட கலப்புத் திருமணங்கள் மற்றும் வர்ணங்களுக்கு இடையேயான முறையற்ற உறவுகளின் மூலம் வர்ணக்கலப்பு நிகழ்கிறது என்று விசனப்படுகிறது மனுஸ்மிருதி. இந்த வர்ணக் கலப்பு எங்கெல்லாம் நிகழ்கிறதோ,

அங்கெல்லாம் வர்ணங்களின் தூய்மை கெட்டுப்போவதுடன், நாடும், நாட்டு மக்களும் அழிந்து போவார்கள் என்று அறிவிக்கிறது மனுஸ்மிருதி. சாதி அடுக்குமுறையை மீறும் திருமணங்களால் சாதி அழிந்துவிடும் என்று பகவத் கீதையில் அர்ச்சுனன் கவலை தெரிவிக்கிறார். ஆக, எதையும் மாற்றாதே என்பதுதான் சனாதனம்.

வாய்மையற்ற, மனிதமற்ற சாதீய அமைப்பை உறுதிப்படுத்தி பேணிக் காப்பதுதான் சனாதனமாகப் பரிணமிக்கிறது. முன்னர் இராஜாஜி கொண்டுவந்த குலக் கல்வித் திட்டமும், பின்னர் மோடி அரசு முன்வைத்த 'விஸ்வகர்ம யோஜனா' திட்டமும் சனாதனத்தை உயர்த்திப் பிடிக்கும் சாதிவெறித் திட்டங்களே. 'சாதியக் கொடுமைகளும், சாதிப் பிரிவினைகளும்தான் சனாதனம்' என்று வாதிடும் ஒரு மூத்த ஊடகர், 'மேல் சாதியினருக்கு உரிமையுண்டு; கீழ் சாதியினருக்கு உரிமையில்லை' என்று சனாதனம் நிறுவுகிறது என்கிறார். ஆனால் இந்தியப் பிரதமர் மோடி 'சனாதன தர்மத்தை எதிர்த்தழிப்பதன் மூலம், 'இந்தியா' கூட்டணி ஓராயிரம் ஆண்டு கால அடிமைத்தனத்துக்கு நாட்டைத் தள்ளுகிறது' என்று சாமர்த்தியமாகப் பிரச்சினையை மடைமாற்றிப் பேசினார்.

இந்தச் சனாதன அமைப்பை அய்யா வைகுண்டர், திருநாராயண குரு, சகோதரன் ஐயப்பன், தந்தை பெரியார், அண்ணல் அம்பேத்கர் அனைவரும் கடுமையாக எதிர்த்தனர். சகோதரன் ஐயப்பன் தன்னுடைய மலையாளக் கவிதை ஒன்றில், சனாதன தர்மம் மற்றும் வருணாசிரம தர்மம் போன்ற பெயர்களில் பார்ப்பனர்கள் பிறரைத் தாழ்ந்தவர்கள் என்று நிறுவுகிற மதம் கட்டமைக்கப்படுகிறது என்று சாடினார்.

அக்ரகாரத்தின் அடிப்படையான சனாதன தர்மம் பல நூற்றாண்டுகளுக்கு முன்னரே தெற்காசிய மண்ணில் ஊன்றி வளர்க்கப்பட்டது. ஆனால் அபார்தைட் அமைப்போ 1652-ஆம் ஆண்டு தென்னாப்பிரிக்காவின் தெற்கு முனையில் ஐரோப்பியர்கள் வந்திறங்கிய தருணத்தில்தான் துளிர்விட்டது. அறிவியலுக்கு ஒவ்வாத, அறிவார்ந்த அடிப்படைகள் ஏதுமற்ற புனைவுகளையும், பொய்யான கட்டுக்கதைகளையும் மட்டுமே ஆதாரங்களாகக் காட்டி, ஒன்றாய்த் தோன்றும் மக்களிடையே ஓராயிரம் சுவர்களைக் கட்டியெழுப்பியது சனாதன தர்மம். இனக் குழுமங்களின் தோற்றம், தோலின்

நிறம் போன்றவற்றின் அடிப்படையில் உயர்ச்சி-தாழ்ச்சி சொல்லி உருவாக்கப்பட்டது அபார்தைட் அமைப்பு. முன்னது ஆன்மீகத்தின் அடிப்படையிலும், பின்னது லௌகீகத்தின் அடிப்படையிலுமாகக் கட்டமைக்கப்பட்ட தந்திரமான, சுரண்டல்மிக்க உழைப்புப் பங்கீட்டு முறைகள். வேதங்களின் சட்டம் அங்கேயும், வெள்ளையர்களின் சட்டம் இங்கேயும் நிலைநிறுத்தப்படுகின்றன.

தென்னாப்பிரிக்காவின் அட்லாண்டிக் கரையில் கேப் டவுண் நகரிலிருந்து ஐம்பது மைல் தொலைவில் இருக்கிறது ஸ்டெல்லன்பாஸ்க் எனும் ஊர். அங்கே சற்றொப்ப 400 ஆண்டுகளாக டச்சு வந்தேறிகளின் வாரிசுகளான ஆப்ரிக்கானர் மக்கள் வளமான திராட்சைத் தோட்டங்கள் மத்தியில் வசதியாக வாழ்ந்து வருகின்றனர். இந்த அழகான ஊரில்தான் உலகின் மிக மோசமான, மனிதர்களை வேற்றுப்படுத்திப் பிளவுபடுத்தும் கோட்பாடுகளுள் ஒன்றான அபார்தைட் பிறந்தது.

பிரிட்டிஷ் காலனிய அரசு தென்னாப்பிரிக்காவின் வெறும் 13 விழுக்காடு நிலத்தை 'பூர்வகுடிப் பகுதிகள்' என்றறிவித்து, பெரும்பான்மை 75 விழுக்காடு கருப்பின மக்கள் வாழ்வதற்கென ஒதுக்கியது. பின்னர் 1948-ஆம் ஆண்டு நேஷனலிஸ்ட் கட்சி ஆட்சிக்கு வந்தவுடன் அப்பகுதிகளைக் கருப்பர்களின் 'தாயகங்கள்' என்று பெயர் மாற்றியது. அன்று முதல் 1994 வரை ஆட்சி செய்த நேஷனலிஸ்ட் கட்சி, மக்களை இன அடிப்படையில் பிரித்துவைப்பதையும், விலக்கிவைப்பதையும், வெள்ளையினப் பேரினவாத ஆட்சிக்கு எந்தவிதமான ஆபத்தும் எழாமல் தடுப்பதையும் கொள்கைகளாகக் கொண்டிருந்தது.

இனப்பாகுபாட்டை உருவாக்கி, உயர்த்திப் பிடித்து, வெள்ளையர் கருப்பர் பகுதிகள் என்று நாட்டைப் பிரித்து, கருப்பர்கள் கை ஓங்காமலிருக்கச் செய்ய பல்வேறு சட்டங்கள் இயற்றப்பட்டன. கலப்புத் திருமணங்கள் தடுப்புச் சட்டம் 1949, பல்வேறு இனக் குழுமங்களுக்கு இடையே நிகழும் திருமணத்தைத் தடுத்தது. ஒழுக்கக்கேடு சட்டம் 1950, இனக்குழுமங்களுக்கு இடையேயான பாலியல் உறவுகளைத் தடுத்தது. மக்கள்தொகை பதிவுச் சட்டம் 1950, தென்னாப்பிரிக்க மக்களை இன அடிப்படையில் வகைப்படுத்த அரசுக்கு அதிகாரம் அளித்தது.

மேற்படி அமைப்பில் கருப்பின மக்கள் வெள்ளையர்களுக்கான பகுதிகளில் வேலை செய்யலாம்; ஆனால் வெள்ளையர்களின் தென்னாப்பிரிக்கா நாட்டில் குடியுரிமைப் பெற முடியாது. அவர்கள் எப்போதும் வெள்ளையர் பகுதிகளில் நுழைய, பயணிக்க, வேலை செய்ய வழங்கப்பட்டிருக்கும் சிறப்பு அடையாள அட்டையைத் தங்களுடன் வைத்திருக்க வேண்டும். 'வெவ்வேறு வளர்ச்சி' எனும் கோட்பாட்டின்படி, கருப்பர்கள் வெள்ளையர்களின் சுரங்கங்களில், பண்ணைகளில், தொழிற்சாலைகளில் குறைந்த ஊதியத்துக்கு வேலை செய்யலாம், ஆனால் வேலைக்காலம் முடிந்ததும் தங்களின் தாயகப் பகுதிகளுக்குத் திரும்பிச் சென்றுவிட வேண்டும். பூங்காக்கள், நூலகங்கள், பேருந்துகள், உணவகங்கள் அனைத்திலும் இன/நிற அடிப்படையில் மக்கள் பிரித்துவைக்கப்பட்டனர்.

பூர்வகுடிகளுக்கான அமைச்சராகவும் பின்னாளில் பிரதமராகவும் பணியாற்றிய ஹென்ட்றிக் வெர்வோட் (Hendrik Verwoerd) இந்த அபார்தைட் அமைப்பின் நோக்கத்தைத் தெளிவுபடுத்தினார்: ஐரோப்பியச் சமூகத்தின் பசுமையான மேய்ச்சல் நிலங்களில் மேய்வதற்குக் கருப்பினக் குழந்தைகளுக்கு அனுமதி இல்லை என்பதால் அவை அக்குழந்தைகளுக்குக் காட்டப்படாது என்றார் அவர். பூர்வகுடி மக்கள் ஐரோப்பியர்களுடன் சமத்துவம் பேண முடியாது என்றுணரும் விதத்தில் அவர்கள் குழந்தைப் பருவம் முதலே பயிற்றுவிக்கப்படுவார்கள் என்றும் தெரிவித்தார்.

இந்த அபார்தைட் அமைப்பை எதிர்த்தவர்களை கம்யூனிஸ்ட்கள் என்று குற்றஞ்சாட்டி, அரசியல் கூட்டங்களை, போராட்டங்களை தடை செய்து, வெள்ளையினப் பேரினவாதத்தை ஆழமாக வளர்த்தெடுத்து, எதிர்ப்புகளை இல்லாமல் ஆக்கினர் இனவாதிகள். பின்னர் 1994-ஆம் ஆண்டு நெல்சன் மண்டேலா தலைமையில் புதிய ஆட்சி அமைந்து, பழிக்குப் பழி, ரத்தக்களறி என்றில்லாமல், சமூகநீதி, மீளிணக்கம், மீட்புநீதி எனும் கோட்பாடுகளின் அடிப்படையில் அபார்தைட் தூக்கி எறியப்பட்டதை உலகமே வியந்து உற்றுநோக்கியது.

உலகின் ஒருபுறத்தில் மக்களைப் பிரித்தாளும் இரும்புத் திரைகளும், பெர்லின் சுவர்களும் உடைத்தெறியப்பட்டாலும், இன்னொரு புறத்தில் இனப்படுகொலையாளர்களான ராஜபக்சேக்கள், பெஞ்சமின் நேதன்யாகுக்கள் போன்றோர் அக்ரகார வெளிகளையும், அபார்தைட் ஆட்சி முறைகளையும்

உருவாக்கிக்கொண்டேதான் இருப்பார்கள். அவை வெவ்வேறு வழிகளில், வடிவங்களில், பெயர்களில் வந்து நம்மை ஆட்டுவிக்காமலிருக்க என்ன செய்வது?

அக்ரகாரமும், அபார்தைட்டும் அதிகாரத்தின் வெளிப்பாடுகள் என்றாலும், அதிகாரமில்லாதவர்களும் ஆணிவேரை அசைக்கிறார்களே? சாதியவாதம் என்பது பார்ப்பனர்கள் பிற சாதியினரிடம் காண்பிக்கும் வெறுப்பு மட்டுமல்லவே? இனவாதம் என்பது வெள்ளையர்கள் வேற்று இனத்தவரிடம் காண்பிக்கும் வெறுப்பு மட்டுமல்லவே? பிற மதத்தவரும், சாதியினரும், இனத்தவரும், நிறத்தவரும் பார்ப்பனர்களை, வெள்ளையர்களை, வேறு குழுகங்களை வேற்றுப்படுத்துவதும், விலக்கிவைப்பதும் நடக்கத்தானே செய்கிறது?

அப்படியானால், நமது பார்வை விசாலமானதாகவும், அணுகுமுறைகள் பரந்துபட்டவையாகவும், செயல்பாடுகள் வாய்மையும், மனிதமும் மிக்கவையாகவும் இருந்தாக வேண்டும். வாய்மையும், மனிதமும் போற்றும் செயல்பாடு என்பது சமத்துவம், சகோதரத்துவம், சமூகநீதி, சனநாயகம், சகவாழ்வுக்கான செயல்பாடுதான்..

அதிகாரமும், அற்புத வாழ்வும் பெற்றிருப்போர் தங்கள் வட்டங்களுக்குள் அன்னியர் வந்து குடிபுகாதிருக்க குடியேற்றச் சட்டங்களும், கட்டமைப்புகளும், சுவர்களும், இத்யாதிகளும் ஏற்படுத்தி வைக்கின்றனர். உலகிலுள்ள அனைவருக்கும் அடிப்படைத் தேவைகளை வழங்கி, அனைவரின் வாழ்க்கைக்கும் மாண்பையும், அர்த்தத்தையும் அளித்தோமென்றால், பெரும்பான்மையான மக்கள் தங்கள் பாரம்பரிய வாழ்விடங்களிலிருந்து வெளியேறி, பரிச்சயமற்ற பகுதிகளுக்குச் சென்று வந்தேறிகளாக வாழ விரும்பமாட்டார்கள் என்பதுதான் உண்மை. அடிப்படை வசதி வாய்ப்புகளை உலகெங்கும் பரவலாக்கி, வளக்கொள்ளைகளைத் தடுத்து நிறுத்தி, வாழ்வாதாரச் சிதைப்பு நடவடிக்கைகளை முற்றிலுமாகக் கைவிட்டு, அதிகாரப் பரவலாக்கம் நிகழச் செய்தால், அக்ரகாரத்துக்கும், அபார்தைட்டுக்கும் அவசியமே இல்லாமற் போகும்.

அனைத்துத் தரப்பினரின் வாய்மையும், மனிதமும், ஆன்மப் பரிசோதனைகளும், ஆத்மார்த்த மனமாற்றங்களும் நிலைமையை

தலைகீழாக மாற்றியமைக்க முடியும். எடுத்துக்காட்டாக, கடந்த 2022-ஆம் ஆண்டு நெதர்லாந்து நாட்டின் பிரதமர் மார்க் ரட் (Mark Rutte) என்பார் அடிமைத்தனம் ஒரு 'மனிதகுலத்துக்கு எதிரான குற்றம்' எனும் பேருண்மையை ஏற்றுக்கொண்டு, அந்தக் குற்றத்தில் 250 ஆண்டுகளாக நெதர்லாந்து ஈடுபட்டதற்கு அதிகாரப்பூர்வமாக மன்னிப்புக் கோருவதாகவும் அறிவித்தார்.

தஞ்சாவூர்-திருச்சி சாலையில் அமைந்திருக்கும் பூதலூர் எனும் கிராமம் ஒரு காலத்தில் ஓர் அக்ரகாரமாக இருந்தது. அப்போதெல்லாம் தலித் மக்கள் அந்த அக்ரகாரத்துக்குள் அனுமதிக்கப்பட மாட்டார்கள். நெல் போன்ற பொருட்களை மாட்டுவண்டிகளில் ஏற்றிக்கொண்டு வந்தால், அக்ரகாரத்தின் நுழைவுப்பகுதியில் வண்டிகளை நிறுத்திவிட்டு, இறங்கிவிடுவார்கள். ஆனால் அதே அக்ரகாரத்தில் 1970-களில் தமிழ்நாடு அரசு ஆதிதிராவிட மாணவர்களுக்கான விடுதி ஒன்றை நடத்தியது. இன்றைக்கு மூன்று அல்லது நான்கு பார்ப்பனக் குடும்பங்களும், பல்வேறு சமூகங்களைச் சார்ந்தவர்களும் பூதலூரில் சேர்ந்து வாழ்கின்றனர். அனைவருக்குமான கல்வி, பொதுவுடைமை மற்றும் திராவிட இயக்கங்கள், தகவல் தொடர்பு, தமிழ்நாடு அரசின் நிலச் சீர்திருத்தச் சட்டம், குத்தைகைச் சட்டம் போன்ற பல்வேறு காரணங்களால் இந்தக் கூட்டுவாழ்க்கை சாத்தியமாயிற்று. ஆம், வாய்மையும், மனிதமும் ஆகப்பெரும் ஆயுதங்கள்!

பயன்படுத்திய தரவுகள்:

1. T.S. Syam Kumar, What Is Sanatana Dharma? *The Wire,* September 6, 2023.
2. சௌமி, 'சாதியக் கொடுமைகள் தான் சனாதனம்' *தீக்கதிர்,* செப்டம்பர் 9, 2023.
3. Shubhomoy Sikdar, 'Destroying Sanatana is the hidden agenda of INDIA bloc: Modi,' *The Hindu,* September 15, 2023.
4. Saikat Majumdar, 'A letter from the birthplace of Apartheid,' *The Hindu,* June 4, 2023.
5. Howard Winant, *The World Is a Ghetto: Race and Democracy Since World War II.* New York: Basic Books, 2001.
6. 'Dutch PM apologises for 250 years of slavery, calls it a crime against humanity,' *The Hindu,* December 20, 2022.
7. B. Kolappan, 'When *agraharam* housed an SC hostel,' *The Hindu,* May 6, 2022.

[40]
சமாதானச் சகவாழ்வு

ராண்டல் காலின்ஸ் (Randall Collins) எனும் அமெரிக்க மானுடவியலாளர் சொல்வது போல,

நாம் ஒத்துக்கொள்ளவில்லை என்றாலும், நாம் ஓர் ஆதிமனிதச் சமூகம் போலத்தான் வாழ்கிறோம். பகுத்தறிவு வாய்ந்தவர்கள் என்று நம்மை நாம் கருதிக்கொண்டாலும், நமது கட்டமைப்புகள் ஆதிக்கால மனிதர்களின் கூட்டுச் சடங்குகள், ரகசியக் குழுகங்கள், கட்டுப்படுத்தப்பட முடியாத கடவுள் போன்றவற்றை விடச் சிந்தித்து உருவாக்கப்பட்டவையாக இல்லை. இன்னும் பெரிய சமூகங்களோடு ஒப்பிடுவதென்றால், பல நூற்றாண்டுகளாக இந்தியாவைத் தொழில்சார்ந்த சாதிகளாகவும், இடைக்கால ஐரோப்பாவை ஏகபோகக் குழுக்களாகவும் பிரித்துவைத்திருந்த அதே சக்திகளால்தான் நாம் இன்று ஆட்படுத்தப்பட்டிருக்கிறோம். இம்மாதிரி சமூகங்கள் தங்களால் கட்டுப்படுத்தப்பட முடியாத சக்திகளின் அதிர்வுகளுக்கு உள்ளாகும். அந்த மாதிரியான சக்திகள் நமக்காகக் காத்திருக்கின்றன என்று நாம் எதிர்பார்க்கலாம்.

ஆம், நாம் ஏற்படுத்தி வைத்திருக்கும் அக்ரகாரம், அபார்தைட் போன்ற அமைப்புகள் நிரந்தரமானவை அல்ல என்றாலும், அவை மாறும்வரை நாம் காத்திருக்க வேண்டியதில்லை, காத்திருக்கவும் கூடாது. மேற்படி அமைப்புகளை இல்லாமலாக்க நம்மால் ஆன அனைத்தையும் நாம் செய்தாக வேண்டும். அதற்கு என்ன செய்ய வேண்டும், எப்படிச் செய்ய வேண்டும் என்பன போன்ற கேள்விகள் முக்கியமாகின்றன.

முதலாவதாக, மேற்படி அமைப்புகள் நம் சமூகங்களில் கோலோச்சுவதை நாம் உணர்ந்தாக வேண்டும், உளமார ஏற்றுக்கொள்ள வேண்டும். அவற்றின் அசமத்துவத்தை, அநியாயங்களை, மாந்தநேயமற்ற தன்மைகளையெல்லாம் உள்வாங்கியாக வேண்டும். அப்படி உள்வாங்குவதன் மூலம், 'நமது பிள்ளைகள் பார்ப்பான் உயர்ந்தவன் என்ற பேச்சைக் கேட்டாலே முகத்தைச் சுளிக்கவேண்டும்' (பெரியார்).

இரண்டாவதாக, சனாதன அக்ரகார, காலனிய அபர்தைட் அரசியலின் சூட்சுமங்களை நம் இளைய தலைமுறையினரும், எல்லோரும் உள்வாங்கிக் கொள்ளும் விதத்தில் நாம் தொடர்ந்து பேச வேண்டும். எடுத்துக்காட்டாக, பெரியார் கேட்கும் சில கேள்விகள் மிக முக்கியமானவை. 'பார்ப்பானை 'பிராமணாள்' என்று சொல்லாதே; அவனைப் பிராமணன் என்று கூறினால், நீ யார்? ஒருத்தி, உன் தெருவில், தன் வீட்டில் 'இது பதிவிரதை வீடு' என்று 'போர்டு' போட்டுக்கொண்டால் - மற்றவர்கள் வீடு என்ன என்று அர்த்தம்? 'எனக்காக - நான் சாப்பிட - பலகாரம் செய்து வைத்துக்கொண்டு, உன் கடையில் 'பிராமணாள்' என்று போர்டு போட்டுக்கொண்டால் 'சூத்திரப் பயலே, வாடா' என்றுதானே கூப்பிடுகிறாய்?

இப்படியாக, நம்முடைய சமூகப் பயிற்றுவித்தலை மாற்றியாக வேண்டும். சமூகத்திலும், நம் மனங்களிலும் குவிந்திருக்கும் கசடற நாம் கற்க வேண்டும். அந்த எதிர்கல்வி நாம் ஏற்பாடு செய்து வைத்திருக்கும் விழுமியங்களை, கோட்பாடுகளை, நடைமுறைகளை, மொழிவழக்குகளை எல்லாம் கேள்விக்குள்ளாக்க வேண்டும். அனைத்துத் தரப்பினரையும் ஏற்றுக்கொள்வதும், இணைத்துக்கொள்வதும் நமக்கு முக்கியம் என்றால், ஏற்றுக்கொள்ளாமையும், இணைத்துக்கொள்ளாமையும் ஏன் நிகழ்கின்றன, எப்படியெல்லாம் நிகழ்கின்றன என்று நாம் பேசியாக வேண்டும். பார்ப்பனத்துவத்தையும், வெள்ளைத்தனத்தையும் தனிநபர் குறைகளாக அன்றி, கண்ணுக்குப் புலப்படாத அழிவார்ந்த அரசியல் கோட்பாடுகளாக, அமைப்புசார் பிரச்சினைகளாகப் பார்க்கவேண்டும்.

மூன்றாவதாக, முள்ளை முள்ளால் எடுப்பது போலல்லாமல், வெறுப்பை, வெறுப்பால் அழிக்க முடியாது என்றுணர்வோம். வேற்றுப்படுத்தும் அமைப்புகளையும், நடவடிக்கைகளையும், ஒன்றுபடுத்தும் அமைப்புகளால், நடவடிக்கைகளால் எதிர்கொள்வோம். அக்ரகார, அபார்தைட் பிரச்சினைகள் இருப்பதை அங்கீகரிக்கும் அதேநேரம், இவற்றுள் சிக்கியிருக்கும் மக்கள் அனைவரையும் ஒன்றாகப் பார்ப்போம். அனைவரையும் மாந்தநேயத்தோடு மனிதர்களாகப் பார்ப்போம். அப்படிப் பார்க்கும்போது, மகாத்மா காந்தி சொல்வது போல, 'நாமனைவரும்' ஒரு புறமும், 'நாம் மறுதலிக்கும் அமைப்பு' எதிர்புறமும் எனும் ரீதியில் களத்தை வேறு மாதிரியாகப்

பிரித்துக் கையாள முடியும். பாலோ ஃபிரைரே (*Paulo Freire*) பரிந்துரைக்கும் 'ஒடுக்கப்பட்டோருக்கான கல்வி' (*Pedagogy of the Oppressed*) நமக்குத் தேவைப்படுகிறது.

தீய அக்ரகார, அபார்தைட் அமைப்புகளை வெறுமனே கண்டித்தோ, அல்லது இவற்றை ஏற்படுத்தி வைத்திருப்போரின் மீது வன்முறையைப் பிரயோகித்தோ, இவ்வமைப்புகளை எதிர்ப்பதில் பயனில்லை. உயிரற்ற அக்ரகார, அபார்தைட் அமைப்புகளின் மனிதத் தன்மையற்ற நிலையை, நியாயமற்ற தன்மைகளை வெறுப்பு, கோபம், வன்மம், வன்முறை ஏதுமின்றி எடுத்துச் சொல்லிக்கொண்டே இருப்போம். இவ்வமைப்புகளில் எந்த விதத்திலும் பங்கேற்க, அல்லது அவற்றோடு ஒத்துழைக்க, முழுமையாக மறுப்போம்.

நான்காவதாக, அநியாயமான அக்ரகார, அபார்தைட் அமைப்புகளைக் கேள்விக்குள்ளாக்கி, விலக்கிவைக்கப் பட்டவர்களோடு களமாடி, ஆதரவுக் குழுக்களை ஏற்படுத்துவோம். உள்ளுக்குள் நண்பர்களை உருவாக்கியவாறே, வெளியிலும் செல்வாக்கைப் பெருக்கிக்கொள்வோம். மாற்று அமைப்பைக் கட்டியெழுப்ப விரும்பும் தனிநபர்களை, குழுக்களை, இயக்கங்களைக் கண்டுபிடிப்போம் அல்லது உருவாக்குவோம். அக்ரகார, அபார்தைட் அமைப்புகளை ஆதரிப்பவர்களை வலுவிழக்கச் செய்வோம், அவர்களின் வெறுப்பை, வேற்றுப்படுத்தலை முறையற்றதாக்குவோம். நமது இயக்கம் ஒரு சாராருக்கு மட்டுமானதாக அன்றி, ஒட்டுமொத்த மனிதகுல விடிவுக்கானதாக இருக்கும்படி பார்த்துக் கொள்வோம்.

சமூக-பொருளாதார-அரசியல் தளங்களில் இயங்கும்போது யாரையும் பலவந்தமாகக் கட்டாயப்படுத்தியோ, அல்லது வன்முறையின் மூலம் அச்சுறுத்தியோ எதையும் நிரந்தரமாக மாற்ற முடியாது என்பதை நாம் உணர்ந்தாக வேண்டும். யாருடைய மனிதத்தையும் மறுதலித்து, கட்டாயப்படுத்தி மிரட்டவோ, விரட்டவோ வேண்டாம். ஒரு நிலைபெறு கருத்துப் பரிமாற்றத்தில் ஈடுபடுவோம். அனைவரும் நியாயத்தைப் பார்க்கச்செய்து, அனைவரையும் நண்பர்களாக மாற்றுவோம்.

காந்தி ஓர் உத்தியைக் கையாண்டார். ஒரு தரப்பு உங்களை விலக்கி- வைத்தால், நீங்கள் அந்த ஆபத்தை உங்களுக்கும், அவர்களுக்குமான ஒரு பொது வாய்ப்பாக மாற்றுங்கள். உங்கள்

சமூகத்தில் உங்களுக்கான தன்னாட்சியை நிறுவிக்கொள்ளவும், அந்தப் புதிய அமைப்பில் உங்கள் எதிர்த்தரப்பை இணைத்துக்கொள்ளவும் ஏற்பாடு செய்யுங்கள் என்றார். எடுத்துக்காட்டாக, உயர்சாதியினர் கிராமத்துக் கிணற்றில் தண்ணீர் எடுக்கவிடாமல் உங்களைத் தடுத்தால், உங்களுக்காக நீங்களே ஒரு கிணற்றை வெட்டுங்கள், அதில் அவர்களும் தண்ணீர் எடுத்துக் கொள்ளலாம் என்று அறிவியுங்கள்.

முதலில் நம்முடைய வீட்டை நாமே சீரமைப்பது மிகவும் முக்கியம். நாம் எதிர்க்கும் அநியாயத்தை நாமே செய்யாமல் இருக்க வேண்டும். இப்படிச் செய்வதற்குப் பெரும் துணிச்சலும், தொடர் தன்பரிசோதனைகளும், தன்னொழுக்கமும் நமக்கு நிறைய வேண்டும். இதன்மூலம் எதிர்த்தரப்பின் அன்பையும், மரியாதையையும் பெறுவோம் நாம்! அவர்களைச் சிறுமைப்படுத்தி அல்ல, நம்மை உயர்வுபடுத்தி!

அக்ரகார, அபார்தைட் சுவர்களை நாமே பலவந்தமாக உடைப்பதல்ல நமது திட்டம். அவற்றைக் கட்டியெழுப்பியவர்களைக் கொண்டே அந்தச் சுவர்களைத் தகர்க்கவைத்து, அவர்களை நம் பக்கம் வரச் செய்வதுதான் நம் இயக்கத்தின் சூட்சுமம். அப்படிச் செய்வதன் மூலம், தகர்ப்பு உறுதியானதாக, இறுதியானதாக அமையும். வருங்காலத்தில் மேலும் அக்ரகார, அபார்தைட் சுவர்கள் கட்டப்படமாட்டா.

‘இது கேட்பதற்கு நன்றாக இருக்கிறது, ஆனால் உண்மையில் நடைமுறை சாத்தியமா?’ என்று நம்மில் யாராவது சந்தேகித்தால், கொடூரமான அபார்தைட் அமைப்பு அதன் பிறப்பிடமான தென்னாப்பிரிக்கா நாட்டில் எப்படித் தகர்க்கப்பட்டது என்பது குறித்து ஆய்வு செய்வோம். அந்தப் பெரும்பான்மை கருப்பின மக்களின் தீரமிக்க போராட்டங்களிலிருந்து என்னென்ன படிக்க முடியும் என்று பார்ப்போம். மகாத்மா காந்தி, அண்ணல் அம்பேத்கர், மார்ட்டின் லூதர் கிங் ஜூனியர், மால்கம் எக்ஸ், நெல்சன் மண்டேலா, யாசர் அராபத் போன்ற மாபெரும் ஆளுமைகள் பற்றி, அவர்கள் வழிநடத்திய உரிமைப் போராட்டங்கள் பற்றி அறிந்துகொள்வோம், பாடம் பெறுவோம்.

ஐந்தாவதாக, அறிவார்ந்த நடவடிக்கைகளில் ஈடுபடுவதன் மூலம், அழிவு நடைமுறைகளிலிருந்து விடுபடுவோம். நமது நடவடிக்கைகள் அனைத்திலும் நிலைபெறு தன்மைகள்

அமைவதை உறுதி செய்வோம். நமது முயற்சிகள் அனைத்திலும் சமூகநீதி தவழும்படி பார்த்துக்கொள்வோம்.

எடுத்துக்காட்டாக, வடக்கத்தி காலனியாதிக்கத்தை எதிர்ப்பது மட்டுமல்ல நமது நோக்கம். இயற்கை சார்ந்து வாழும் முறைமை, எல்லோரையும் இணைக்கும் கூட்டு வாழ்க்கை போன்றவற்றின் மூலம் நம்முடைய தேவைகளை நிறைவேற்றிக் கொள்வதும்தான். நம்முடைய அடிப்படைத் தேவைகளைப் பூர்த்திசெய்வதற்குக் கவர்ச்சியான, பெரும் உற்பத்தி முறைகளிலிருந்து விலகி, குறைந்த வளங்களுடன் உள்ளூர் உற்பத்தியைப் பெருக்கி, சிறுகக் கட்டிப் பெருக வாழும் வாழ்வை மீட்டெடுப்போம். கண்டுபிடிப்புகளுக்கான மனிதத் திறன்களை மலரச் செய்து, கூடிவாழ்வதன் நலன்களை, பயன்களை ஒவ்வொருவரும் அறியச் செய்வோம்.

சந்தைப் பொருளாதாரத்துக்கு வெளியே, உள்ளூர் குமுகங்களை வலுவாக்கி, அவர்களின் உற்பத்திப் பொருட்களையும், சேவைகளையும் பல்கிப் பெருகச்செய்து, பண்டமாற்றிக் கொள்ளும் வழிவகைகளை வளர்த்தெடுப்போம். உலகச்சந்தை களவாடும் பொது வளங்களைத் திரும்பக் கோருவதும், மனித வளங்களை மீட்டெடுப்பதும் நமது நோக்கங்களாக இருக்கட்டும். தன்னம்பிக்கையும், தைரியமும் தரும் முற்போக்கான, சமூகநீதி தோய்ந்த, பாரம்பரிய மரபுகள், நடைமுறைகள் போன்றவற்றைப் புனருத்தாரணம் செய்வோம். அல்லவற்றை விடுத்து நல்லவற்றை ஏற்போம்!

பாவேந்தர் கனவு கண்டது போல, ‘புதியதோர் உலகம் செய்வோம், கெட்ட போரிடும் உலகத்தை வேரோடு சாய்ப்போம்!’ ஆற்றல்மிக்கோரின் அக்ரகாரங்களையும், ஏதுமற்றோரின் சேரிகளையும் இல்லாமலாக்கி, அனைவருக்கும் வாழ்வின் அடிப்படைகள் அனைத்தும் கிடைக்கச் செய்வோம். உலகெங்கும் வாழும் மனிதர் அனைவருக்கும் வாழ்வின் அடிப்படை உரிமைகளை, மாண்புகளை, கண்ணியத்தை ஏற்படுத்திக் கொடுத்தால், போட்டி பொறாமைகளுக்கும், குடியேற்றத் தடுப்பாட்டங்களுக்கும், வன்முறை வெறியாட்டங்களுக்கும் தேவையில்லாமற் போகும்.

ஆறாவதாக, நம்மையும் பிறரையும் இணைக்கும் பாலங்களைக் கட்டுவோம். அதற்கு நான்கு திறன்கள் நமக்கு முக்கியமாக

அமைகின்றன என்கிறார் மார்க் கெர்சோன் (Mark Gerzon) எனும் அறிஞர்.

நம் கண்களைத் திறப்போம்: புத்தமத குருமார்கள் சொல்வது போல, நமக்குச் 'சரியான பார்வை, சரியான நோக்கம், சரியான செயல்பாடு' எனும் மூன்றும் தேவை. உலகைப் பார்க்கும்போது நம்மால் அதனைப் படிக்க முடியும். பிறரோடு நம்மை இணைத்துக்கொள்ள முடியும், இணைந்து செயல்பட முடியும்.

நம் மனங்களைத் திறப்போம்: நம் உலகை நம் மனக்கண்ணால் காணும்போது, நாம் மேலும் கற்க விரும்புவோம். விசாலமான நம் மனங்கள் குறுகிப் போயிருப்பதை நம்மால் உணர முடியும். நம்முடைய கலாச்சாரம் எதைக் கற்றுணர்தல் என்று குறிப்பிடுகிறதோ, அதோடு மட்டும் நாம் நிறைவடைய மாட்டோம். ஒரு கதவு போல நம்முடைய மனம் திறந்துவைக்கப்பட்டால் மட்டுமே நம்மால் இந்த உலகைத் தழுவிக்கொள்ள முடியும் என்பதை நாம் உணர்வோம். அப்போதுதான் நம்மால் வாசலைக் கடந்து அடுத்த பக்கம் போக முடியும்.

உறவுகளை உருவாக்குவோம்: மனது மட்டுமே எல்லைகளைக் கடக்க உதவும் கடவுச்சீட்டு அல்ல. மற்றவர்களிடமிருந்து நம்மைப் பிரிக்கும் பிளவுகளைக் கடக்க, உலகக் குடிமக்களாக நம்மை ஏற்றுக்கொண்டு, உணர்வுகள் மற்றும் எண்ணங்கள் எனும் நதிகளினூடே பயணித்தாக வேண்டும். மற்றவர்களின் இதயங்களோடு இணைப்பை ஏற்படுத்த நம்முடைய இதயங்களை நாம் திறந்துவைக்க வேண்டும். எதிரிகள் என்று அழைக்கப்படுபவர்களோடும் நாம் உறவுகளை ஏற்படுத்த வேண்டும்.

இணைந்து வேலை செய்வோம்: திறந்த கண்களோடு, மனங்களோடு, இதயங்களோடு நாம் இயங்குவதற்குத் தயாராகி விடுவோம். நாம் ஒருவர் மட்டுமே தன்னந்தனியனாக இணைப்புப் பாலத்தைக் கட்டிவிட முடியாது என்பதை உணர்வோம். மறுபக்கத்திலும் நம்முடன் இணைந்து வேலைசெய்வோர் தேவைப்படுகிறார்கள். நாம் நம்முடைய கைகளைத் திறந்துவைத்து, அவற்றை அன்போடு நீட்டி, மற்றவர்களோடு கரம்கோர்த்து, இணைந்து வேலை செய்வோம்.

பயன்படுத்திய தரவுகள்:

1. Randall Collins, *The Credential Society: An Historical Sociology of Education and Stratification*. New York: Academic Press, 1979.

2. *பெரியார் இன்றும் என்றும்: பெரியாரின் தேர்ந்தெடுக்கப்பட்ட கட்டுரைகள்*. கோவை: விடியல் பதிப்பகம், 2016.

3. Winin Pereira and Jeremy Seabrook, *Global Parasites: Five Hundred Years of Western Culture*. Kolkata: Earthcare Books, 2006.

4. Mark Gerzon, *Global Citizens*. London: Rider, 2010.